ஊமைச்செந்நாய்

ஜெயமோகன்

பிறந்தது 1962, ஏப்ரல் 22ல். பள்ளி நாள்களில் 'ரத்னபாலா' என்கிற சிறுவர் இதழில் முதல் கதையை எழுதினார். 1987ல் 'கணையாழி'யில் எழுதிய 'நதி' சிறுகதை பரவலாகக் கவனம் பெற்றது. 1988ல் எழுதப்பட்ட 'ரப்பர்' நாவல் அகிலன் நினைவுப் போட்டியின் பரிசைப் பெற்றது. இது தவிர கதா விருதும் சம்ஸ்கிருதி சம்மான் தேசிய விருதும் பெற்றுள்ளார். இவர் எழுதிய 'விஷ்ணுபுரம்' தமிழ் இலக்கிய உலகில் பெரிய கவனத்தைப் பெற்றதோடு விவாதத்தையும் ஏற்படுத்தியது. இவரது படைப்புகள் தொடர்ந்து தமிழ் இலக்கிய உலகில் அதிர்வலைகளையும் புதிய சாத்தியங்களையும் ஏற்படுத்திய வண்ணம் உள்ளன. தமிழ் மற்றும் மலையாளத் திரைப்படத் துறைகளிலும் இவரது பங்களிப்பு தொடர்கிறது.

கிழக்கு பதிப்பக வெளியீடுகளாக ஜெயமோகனின் புத்தகங்கள்

வெண்முரசு (மகாபாரதம் நாவல் வடிவில்)

முதற்கனல்

மழைப்பாடல்

வண்ணக்கடல்

நீலம்

பிரயாகை

வெண்முகில் நகரம்

இந்திரநீலம்

காண்டீபம்

வெண்முரசு (நாவல் பகுதிகள்)

எரிமலர்

புல்லின் தழல்

செம்மணிக்கவசம்

இருள்விழி

ஆயிரம் கைகள்

பிற நூல்கள்

விஷ்ணுபுரம் | ஊமைச்செந்நாய் | உலோகம் | கன்னிநிலம் | நாவல் (கோட்பாடு) | ஏழாம் உலகம் | சாட்சிமொழி | முன்சுவடுகள் | வாழ்விலே ஒரு முறை | சிலுவையின் பெயரால் | லோகி (லோகிததாஸ் நினைவு) | நவீன தமிழ் இலக்கிய அறிமுகம் | புதியகாலம் (இலக்கிய விமர்சனம்) | இன்று பெற்றவை (நாட்குறிப்புகள்) | இந்து ஞான மரபில் ஆறு தரிசனங்கள் | விசும்பு (அறிவியல் புனைகதைகள்) | புல்வெளிதேசம் (ஆஸ்திரேலிய பயணக்கட்டுரை) | அண்ணா ஹசாரே: ஊழலுக்கு எதிரான காந்திய போராட்டம் | பேய்க்கதைகளும் தேவதைக்கதைகளும் (நிழல்வெளிக் கதைகள்)

ஊமைச்செந்நாய்

ஜெயமோகன்

கிழக்கு

ஊமைச்செந்நாய்
Oomaichennaai
Jeyamohan ©

First Edition: March 2016
192 Pages

ISBN 978-93-84149-73-4
Kizhakku - 893

Kizhakku Pathippagam
177/103, First Floor,
Ambal's Building, Lloyds Road,
Royapettah, Chennai - 600 014.
Ph: +91-44-4200-9603

Email : support@nhm.in
Website : www.nhm.in

kizhakkupathippagam
kizhakku_nhm

Author's Email: jeyamohan.writer@gmail.com

Author's Website: www.jeyamohan.in | venmurasu.in

Kizhakku Pathippagam is an imprint of New Horizon Media Private Limited.

நாஞ்சில்நாடனுக்கு
அன்புடன்

உள்ளடக்கம்

சாகசம் என்னும் தியானம்

என்னிடம் வரும் புதிய வாசகர்களில் கணிசமானவர்கள் அவர்கள் என் புனைவுலகுக்குள் நுழைந்தது 'ஊமைச்செந்நாய்' என்னும் கதை வழியாக என்று சொல்வதுண்டு. இணையத்தில் அக்கதை வெளியானது. ஆகவே தொடுப்புக்கள் வழியாக அதை நண்பர்கள் ஒருவருக்கொருவர் பகிர்ந்துகொள்ள முடிந்தது. இலக்கியமறியாத வாசகர்களையும் அது சென்றடைந்தது.

அத்துடன் அது ஒரு பொது வாசகன் உத்வேகமிக்க கதையாக வாசிக்க உகந்த படைப்பு. இலக்கிய வாசகன் அதன் நுண்பிரதிகளைத் தேடிக் கண்டடைய முடியும். பொது வாசகன் தேடும் மாறுபட்ட கதைக்களம், மிகுபுனைவுத்தன்மை, சாகசம் ஆகியவையும் உச்சகட்டப் புள்ளியும் கொண்டது. சாகசம் என்பது மானுடன் தன் உச்சத்தில் நிற்கும் ஒரு புள்ளி. அது அவனுடைய சுயமறியும் தருணமும்கூட. ஆகவே அது ஒரு தியானம். நம் மாபெரும் குருநாதர்களின் வாழ்க்கையில் எல்லாம் சாகசம் என்னும் அம்சம் இருப்பதைக் காணலாம்.

'ஊமைச்செந்நாய்' தொகுதியின் முதலிரு பதிப்புகளும் உயிர்மை வெளியீடாகவும் மூன்றாம் பதிப்பு நற்றிணை வெளியீடாகவும் வந்தது. இது நான்காவது பதிப்பு.

இத்தொகுதியில் நான் எனக்கு அணுக்கமானவையாக நினைக்கும் பல கதைகள் உள்ளன. 'மத்தகம்' அதிலொன்று. இன்னொன்று 'காமரூபிணி'. யானையும் யட்சியும் என் அந்தரங்க உலகின் படிமங்கள் என என் வாசகர்கள் அனைவரும் அறிந்திருப்பார்கள். இப்பதிப்பை வெளியிடும் கிழக்கு பதிப்பகத்திற்கு என் மனமார்ந்த நன்றி.

மார்ச் 2, 2016 **ஜெயமோகன்**

ஆழ்துயில் நடனம்

‘ஊமைச்செந்நாய்’ கதைபற்றி எனக்கு வந்த ஒரு கடிதம் சுவாரசியமான ஒரு விஷயத்தைக் குறிப்பிட்டது.

‘ஊமைச்செந்தாய் கதையில் வெள்ளைக்காரன் பேசும் ஆங்கிலம்கூட சரியாக இருந்தது’ என்றது அது...‘வெள்ளையர் அக்காலகட்டத்தில் பேசிய சில வசைச்சொல்லாட்சிகள் நம்முடைய கிராமத்து மக்களின் நினைவில்கூட உள்ளன. அவை இந்திய ஆங்கிலமாகவே நிலைத்து விட்டன. உதாரணம் கண்ட்ரி புரூட். அத்தகைய சொல்லாட்சிகளை அந்த வெள்ளையன் வாயில் இருந்து கேட்டபோது நீங்கள் எதை யெல்லாம் ஆய்வு செய்திருக்கிறீர்கள் என்ற ஆச்சரியம் ஏற்பட்டது.’

இம்முறை எனக்கு ஆச்சரியம், ஏனென்றால் நான் அப்படி ஆராய்ச்சி ஏதும் செய்யவில்லை. ஒரு புனைவுக்கான களத்தை ஆர்வம் காரணமாக அறியவேண்டுமே ஒழிய ஆராய்ச்சி செய்யக்கூடாதென்பதே என் கொள்கை. எழுதும்போது தகவல்களைச் சொல்லும் நினைவு என்பது கற்பனையை குறுக்கும் இரும்புத்தளை, படைப்பு என்பது எனக்கு ஒரு பெரிய விழிப்புநிலை கனவுதான். கனவு போலவே நான் அறிந்தவை என் அச்சங்கள் ஆவல்களுடன் கலந்து இன்னொன்றாக படைப்பில் இருக்கும். நானே அதை வாசித்து வியப்பேன்.

ஆகவே, படைப்பில் உள்ள பிழைகள் எல்லாமே படைப்பின் பகுதி என்றே நான் எண்ணுவேன். நாகர்கோயில் மணிமேடைக்கு அருகே ஏரி உள்ளது என நான் எழுதினால் அது என்னைப் பொறுத்தவரை பிழை அல்ல. உண்மையில் ஏரி இல்லை என்பது யதார்த்தம். என் கதையில் ஏரி உள்ளது என்பது புனைவுயதார்த்தம். ஏன் அந்தப்பிழை அங்கே நிகழ்ந்தது என்றுதான் வாசகன் யோசிப்பான். என் கனவுக்குள் அறிவார்ந்த முறையில் நுழைய அவனுக்கு அது நல்ல வழி.

நான் பின்னர் கண்டுகொண்டேன். அந்த ஆங்கிலத்தை நான் வடுவூரார் காலகட்ட நாவல்களில் இருந்துதான் எடுத்துக் கொண்டேன் என. அந்தத் துரையுடன் மெல்லிய சாயல் கொண்ட கதாபாத்திரம் எங்காவது இருக்கலாம். தேடிப் போனால் சிக்கலாம்.

பலவகையான கதைகள் இத்தொகுப்பில் உள்ளன. முடிவின்மையின் விளிம்பில் போன்ற ஒரு கதை, எந்த மன நிலையில் உருவானது என்பதை இன்று என்னாலேயே ஊகிக்க முடியவில்லை. அது, சொல்வதற்கும் அப்பால் சொல்லத்தயங்கி நின்றுவிட்ட விஷயங்கள் உள்ளன என்று படுகிறது. அவையே இக்கதைகளை இலக்கியமாக்குகின்றன. அவற்றை வாசிக்கும் வாசகனையே நான் நாடுகிறேன்.

தூக்கத்தில் நடப்பவர்களைப்பற்றி நான் நினைத்துக் கொள்வதுண்டு. அவர்கள் வெளியே புறவுலகில் நடமாடுகிறார்கள். உள்ளே கனவில் வாழ்கிறார்கள். அந்த நடையில் அவர்கள் உள்ளே செல்லும் பயணம் என்னவாக இருக்கும்? இவற்றை தூக்கத்திலாடிய நடனங்கள் என்பேன். நான் இன்னும் பெரிய ஓர் நடனத்தில் உள்ளே வாழ்ந்திருந்தேன் அப்போது.

ஜூன் 23, 2013 **ஜெயமோகன்**

காடன்விளி

தூரத்துச்சொந்தம் என்பதனால் அவர்கள் நேராக எங்கள் வீட்டுக்கே வந்துவிட்டார்கள். அம்மாவும் பெண்ணும் சாயந்தர நேரத்தில் ஆற்றுக்கு அக்கரையில் ஒற்றைக் காளை வண்டியில் வந்து இறங்கினார்கள். கிழக்குத் திண்ணையின் விளிம்பில் நின்று தூரத்தில் சரிந்த செம்மண் சாலைமீது மஞ்சள் ஒளியில் அவர்கள் மெல்ல நடந்து வருவதைக் கண்டேன். அம்மா வலது இடுப்பில் கனத்த நார்ப்பெட்டியை வைத்து மறுபக்கமாக சரிந்து கைகளை வீசி நடந்தாள். பெண் சாயப்புடவை கட்டி முந்தானையை நன்றாகப் போர்த்து சிலை நடப்பது போல. வண்டிக்காரர் காளையை அவிழ்த்துக் கட்டியதும் வண்டிக்குள்ளிருந்து ஒரு நார்ப்பெட்டியை கனத்து தூக்கி தலைமீது ஏற்றி அதன் எடையினடியில் அமுங்கி கைகளை வீசி ஓட்டமும் நடையுமாக வந்தார். நான் உள்ளே ஓடி அம்மாவிடம் ''அம்மா அவங்க வந்தாச்சு!'' என்றேன்.

அம்மா ஒன்றும் சொல்லாமல் சோற்றுப்பானை மூடியைத் திறந்து கொதிக்கும் அரிசிநீர் மீது அகப்பையைப் போட்டு இளக்கினாள். ''அம்மா...''

''போடா. வந்தான்னா வருவாவ...'' என்று அம்மா திரும்பி சீறினாள்.

எங்கள் வீட்டுக்கு விருந்தாளிகள் வருவதேயில்லை. ஊர் மலைக்கு அடிவாரத்தில். பண்ணிப்பொத்தை தாண்டினால் காடன்மலையின் புதர்களடர்ந்த ஏற்றம். உச்சியில் கரிய எருமைப்பாறை. அதன் பெயர் காடன்சிரசு என்று அம்மா சொல்வதுண்டு. அதன் மீது ஒரு குழி உண்டு,

அதுதான் காடனின் ஒற்றைக்கண். காடனுக்கு இரவிலும் கண் தெரியும். காடன் பார்வையை சுவர்கள் கூட மறைக்க முடியாது. காடனின் கண்கள் ஊரிலுள்ள அத்தனை பேரையும் எந்நேரமும் பார்த்துக் கொண்டிருக் கின்றன. மனிதர்களின் தவறுகளை காடன் கணக்கு வைத்திருக்கிறான். ஒரு நன்மை செய்தால் ஒரு தவறை கழித்துக் கொள்வான். தவறுகளின் கணக்கு ஒரு குறிப்பிட்ட எல்லையைத் தாண்டும்போது காடன் மலையில் உள்ள ஏராளமான கரியபாறைகள் உருண்டு வந்து ஊர் மீது சரிந்து அத்தனை பேரையும் அழித்துவிடும். இதுவரை ஆறுமுறை அப்படி ஊர் அழிந்திருக்கிறது. இனி ஏழாவது முறை. அதன் பிறகு ஊரை யாருமே உண்டுபண்ண முடியாது. நான் இரவில் தூங்கும்போது தலைக்குமேல் தேங்கிய இருளுக்குள் கரிய கனத்த மௌனமான குளிர்ந்த பெரும் பாறைகளைத்தான் உணர்வேன். பாறைகளின் பார்வையை பயந்தோ என்னவோ எங்கள் ஊருக்கு யாருமே வருவதில்லை. கிழங்கு, தேங்காய், பாக்கு வியாபாரிகள் வருவார்கள். ஒரே ஒரு முறை காடன்கொடை நடந்தபோது மட்டும் ஊரெல்லாம் ஆட்கள் நிரம்பி நெரிந்தார்கள். ஆற்றங்கரையெல்லாம் மலம் குவிந்து கிடந்தது. பிள்ளையார் கோவில் முன்னால் உள்ள துறப்பு முழுக்க ஆட்கள் தங்கி வெட்டவெளியில் கல்மூட்டி சமைத்துச் சாப்பிடும்போது அந்தி மங்கலில் தீச்சுவாலைகள் அப்பகுதியில் சிவந்த பூக்கள் மலர்ந்து மண்டிவிட்டன என்று எண்ணச் செய்தன.

அவர்கள் ஆற்று நீரில் இறங்கி விட்டார்கள் என்பதைக் கண்டேன். அப்பெண் சிலைபோல நடந்து ஆற்றங்கரை புங்கமரத்தின் வேர்ப்படிகளில் ஏற அவள் அம்மா பின்னால் நார்ப்பெட்டியுடன் சிரமப்பட்டாள். அப்போதுதான் எனக்கு கவனத்துக்கு வந்தது, சுமையை அம்மா தூக்க மகள் அதை தொடக்கூட இல்லை என்பதை. அவளை கூர்ந்து பார்த்தேன். அவள் பொம்மை போலத்தான் இருந்தாள். எங்கள் தோட்ட முகப்பில் ''ஏமான், கொச்சேமான்'' என்ற மூச்சிளைப்புக்குரல் எழுந்தது. வண்டிக்காரர் முன்னால் வந்து மூங்கில்படல் கதவுக்கு அப்பால் நின்றுகொண்டிருந்தார். நான் ஓடிப்போய் படலைத் திறந்தேன். அவர் நார்ப்பெட்டியைக் கொண்டு வந்து திண்ணையருகே இருந்த சுமைதாங்கிப்பலகை மீது இறக்கி வைத்தார். முதுகிலும் மார்பிலும் வியர்வை வழிந்தது. சும்மாடாக வைத்திருந்த துண்டை எடுத்து முகத்தை அழுத்தித் துடைத்தபடி திண்ணையில் அமர்ந்து, திண்ணைக் கல் மீது செதுக்கப்பட்ட வெற்றிலைதாலத்தில் இருந்த மூன்று வெற்றிலைகளை எடுத்து நீவி நுனி கிழித்து நரம்பை உரித்தார்.

அம்மா உள்ளிருந்து ஈரக்கையைத் துடைத்தபடி வந்தாள். படலைத் திறந்தபடி அந்தப் பாட்டி உள்ளே வந்தபோது அவள் வேட்டி நுனி

முள்ளில் மாட்டியது. சுழன்று அதை விடுவித்துக் கொண்டு முன்னால் வந்தாள். அம்மா ஓடிப்போய் பெட்டியை வாங்கியபடி, சிரித்து ‘‘வரணும் நாத்தூனே... காலத்தே புறப்பட்டதா?’’ என்றாள்.

‘‘ஓ ஒண்ணும் சொல்லாண்டாம் மீனாட்சியே. கர்மம், அல்லாமே என்ன?’’ திரும்பி ‘‘வாடி’’ என்றாள். அப்பெண் நடந்து வந்தபோதுதான் அவளது நடையில் உள்ள விசித்திரத்தன்மை என் கவனத்துக்கு வந்தது. அவள் கைகளை அசைப்பதேயில்லை, சட்டுவம்போல செங்குத்தாக இறுக்கமாக உடலோடு சேர்த்து வைத்திருந்தாள். கழுத்தும் விறைப்பாக இருந்தது.

‘‘வா லலிதே. உள்ள வா’’ என்றாள் அம்மா. அவள் சிரிக்காமல் படி ஏறினாள்.

அம்மா அவர்களை தேங்காயறைக்கு கொண்டு சென்றாள். அங்கிருந்த தேங்காயெல்லாம் மச்சிலே போட்டு, சுத்தம் செய்து கட்டில் போடப்பட்டிருந்தது. ‘‘ஷீணம் மாத்துங்க நாத்தூனே. லலிதா நீ வேணுமானா கொஞ்சநேரம் படுத்துக்கோ... ஷீணம் காணும்’’ என்றாள் அம்மா.

‘‘படுத்துக்கோட்டா’’ என்று அந்தப் பாட்டி சொல்லி என்னிடம் சிரித்து ‘‘உம்பேரு என்னலே?’’ என்றாள்.

‘‘அப்பு.’’

‘‘ஸ்கூல்பேரு?’’

‘‘கெ. நாராயணன்.’’

‘‘பாட்டிகிட்ட வா மக்கா. உனக்கு நான் என்ன கொண்டு வந்திருக்கேன் தெரியுமா?’’ என்றபடி நார்ப்பெட்டியைத் திறந்து ஒரு சுருக்குப்பையைத் தந்தாள். அதற்குள் பொரிகடலை இருப்பதை காண்பதற்குள்ளேயே அறிந்துவிட்டிருந்தேன். எனக்கு மூக்கு துல்லியம்.

‘‘எத்தனாம் கிளாஸ் படிக்கே?’’

‘‘ஆறு. இந்த அக்காவுக்கு காச்சலா?’’

‘‘இல்ல மக்கா. சாமி கும்பிடல்லா போறம்.’’

‘‘எந்த சாமி?’’

‘‘மலைக்காடன்சாமிதான். இனிமே எல்லாம் காடன்தான் பாத்துக் கிடணும். ஏழைகளுக்கு வேற ஆருண்டு?’’

நான் பிரமித்து, ‘‘காடன்மலைக்கு இந்த அக்கா ஏறிடுவாங்களா?’’

''ஏறித்தானே ஆகணும்? ஏழைக்கு வேற கெதி என்ன?'' பாட்டி சட்டென்று கண்கலங்கி ''கிளிபோல வளத்தேனே. தெய்வங்களுக்கு கண்ணில்லையே...'' என்றாள்.

அக்கா எதையுமே கேட்டதாக தோன்றவில்லை. மிகமெலிந்து, சருமம் வெளுத்து, நோயாளிபோல இருந்தாள். அதே இறுக்கத்துடன் உட்கார்ந்து சுவரையே பார்த்துக் கொண்டிருந்தாள்.

''வா மக்கா, மேலு கழுவி ஒரு வாய் வெள்ளம் குடிக்கணும். என்னப்போ முருகா!''

பாட்டிக்கு அம்மா வெந்நீர் போட்டுக் கொண்டிருந்தாள். செம்பு அண்டாவின் கீழே உலர்ந்த மட்டைகள் மீது தீ நடனமாடியது. அம்மா நெற்றியில் கரியுடன் திரும்பி ''குளிக்கலாம் நாத்துனே. நான் சாயா போடுதேன்'' என்றாள்.

''உம். முருகா'' என்று பாட்டி உட்கார்ந்தாள். ''நாளைக்கு மலை ஏறிப்போடலாம். மழையில்லண்ணா கொள்ளாம்.''

''வந்த காலிலே போணுமா? ஒரு நாள் ஷீணம் மாற்றி போனா என்ன?''

''அய்யோ எனக்க மீனாட்சியே, அங்க எல்லாம் போட்டது போட்டபடி கிடக்கெடியே. ஆருமில்ல. பிராயம் வந்த பெண்ணை பக்கத்துவீட்டில விட்டுப்போட்டாக்கும் வந்தது... மலையெறங்கி நேராட்டு அப்டியே போலாமிண்ணாக்கும் இப்பம்...''

''அய்யோ... எறங்கி வாறதுக்கு ராத்திரியாயிருமே.''

''என்ன, வண்டிதானே? போற கட்டை அப்படியே செத்தாலும் செரிதான். போ... முருகா.''

''என்னலே அது?'' அம்மா கேட்டாள்.

''பொரிகடலை. பாட்டி தந்தது...''

''அம்பிடும் இப்பமே வாரி கேற்றவேண்டாம். கொண்டு வை.''

''குமாரன் எங்கே?'' என்றாள் பாட்டி.

''தெக்கும்புரயிடத்திலே இன்னைக்கு கொத்திநிரத்து. வாற நேரம்தான்'' அம்மா எழுந்து ''சங்கரன பிறகு ஆராவது பாத்து பேசினாகளா?'' என்றாள்.

''ஓ, இனிமே பேசி ஒண்ணும் இல்ல. அவனுக்க காரியம் இனி பேசவேண்டாம் மீனாட்சியே. சக்கை அரக்கிலே ஒட்டின ஈச்ச போலயாக்கும்.''

''அவளைக் கண்டா பண்ணி போலல்லா இருக்கு? என்னத்த கண்டானோ. தங்கக்கொடம் போலத்த பெண்ண விட்டுட்டு...''

''அதெல்லாம் ஈஸ்வரனுக்க களி கேட்டயா? நான் இப்பம் அப்பிடித்தான் நினைக்கியது. இல்லேண்ணா இதுக்கெல்லாம் ஒரு நியாயமும் இல்லை... இந்த காரியத்தில மட்டும் ஓரோருத்தனுக்கு என்ன வேணும், எதுலே சந்தோசம் ஒண்ணும் சொல்ல முடியாது...''

அம்மா என்னைப் பார்த்து ''போடா, அப்பா வாறாரா பாரு'' என்றாள்.

நான் திண்ணைக்கு வந்தபோது வண்டிக்காரர் படுத்துவிட்டிருந்தார். என்னிடம், ''கொச்சே, கஞ்சி கலம் எடுத்து உள்ள வைக்கணும்'' என்றார். அவர் கஞ்சிகுடித்த மண்சட்டி சுத்தமாக கழுவப்பட்டு ஓரமாக இருந்தது.

அவர் என்னிடம் பெயரும் படிக்கும் வகுப்பும் கேட்பதை தவிர்க்கும் பொருட்டு நான் படலை தாண்டிச் சென்று நின்றேன். வெயில் மங்கிவிட்டது. பறவைகள் கூட்டம் கூட்டமாக சென்றுகொண்டிருந்தன. தொலைவில் ஆற்றங்கரையின் விளாமரத்தின் மீது வவ்வால்கள் கலைந்து எழுந்து சுழன்றன. நேரம் வேகமாக இருட்டியது.

அப்பா கழுவிய மண்வெட்டியை தோளில் வைத்துக் கொண்டு வந்தார். ''ம்ம்?'' என்றார்.

''ஒரு பாட்டியும் அக்காவும் வந்திருக்காங்க.''

''ம்'' என்றபடி முன்னால் நடந்தார். அவர் திண்ணைக்கு ஏறியதும் வண்டிக்காரர் எழுந்து ''கண்டம் கெளைப்பா?'' என்றார்.

''ஒரு துண்டு கெடந்தது. செரி நாலு கம்ப ஊணிவச்சா மழையில குருக்குமேண்ணு பாத்தேன்'' என்றபடி அப்பா திண்ணையில் உட்கார்ந்து வெற்றிலையை எடுத்தார். ''எப்படியாக்கும் காரியங்க போவுது? மழை உண்டுமா?''

''மழையெல்லாம் கணக்குதான். மரச்சீனிக்கு பழுதில்ல. கருங்கல் பக்கமாட்டு நெல்லுக்கு குறே அடி உண்டும்.''

''இந்த வருசம் கெழங்கு என்ன கணக்குக்கு போவும்ணு நெனைக்கேரு?'' அப்பா என்னை பார்த்து ''போ, புக் எடுத்து நல்ல நாலு எழுத்து படிக்கமுடியுமா பாரு'' என்றார்.

நான் உள்ளே போனபோது அந்த அக்கா அப்படியே அதே போல அமர்ந்திருப்பதைக் கண்டேன். புத்தகத்தை எடுத்துக் கொண்டு பத்தாயம் மீது எரிந்த குத்து விளக்கருகே அமர்ந்து எழுத்து கூட்டிப் படிக்க ஆரம்பித்தேன்.

வண்டிக்காரர், ''அப்பம் நான் எறங்குதேன். இருட்டு கேறிபோச்சு. காளை ஒற்றைக்காக்கும் நிக்குது. புலியெறங்குத ஊரு'' என்றார். ''நான் காலம்பற வாறேன்.''

''ம்'' என்றார் அப்பா வெற்றிலை மென்றபடி.

''அம்மிணிக்கிட்ட நல்லதா பேசி வச்சுக்கிடணும். கட்சீல மலை கேறின பிறகு அய்யோ அழம்மான்னு ஆயிட்டா நல்லதுக்கில்ல.''

''ம்.''

அவர் போனதும் பாட்டி மெல்ல வந்து அப்பாவின் அருகே அமர்ந்தாள். அப்பா திரும்பாமலே இருட்டை பார்த்திருந்தார்.

''காலம்பற எந்திரிச்சு மலைகேறி பொலிய போடுட்டு வந்திட்டா கொள்ளாம் குமாரா.''

''ம்''

''இனி வேற கெதியில்ல. ஏழைன்னா சாமிகளுக்கும் எளக்கமாக்கும்.''

''கஞ்சி குடிச்சாச்சா?''

''குடிக்கணும். நீ வரட்டுமிண்ணு நிண்ணேன்.''

''ம்.''

''சின்னவளுக்கு ஒரு ஆலோசனை வந்திட்டுண்டு. கேக்குதது கூடுதலுதான். பையன் போலீஸுகாரன். சர்க்காரு காசுன்னா அதுக்கொரு உறப்புண்டு.''

''என்ன கேக்கான்?''

''வீடும் புரயிடமும் கேக்கான். வீடில்லன்னா அம்பது பவன்.''

''வீட்ட குடுத்துட்டு நீ தெருவிலயா கெடப்பே?''

''குடும்பவீட்டில எனக்கும் பங்குண்டில்லா? ஒத்தைக்கு ஒரு கிழவி. இனி எத்திர நாளைக்கு?''

''பாத்து செய்யணும்.''

''சர்க்காருக்க ஒரு கண்ணுண்டில்லா? பிடிக்கல்ல போடான்னு சொன்னான்னாக்க போய் சொல்ல மேல சிலரு உண்டில்லா?

அது போரும்...''

அப்பா ஒன்றும் சொல்லவில்லை.

பாட்டி சிறிது நேரம் கழித்து பெருமூச்சுவிட்டாள். ''ஈரேழு ஜென்மத்தில மோட்சம் கிட்டாது. அது எனக்கு தெரியாம இல்லை. கிடந்தா கண்ணடயல்ல எனக்கு...''

''நீ கண்ட கச்சடயெல்லாம் நினைச்சு குழப்பாண்டாம். ஒக்கே காடன் சாமிக்க விளியாக்கும். நீயும் நானும் ஆரு? புழு, பக்கி போலதுக்கும் கீழ. வேற என்ன? சிந்திச்சு தலைய கனக்க வைக்கிறதில ஒரு காரியமும் இல்ல.''

''இருந்தாலும் குமாரா, தலையிலயும் இடுப்பிலயும் வச்சுல்லா வளத்தேன்? பெத்த வயிறுல்லா?'' பாட்டி விசும்பி அழுதாள். அழுகை அதிகரித்து மார்படைத்த விசித்திரமான ஒலிகளுடன் குலுங்கி அதிர்ந்தாள்.

அம்மா உள்ளறையில் நின்று ''டேய் நீ கஞ்சி குடிச்சிட்டு படு'' என்றாள்.

''பாட்டி?''

''பாட்டியும் அப்பாவும் பிறகு குடிப்பாங்க.''

வழக்கமாக எங்கள் வீட்டில் இரவில் மயக்கிய மரச்சீனிக் கிழங்கும் கஞ்சியும்தான். அன்று அம்மா பப்படம் பொரித்து பயறுத்துவரனும் வைத்திருந்தாள். சாப்பிட்டதுமே எனக்கு தெற்கு சாய்ப்பில் கட்டிலில் பாய்போட்டு விட்டாள். நான் தலையணையைப் போட்டு படுத்து மச்சுக்கூரையைப் பார்ந்தேன். மச்சில் உள்ள மரப்பலகையில் விதவிதமான வடிவங்களை பார்த்துக் கொண்டிருக்கும்போதுதான் எனக்கு தூக்கம் வரும்.

கண்ணயர்ந்து விழித்தபோது அறையெல்லாம் இருட்டு. திண்ணையில் மட்டும் ஒரே ஒரு விளக்கு எரிந்தது. அதன் அருகே அப்பாவும் பாட்டியும் அம்மாவும் உட்கார்ந்திருந்தார்கள். நான் எழுந்து சென்று நின்றேன்.

''எல்லாம் பகவான் விட்ட வழீன்னு வச்சுக்கோ. இன்னைக்கு நேத்தைக்கு உள்ள சம்பிரதாயமில்லை. நம்ம குடும்பத்திலே மட்டும் இதும் நானறிஞ்சு அஞ்சாவது. காடன்விளியை ஆரு தடுக்க முடியும்? அவன் கண்ணு படாத எடம் எங்க இருக்கு இந்த ஏழு தேசத்திலே?'' என்றார் அப்பா.

''காடன்விளி வந்த பெண்ணுக்கு ஒண்ணுகிடக்க ஒண்ணு ஆனாக்கா அந்த விளி குடும்பத்தில அடுத்த பெண்ணுக்குல்லா வரும். வந்த விளி கொண்டுட்டுதான் போகும். அது உறப்பாக்கும்'' என்றாள் அம்மா.

''என்னலே?''

''ஒண்ணுக்கு.''

''வா'' என்று எழுந்து என்னை அழைத்துச்சென்று மாமரத்தடியில் ஒன்றுக்கு இருத்தினாள்.

''அம்மா காடன்சாமி ஏன் எருமை மாதிரி இருக்கு?''

''அதெல்லாம் நாளைக்கு பேசலாம். நீ போய் படு.''

இரவு ரீங்காரமிட்டுக் கொண்டிருந்தது. மரங்களின் வழியாக காற்று சலசலவென்று கடந்து சென்றது. எனக்கு ஏனோ புல்லரித்தது. எருமை ஒன்று காதுகளை அடிப்பதுபோன்ற ஒலி கேட்டது. எங்கள் தொழுவம் தோட்டத்தில் இருந்தது. ஜான்ரோஸ் அங்கே படுத்திருப்பான். அவன் எடத்துவா பள்ளிக்கு நேர்ச்சைக்கு போகும்போது நான் அப்பாவுடன் போய்ப் படுத்திருப்பேன். இரவில் தூங்கி எழும்போது எருமைகள் காதை அடிக்கும் ஒலிகள் கேட்கும்.

''வாடா எம்பிடு நேரம்?''

''அம்மா எருமைச்சாணி மணக்குல்லா?''

''ஆமா, எருமைச்சாணி. போய் படுலே.''

அறைக்குள் அந்த அக்கா அப்படியே உட்கார்ந்திருந்தாள். முகம் இருட்டுக்குள் இருந்தது. நான் படுத்துக் கொண்டு போர்வையை எடுத்து தலைக்கு மேல் போர்த்தினேன். வெளியே ஏராளமான பறவைகள் தென்னை ஓலைகள் வழியாக ஊடுருவிப்பறப்பது போல காற்று ஓலமிட்டது. வெகுநேரம் எதையோ எதிர்பார்ப்பதுபோல அசையாமல் படுத்திருந்தேன். பின்பு தளர்ந்து தூக்கத்தில் விழுந்தபோது எருமையின் காதடியொலி கேட்டது. நான் அம்மா அம்மா என்று கூவினேன், ஆனால் குரலே எழவில்லை என்பதையும் உணர்ந்தேன். நான் தூக்கத்திலிருந்து விழிக்கவில்லை, எல்லாம் கனவு என்று தோன்றியது. எவ்வளவு திமிறினாலும் விழித்து எழ முடியவில்லை.

விழித்துக்கொண்டபோது காடன்மலையின் உச்சிப்பாறையை தெளிவாக காணமுடிவது போலிருந்தது. எப்படி, நான் வீட்டுக்குள் தானே படுத்திருக்கிறேன் என்ற எண்ணமும் ஊடே எழுந்தது. அப்போதுதான் அந்த மூச்சொலியைக் கேட்டேன். திரும்பிப் பார்க்க முயன்றாலும் கழுத்துப் பொருத்துக்கள் இறுகி அசைவின்றி இருந்தன. காதுகளை அடிக்கும் ஒலி. கனத்த குளம்புகள் தரையை அழுந்த மிதித்துச் செல்லும் ஒலி. சட்டென்று மூக்கை அடைக்கவைக்கும்படி எருமைச்சாணியின் வீச்சம் எழுந்தது.

எருமை தன் கனத்த உடலுடன் ரகசியமாக வீடு முழுக்க நடந்தது. சுவர்களை அதன் உடல் உரசிச் செல்லும் ஒலி. மூலைகளை அது

முகரும் ஒலி. அது என்னை நெருங்கி வருவதை என் சருமம் கண்டது. எருமை திமில் அசைய அழுத்தமான நிதானத்துடன் வந்து என் கட்டிலின் கால்களை முகர்ந்தது. மூச்சின் காற்றில் கட்டில் மெல்ல அதிர்ந்தது. கனத்த உடலுடன் அது மெல்ல திரும்பி அம்மாவின் கட்டிலை நெருங்கி அசைவற்று நின்றது. அது அங்கே இல்லை என்றும் எல்லாம் கனவு என்றும் தோன்றும் அளவுக்கு மௌனமாக நின்றது. வெகுநேரம். பின் அதன் கரிய சருமம் சற்றே அசைய பின் தொடைகளின் இறுகிய தசைநார்கள் நெகிழ்ந்து இழுபட அக்கணத்தில் நான் எழுந்து ''அம்மா'' என்றேன்.

முதலில் இருட்டில் எதுவுமே தெரியவில்லை. எருமை அப்படியே பின்னால் காலெடுத்து வைத்து இருளுக்குள் நகர்ந்து சென்ற பிறகுதான் சன்னல் வழியாக வந்த நிலவொளி தெளிந்தது. அம்மாவின் முகம் மீது நிலவின் ஒளி மாமர இலை நிழல்களுடன் அசைந்தது. அவள் முகத்தில் தாங்கமுடியாத எதையோ பார்ப்பது போல தவிப்பு தெரிந்தது. அழப்போகிறவன்போல ''அம்மா அம்மா'' என்று பீதியுடன் அழைத்தேன். அவள் கேட்கவில்லை. முகத்தில் மெல்ல ஒரு புன்னகை விரிந்தது. முகம் நன்றாக ஒளிபெற்றது. அம்மாவை அந்த அளவுக்கு அழகாக நான் பார்த்ததே இல்லை. சன்னலைப் பார்த்தேன். காற்றில் கிளை விலக நிலவின் வட்டம் நன்றாக தெரிந்தது. கிளை திரும்பிவர அம்மாவின் முகம் சாதாரணமாகியது. ஆழமான தூக்கத்தின் ஒலி சீராக கேட்டது.

இருட்டையே கூர்ந்து பார்த்தேன், அங்கே அது நிற்கிறதா என. இல்லை என்று பொதுவாக தோன்றினாலும் கூர்ந்து பார்த்தால் கரிய சருமத்தின் அசைவை காணவும் முடிந்தது. கட்டிலில் துவண்டு சரிந்து உடல் மோத விழித்த போதுதான் நான் தூங்கி விட்டிருப்பதை அறிந்தேன். ஒரு கணம் அப்படியே பிரமித்து இருந்தபிறகு பாய்ந்து எழுந்து அறை வாசலுக்கு சென்றேன். வீடு முழுக்க ஒரு விறைப்பு பரவியிருந்தது. சுவரு தொங்கவிடப்பட்ட சீலைகள் போல நெளிந்துகொண்டிருந்தன. வெகுதொலைவில் யாரோ சிணுங்கி அழுவது போலவும் உரக்க மூச்சுகள் விட்டு ரகசியமாக ஏதோ சொல்வது போலவும் கேட்டது. சில நிமிடங்கள் கழித்து அது தேங்காயறையில் என்று கண்டேன்.

தேங்காய் அறையின் கதவு இறுக மூடியிருந்தது. அதற்கு உள்ளே தாழே இல்லை என்று நினைவு கூர்ந்தேன். எங்கள் வீட்டில் வச்சுபூட்டு அறைக்கு மட்டும்தான் உள்ளே தாழ். உள்ளே யாரோ கதவை அழுத்திப் பிடித்திருக்கிறார்கள். கதவின் பலகை இணைப்பின் இடுக்கு வழியாக உள்ளே கூர்ந்து பார்த்தேன். சிணுங்கல்களும் மூச்சுகளும் உடலசைவு ஒலிகளும். கண்கள் தெளிவு கொண்டபோது எருமையை கண்டேன். அதன் கரிய பின்பக்கம் ஈரமான மலைப்பாறைபோல மெல்லிய

பளபளப்பு கொண்டிருந்தது. அது அசைவில் திரும்பியபோது கொம்பு ஒன்று தெளிவடைந்து வந்தது. கொம்பின் கரிய வழவழப்பு, வரிகள், நுனியின் மொண்ணையான கூர்மை...

பிறகு எனக்கு நினைவு வந்தபோது தரையில் குப்புற விழுந்து தூங்கிக் கொண்டிருந்தேன். வாயிலிருந்து எச்சில் வழிந்து தரையில் பரவியிருந்தது. துடைத்துக் கொண்டு எழுந்து தள்ளாடி நடந்து என் கட்டிலில் படுத்து பலவிதமான பள்ளிக்கூடச் சித்திரங்கள் சிதறி அழிய தூங்கிப் போனேன்.

அம்மா என்னை உசுப்பியபோதுதான் எழுந்தேன். எதிர்ச்சன்னல் வழியாக காலை ஒளி சட்டங்களாக விழுந்து சாணித்தரை மின்ன தூசிகள் பறந்து சுழன்றன. சற்று தலை சுழன்றது.

எழுந்து போய் மாமரத்தடியில் சிறுநீர் கழித்துக் கொண்டிருக்கும்போது தான் உலுக்கலுடன் எல்லாம் நினைவுக்கு வந்தன. சமையலறைக்கு ஓடி, தரையிலமர்ந்து கிழங்கு அரிந்து கொண்டிருந்த அம்மாவைப் பார்த்து ''அம்மா நீ...'' என்றேன்.

''என்னடா?''

''ஒண்ணுமில்லை. பாட்டி எங்கே?''

''அவங்க விடிகாலையிலேயே மலை ஏறியாச்சே?''

''எப்ப திரும்பி வருவாங்க?''

''அப்டியே போயிடுவாங்க'' என்றாள் அம்மா. ''போய் பல்லுதேய். மணி எட்டாச்சு.''

''அந்த அக்கா?''

''சீக்கிரம் பல்லுதேச்சிட்டு வந்து கீழக்கண்டத்துக்கு எளங்குடி கொண்டு போடா.''

ஏப்ரல் 14, 2004

யட்சி

சின்னப் பெண்ணாக இருந்தபோது என் அம்மா யட்சி*யைப் பார்த்திருக்கிறாள். சின்ன வயதில் என்னை மடியில் போட்டுக் கொண்டு கதை சொல்லும்போது அவளே சொல்லியிருக்கிறாள். தோட்டத்து நெல்லி மரத்தின் நிலாநிழல் வாசல் வழியாக உள்ளே பரப்பிய வலையில் நானும் அவளும் தனித்திருந்தோம். காற்றில் வலை அலைவுற்றது. வெகு தொலைவில் திற்பரப்பு அருவி சீறிக்கொண்டிருந்தது.

''யட்சி அழகா அம்மா?''

''பின்னே? ரொம்ப ரொம்ப அழகு. அழகுன்னு சொன்னாப் போறுமோ? பெண்ணழகே அவதான்னு வை...''

''உன்னைமாதிரியா அம்மா?''

''போடா.''

தலையைத் தட்டிய கை அப்படியே வருட ஆரம்பித்தது. தொழுவில் சிவப்பிப் பசு சடசடவென்று கல்தளம் மீது கால் மாற்றியது.

எத்தனை அழகான பெண்ணாக இருந்தாலும் வாழ்வின் ஒரு பருவத்தில் மட்டும்தான் அழகாக இருக்கமுடியும்.

---

* யட்சி: பூமியில் வாழும் தேவர்களில் ஒரு வகையினர் யட்சர்கள். யட்சி அதன் பெண்பால். மிக அழகிய பெண்ணாகத் தோன்றி எதிர்ப்படுபவர்களைக் கவர்ந்து மோகமூட்டி இறுதியில் கொன்று உண்ணும் என்று புராண நம்பிக்கை. ஒருவகை மோகினிப்பேய் எனலாம். குமரி மாவட்டத்தில் பல நூறு யட்சி ஆலயங்கள் உள்ளன.

அப்பருவத்தில் கூட சில தருணங்களில்தான் அவள் அழகு முழுமையாக வெளிப்படும். அத்தருணத்தில் கூட சில கோணங்களில் சில அசைவுகளில்தான் அவள் அழகின் உச்சம் நிகழ்கிறது. ஒவ்வொரு அழகிக்கும் அவள் ஒரு உச்சமுனையைத் தொடும் ஒரு கணம் வாழ்வில் உண்டு. ஒரே ஒரு கணம். அவ்வளவுதான். அந்தக்கணங்களையே நீட்டிக் காலமாக்கினால் அதில் வாழ்பவள் யட்சி - அம்மா சொன்னாள்.

''நீ எப்ப அம்மா அப்படி அழகா இருந்தே?''

அருகே ஒரு பெருந்தழல் சட்டென்று எண்ணெய் பட்டு எழுந்தாடி அணைந்ததுபோல அம்மா முகத்தில் ஒரு உக்கிரம் படிந்து மறைந்தது. நான் அவளை அப்போது மிக அஞ்சினேன். அவள் மீது ஒண்டிக் கொண்டு அப்பயத்தை வென்றேன். என் அம்மாவேதான். ஆமாம். திடமாக, மென்மையாக அருகே இருக்கும் அறிமுகம் மிக்க உடல்.

''அம்மா.''

''ஏண்டா?''

''ஏன் எல்லாரும் யட்சியை பாத்து பயப்படறாங்க? அவதான் அழகா இருக்காளே?''

''அழகா இருந்தா பயப்படாம இருப்பாங்களா?''

''ஏம்மா?''

''போ. போய்ப் படு. பனி விழுது...''

''உன் அம்மாவே ஒரு யட்சில்லா?''

பெரியம்மா சொன்னாள் பிறகு. ''அப்பல்லாம் இப்ப மாதிரி இல்ல. நாங்கள்லாம் பயந்து பயந்து சாவோம். எங்க அப்பா பெருந்திண்ணையில இருந்தா பனைவிசிறிச் சத்தம் கேக்கும். அப்ப அந்தச் சத்தம் மட்டும்தான் வீட்டில் கேக்கும். சின்னவயசில நான் அப்பாவை பாத்ததே இல்லை தெரியுமா? கதவிடுக்கு வழியா பாத்துப் பாத்து அவருக்க முதுகும் புறந்தலையும் மட்டும்தான் எனக்குத் தெரியும். உன் அம்மா அப்பிடியா? நான் நான்னு முன்னாடிபோயி நிப்பா. படமெடுத்த பாம்பு மாதிரில்லா தலைதிருப்புவா. வேணும்னா வேணும். வேண்டாம்னு யாராவது சொன்னா சொல்றவங்களைக் கொல்லணும். அப்படி ஒரு பிடிவாதம்.''

பெரியம்மா அம்மாபற்றி சொல்லிக்கொண்டே போவாள். ''அப்பதான் வெல்வெட் துணி வந்தது. ஜெம்பர் தைக்கணும்னு கேட்டா. 'ஆமா, வெல்வெட்டும் வெளிச்சமும். போடி வெவஸ்தகெட்ட குடியால்ல

போச்சு'னு அப்பா சொல்லிட்டார். எங்கம்மா பயந்துபோய் உள்ள உக்காந்து அழுதா. இவ மட்டும் போயி சரசரன்னு போயி தேங்காப்புரையில உக்காந்திட்டா. 'வேணுமானா வந்து சாப்பிடுவா. விடுடீ'னு அப்பா சொல்லிட்டார். எங்கம்மா பயந்து போய் வந்து உக்காந்து அழுதா. அத்தை மட்டும் போயி 'வாடி செம்பகம்... வெளையாடாதே... நான் உனக்கு எப்படியாவது வாங்கித்தாரேன்'னு சொல்லி காலைப் பிடிச்சா. அப்படியே உக்காந்திருக்கா, முடிப்புரை பகவதி மாதிரி முடியும் பிரிச்சுப்போட்டு... மனுஷப் பார்வை இல்ல. இருட்டிப்போச்சு. 'மக்கா உள்ள வாடீ... இருட்டு வந்தாச்சு'னு அம்மா கண்ணீர் விட்டா. அசையணுமே. அப்படி ஒரு இருப்பு. மண்விளக்கு ஏத்திவெச்சு அத்தை காவலுக்கு இருந்தா. காலம்பற அப்பா தொழுத்து பாக்க வந்தார். இவ இருக்கிற இருப்பை பாத்தார். கோவம் வந்தா அவரு சொடலைமாடன் பூசாரி மாதிரி ஆராசனை கேறி ஆடுவார். 'கள்ள நீலி'னு கத்திக்கிட்டு அரிவாளைத் தூக்கிட்டு துள்ளிச்சாடி வந்தார். அத்தையும் அம்மையும் ஓடிப்போய் காலில் விழுந்தாங்க. ஆளுக்கொரு எத்து. நேரா தோங்காப் புரையில் ஏறி 'சாவுடீ'னு ஒரே வெட்டு. விரக்கடை வித்தியாசப்பட்டு வெட்டு தூணில பட்டுது. இவ ஒரு இமை அசைக்கணுமே. அப்படியே இருக்கா. அப்பாவுக்கு சங்கு பதறிப் போச்சு. கையும் காலும் கெடந்து துடிக்குது. அப்படியே சிவந்த கண்ணைத் திருப்பி ஒரு பார்வை பாத்தா. 'அம்மா பகவதி தேவி'னு கத்திக்கிட்டு வெளியே ஓடிப்போய் திண்ணையில் விழுந்தவருதான். எட்டுநாள் ஒரே பொலம்பல். பிறவு அவளை ஏறிட்டுப் பார்க்க மாட்டார். கேட்டா கேட்டது கிடைக்கும்... அப்படி இருந்தா... யட்சியில்லா அவ? செம்பகமரத்து யட்சிக்கு தங்கச்சில்லா?''

செம்பகமரத்து யட்சி அம்மாவின் குடும்ப வீட்டின் அருகே நீலகண்டசாமிக் கோயில் குளத்துக்கும் அவர்களுடைய தோட்டத்துக்கும் நடுவே நின்ற பெரிய செண்பக மரத்தின் அடியில் பிரதிஷ்டை செய்யப் பட்டிருந்தவள். கல்பீடம் மீது கல்லால் செய்யப்பட்ட சிறு விளக்கு; அதுதான் பிரதிஷ்டை. ஆவணிமாதம் ஆயில்யம் நட்சத்திரத்தில் பலியும் பூஜையும் உண்டு. மற்ற நாட்கள் முழுக்க சருகு மூடி காற்றில் இலைகள் சீறும் ஒலியோடு தனிமையில் கிடக்கும் கல்வடிவங்கள்.

எனக்கு இரண்டாவதாக பெண் குழந்தை பிறந்தபோது குலதெய்வக் கோயிலில் மொட்டைபோட்டுக் காதுகுத்திய உடனே செண்பக யட்சிக்கும் ஒரு பலி போட்டுவிடலாம் என்று சண்முக மாமா சொன்னார். அன்று சருகுகளையெல்லாம் அள்ளி விலக்கி யட்சிபீடம் சுத்தம் செய்யப்பட்டிருந்தது. தேங்காய் எண்ணெய் விட்டு தீபத்தை ஏற்றியபோது கரியகூந்தலைக் காற்றில் சுழற்றி யட்சி நின்றாடுவது

போலத்தான் இருந்தது. காது வலியை மறந்து கனகு வாழைப்பழத்தைத் தின்றபடி விழித்துப்பார்த்தது.

''பண்டு நம்ம மூத்த பாட்டா ஒருத்தர் திருவனந்தபுரம் தாண்டி ஏவாரத்துக்குப் போனப்ப... ஒரு காட்டில பாறைமேல கைப்பொதியை வெச்சார். அதுல பொன்னிருந்தது. பாறையில குடியிருந்த வனயட்சி பொன்னுக்கு ஆசைப்பட்டு கூடவே வந்துட்டா. இங்க வந்து ஒரே அட்டகாசம். பசுவையும் கன்னையும் பயமுறுத்துறது. ராத்திரி வழிநடக்கிறவங்களைக் குழப்பி சுற்றியடிச்சு சுடுகாட்டில கொண்டு போய் விடறது... மந்திரவாதி வந்து மசிபோட்டுப் பாத்து யட்சி வந்திருக்க விஷயத்தைச் சொன்னாரு. பவுனுகுடுத்து நிறையுமா? பத்து பவுன் வெச்சு கும்பிட்டா யட்சி பத்து நூறு பவுன் கேப்பாளே? பின்ன, பொன்னிருக்க இடத்தில பூவுனு ஒரு சொல்லுண்டில்லா? அதனால இங்க ஒரு தங்கச் செம்பக மரத்தில யட்சியை ஆவாகனம் பண்ணி பிரதிஷ்டை செய்தாச்சு. தங்கச்செம்பகப் பூவைப் பாத்து பொன்னுனு நினைச்சு யட்சியும் இங்கே இருந்து போட்டா.''

பூசாரி பொங்கல் படைத்து, கமுகம் பூவும் அரளிப்பூ மாலையும் சார்த்தி, யட்சிக்கு பூசை செய்தார். சுடர் படபடத்தது. காற்றில் பொற்காசுகள் போல செண்பகமலர்கள் உதிர்ந்தன. மாமா ஒரு துளி பொங்கலை எடுத்து கனகுவின் வாயில் வைத்தார். அவள் பழத்தை நழுவவிட்டு மாமாவின் கையைப் பிடித்தாள். வாய் கொழகொழவென்று ஒழுகியது.

''பெண்பிள்ளைன்னாக்க அதுக்கு ஒரு யட்சிகிருபை வேணும் பாத்துக்க. அது ஒரு பெலமாக்கும். கண்ணில ஒரு தீ இருக்கும்...'' மாமா சொன்னார். ''உனக்கு அம்மை வந்து நின்னு செய்யவேண்டிய பூசை. அவ இந்த வீட்டு படியெறங்கி வருஷம் முப்பதாவுது... அவ சொன்னா சொன்னதுதான். வேளிமலை மறிஞ்சாலும் நெனைச்ச நெனைப்பு மறிய மாட்டா...''

அதைப்பற்றி அம்மா சொன்னதில்லை. ஆனால், பிற அத்தனைபேரும் ஏதோ ஒரு தருணத்தில் சொல்லியிருக்கிறார்கள். அம்மாவின் இளைய அண்ணா இசக்கிமுத்துப் பிள்ளை சர்வேயராக கேரளத்து மலையோரத்துக் கிராமம் ஒன்றுக்குப் போனார். அங்கேயே அவருக்கு கம்யூனிஸ்டு உறவு ஏற்பட்டது. ஊருக்குத்திரும்பி முழுநேர கம்யூனிஸ்டுப் பிரசாரகர் ஆனார். அம்மா அவரது சீடப்பெண் மாதிரி. அவர் படித்த புத்தகங்களையெல்லாம் அம்மாவும் படிப்பாள். அவர் பேசும்போது கதவோரம் நின்று இரு சுடர்கள்போல கண்கள் ஒளிர கேட்டிருப்பாள். கட்சி தடைசெய்யப்பட்டபோது பல முக்கிய தோழர்கள் அவர்கள் வீட்டில் வந்து தலைமறைவாகத் தங்கியிருந்தார்கள். அண்ணாவின் நடவடிக்கைகள் பற்றி அவரது அப்பாவுக்கு

ஒன்றுமே தெரியாது. சரியான கிராமத்து மனிதர். வருபவர்கள் அண்ணாவின் நண்பர்கள் என்றே நம்பியிருந்தார்.

இரவில் சாய்ப்பு அறையில் அவர்கள் சிமினிவிளக்கை வைத்துக் கொண்டு விடியவிடியப் பேசுவார்கள். சார்ப்பை ஒட்டி உள்ளறை இருந்தது. அதன் சன்னலில் ஒரு சிறு துளை. இருட்டும் ஒட்டடையும் எலிகளும் கரப்பாம் பூச்சிகளும் நிரம்பிய அந்த இடுங்கிய அறைக்குள் இரவு முழுக்க நின்றபடி அம்மா கேட்டுக் கொண்டிருப்பாள். போலீஸ் கெடுபிடிகள் அதிகரித்தபோது அவர்கள் முகாமை மாற்றிக் கொண்டார்கள். விரிந்து பரந்த பல கிலோமீட்டர் பரப்பை நிரப்பிய மரவள்ளிக் கிழங்குத் தோட்டத்தின் நடுவேயுள்ள சிறிய ஓலைக் குடிலுக்கு; அங்கு குடில் இருப்பதை மிக நெருங்கினால் மட்டுமே பார்க்க முடியும்.

அன்று மாலை இ.எம்.எஸ்.* வருவதாக அம்மாவிடம் அண்ணா சொன்னார். அவர் மூன்று நாள் ஊரில் தலைமறைவாக இருக்கப் போகிறார். அம்மா அவர் எழுதிய எதையுமே படித்தது இல்லை. அவரது படத்தையும் பார்த்ததில்லை. ஆனால், எல்லா விவாதங் களிலும் அந்த மூன்று எழுத்துக்கள் உச்சரிக்கப்பட்டன. மதிப்புடன், பிரமிப்புடன், ஆவேசத்துடன். அன்றிரவு அம்மா வீட்டைவிட்டு இறங்கி, கோயிலைத் தாண்டி, ஆற்றில் இறங்கி, மறுபக்கம் சென்று, மனிதசஞ்சாரமே இல்லாத காட்டுப் பாதையில் நடந்து, மரவள்ளிக் கிழங்குத் தோட்டத்தில் நடந்து இ.எம்.எஸ். இருந்த குடிலை அடைந்தார். உள்ளே தூக்கிக் கட்டிய மரக்கட்டில் மீது இ.எம்.எஸ். அமர்ந்திருந்தார். இருளில் அவர் காலடியில் ஏழெட்டு தொண்டர்கள் அமர்ந்திருந்தனர். கண்பழகிய பிறகே அவரது குறுகிய உடலையும், இரட்டை மண்டையையும் அம்மா அடையாளம் கண்டாள். மெல்லிய குரலில் திக்கித்திக்கி அவர் பேசிக்கொண்டிருந்தார். உலகப்போருக்குப் பிறகு உலக வரலாற்றின் திசை எப்படி மாறிவிட்டது என்றும், வரும் யுகத்தில் உழைப்பு எப்படி ஓர் அடிப்படைச் சக்தியாக மாறி அரசியலை ஆட்டிப் படைக்கும் என்றும்.

விடியும் வரை குடிசைக்கு வெளியே நின்று கேட்டுவிட்டு அம்மா திரும்பினாள். திரும்பும்போது வழிதவறிவிட்டாள். மரவள்ளி இலைகளின் கடலுக்குள் பலமணிநேரம் அலைந்தாள். விடிந்து ஒளி வந்தபிறகு அவளை, பனை ஏறச் சென்றவர்கள் கண்டுபிடித்து

---

* இ.எம்.எஸ்.: இ.எம். சங்கரன் நம்பூதிரிப்பாட். கேரள கம்யூனிஸ்ட் கட்சியின் முதல் கோட்பாட்டு அறிஞர். பெரும் தலைவர்களில் ஒருவர்.

கொண்டுவந்து சேர்த்தார்கள். அது யட்சியின் வேலை என்று அம்மாவின் அப்பாவும், அம்மாவும் பிறரும் நம்பினர். அம்மாவின் அத்தைக்கும், குட்டித்தம்பியாக இருந்த சண்முக மாமாவுக்கும் மட்டுமே விஷயம் தெரிந்திருந்தது. அந்த மாதமே அம்மாவின் திருமணம் நடந்தது. அதை ஒரு கட்டாயக்கல்யாணம் என்று வீட்டுக்கு வெளியே எவரும் அறியவில்லை. அறிந்தாலும் ஒன்றும் பிரச்சினை இல்லை. அன்று எல்லா கல்யாணங்களும் கட்டாயக் கல்யாணங்கள் தான். அம்மாவின் அம்மா உத்திரத்தில் சுருக்கைக் கட்டி கழுத்தில் மாட்டிக்கொண்டு நிற்பதை கதவிடுக்கு வழியாகப் பார்த்து அம்மா கத்தினாள். கதவை உடைத்துத் திறந்து உள்ளே போய் அம்மா அவள் காலைப்பிடித்து கதறியபடி கல்யாணத்துக்குச் சம்மதித்தாள். ஆனால், அந்த வஞ்சத்தை அம்மா மறக்கவில்லை. தன் அம்மாவும் அப்பாவும் இறந்தபோது மட்டும்தான் பிறந்தவீட்டுக்கு வந்தாள்.

போகும்போது மட்டும் எப்படி வழி தெரிந்தது என்று சண்முகம் மாமா கேட்டபோது, யட்சி வழிகாட்டி கூட்டிச் சென்றதாக அம்மா சொன்னாளாம்... வெகு நாள் அவரும் அதை நம்பியிருக்கிறார். அம்மா சொல்வது அத்தனை தத்ரூபமாக இருக்கும். எப்போது முதலில் யட்சியைப் பார்த்தாள் என்று நான் கேட்டேன். நீலகண்டசாமி கோயிலில் நாடகம் பார்க்கப் போனபோது என்றாள்.

வருடம்தோறும் நீலகண்டசாமி கோயிலில் பாட்டும் நடனமும் இருக்கும். அன்று வள்ளியூர் சிவசண்முகம் குழுவினரின் 'தட்சயாகம்' போட்டிருந்தார்கள். ஊரே திரண்டு நாடகம் பார்க்கப் போயிற்று. அம்மாவின் அப்பா பெண்களையெல்லாம் வீட்டுக்குள் தள்ளி வெளியே பூட்டிவிட்டார். அவருக்கு நாடகம் பிடிக்காது. நாடகமென்ன, எந்தக் கலையுமே பிடிக்காது. நாடகம் தொடங்க நள்ளிரவாகி விட்டது. அம்மா மச்சுக்கு ஏறி ஓட்டுக் கூரையைப் பிரித்து வெளியேறி, கூரைமேல் நடந்து, புளியமரக்கிளையில் தொற்றி ஏறி, இறங்கி கோயிலைப் பார்க்கச் சென்றாள். குளத்துக்கு இந்தப்பக்கம் அவர்களுடைய தோட்டத்துக்குள் நின்ற கூழைப்பலாமரத்தில் ஏறி, ஒரு கிளையில் அமர்ந்து, நாடகம் பார்த்தாள். அப்போது பக்கத்தில் செண்பக மரத்தின் கிளையில் ஓர் அழகிய இளம்பெண் இருப்பதைப் பார்த்தாள். அது செண்பக யட்சி. யட்சியின் தலைமயிர் கருமையான நீரோடைபோல பளபளத்து வழிந்து வெகு நீளத்துக்கு காற்றில் பறந்தது. செண்பகத் தளிர்களினாலான ஆடை அணிந்திருந்தாள். வாயில் இரு வீரப்பற்கள் இருந்தன.

''அழகுனு சொன்னே?'' என்றேன்.

''ஆமாடா. ரொம்ப அழகான பெண்ணுக்கு ரெண்டு வீரப்பல் இருந்தா இன்னும் அழகுதான்'' அம்மா சொன்னாள்.

யட்சி அம்மாவிடம் பேரைக்கேட்டாள். பெயர் பிடித்திருந்தது. அம்மா யட்சியிடம் அவள் எங்கெல்லாம் போயிருக்கிறாள் என்று கேட்டாள். யட்சி போகாத இடமே இல்லை. நட்சத்திரங்களுக்கு இடையே மிகமிக இருண்ட ஒரு கடல் அலையடிக்கிறது. அதில் அவள் நீந்தியிருக்கிறாள். நிலவில் முகம்பார்த்து பொட்டு போட்டிருக்கிறாள். ஏழுகடல்களுக்கு அப்பால் இருக்கும் பொன்னாலான மலை மீது இருக்கும் செம்மணி யாலான பாறைமீது படுத்துத் தூங்கியிருக்கிறாள். உருகிய உலோகங்கள் தீபோல ஓடும் பாதாளநதியை பார்த்திருக்கிறாள். அதிகாலைப் புற்களிலும் பூக்களிலும் படர்ந்திருக்கும் பனித்துளிகளை மட்டும் யட்சி அருந்துவாள். செண்பகப் பூக்களில் ஊறும் முதல்தேனையும்.

அம்மா எங்கெல்லாம் போயிருக்கிறாள் என்று யட்சி கேட்டாள். அம்மா எங்குமே போனதில்லை. சமையலறை, குளம், வீட்டுத் தோட்டம், மீண்டும் சமையலறை. அதைக் கேட்டபோது யட்சியின் கண்கள் காற்றுப்பட்ட கனல்போல எரிந்தன. வாயில் வீரப்பல் ஒளிவிட்டது. யட்சி நாடகத்தை சுட்டிக் காட்டினாள். அந்த நாடகத்தைப் பார்க்கத் தான் அவள் வந்தாள். அது அவளுக்குப் பிடிக்கவில்லை. ஆகவே அவள் வேறு ஒரு நாடகத்தைப் பார்ப்பதாகச் சொன்னாள். பலாமரத்தின் உச்சிக்கு அவள் அம்மாவை கூட்டிச் சென்றாள். அங்கிருந்து பார்த்த போது கோயில் குளம் ஒரு பெரிய கண்ணாடி போலத் தெரிந்தது. அதில் அதே நாடகம் தலைகீழாகத் தெரிந்தது. அங்கிருந்து பார்த்தபோது அந்நாடகம் மிக வேடிக்கையாக இருந்தது. அதில் தாட்சாயணி தன் நெற்றிக் கண்ணைத் திறந்து சிவனை எரித்துச் சாம்பலாக்கினாள். யட்சியும் அம்மாவும் இரவு முழுக்கச் சிரித்தார்கள்.

அம்மாவுக்கு கண்ணில் முதல் ஆபரேஷன் முடிந்ததுமே படிக்கும் பழக்கம் போய்விட்டது. அதற்கும் வெகுகாலம் முன்பே அம்மா பேசுவது மிகவும் குறைந்துவிட்டிருந்தது. மணிக்கணக்கில் படிக்காமல் புத்தகத்துடன் உட்கார்ந்திருப்பாள். அம்மாவிடம் கூடும் அந்த மௌனம் மிகவும் பயமுறுத்துவது. அப்பா இருந்தவரை அந்த மௌனத்தைக் கண்டு பொறுமையிழப்பார். கத்துவார், புலம்புவார். ஆனால் ஒன்றும் செய்யமுடியாது. நாட்கணக்கில் அந்த மௌனம் நீளும். பிறகு பனிக்கட்டி உடைவதுபோல கலகலவென்று உடையும். கண் சரியாகத் தெரியாமல் ஆன பிறகு அந்த மௌனம் மாசக்கணக்கில் விரிய ஆரம்பித்தது. கனகு மட்டும்தான் அப்போது அம்மாவை நெருங்க முடியும். பாட்டி கவனிக்கிறாளா இல்லையா என்று கவலைப்படாமல் சளசளவென்று பேசிக் கொண்டிருப்பாள். பேசிப்பேசி இருவரும் ஒன்றாக ஆகிவிடுவது போல இருக்கும். ஒரே உடலின் உறுப்பு இன்னொரு உறுப்புடன் பேசிக்கொண்டிருப்பது போல.

டாக்டர் வீட்டிலிருந்து திரும்பிக் கொண்டிருந்தோம். பஸ் இறங்கும் போது வெயில் சாய ஆரம்பித்திருந்தாலும் சூடு அடங்கவில்லை. அம்மா கண்மீது கையை வைத்துப் பாதையைப் பார்த்தாள். நான் கனகுவின் பிடிவாதம் பற்றி அவளிடம் அவ்வளவுநேரம் சொல்லிக் கொண்டிருந்தேன். ஒரே பெண். பதினேழு வயதில் தன்னந்தனியாக லக்னோவுக்குப் படிக்கப் போகிறேன் என்கிறாள். எங்கள் பதைப்பு களை அவளால் புரிந்து கொள்ளவே முடியவில்லை. சிரிக்கிறாள். எது பேசினாலும் ஒரே சிரிப்பு. உலகமே வேடிக்கைகளால் நிரம்பியிருப்பது போல. ''அவள் வாயிலே யட்சிபிரசாதம் வெச்சிருக்கப்பிடாது. சொன்னபேச்சு கேக்கமாட்டா... எதுக்கெடுத்தாலும் கொல்லுன்னு ஒரு சிரிப்பு... நீயாவது பேசிப்பாத்து ஒரு நல்ல புத்தி சொல்லு'' என்றேன். அம்மா அதைக் கேட்டதாகவே தெரியவில்லை.

''ரொம்ப வெயிலா இருக்கேடா'' என்றாள் அம்மா.

''பக்கம்தானே. அஞ்சு நிமிஷத்தில போயிடலாம்'' என்றேன். சலிப்பாக இருந்தது. அம்மாவுக்கு இப்போதெல்லாம் தன் உடல் அவஸ்தைகள் தவிர வேறு நினைப்புகளே இல்லை.

ஒரு பாக்கெட் சிகரெட் வாங்கலாம் என்று நான் கடைப்பக்கம் திரும்பியபோதுதான் அந்த போஸ்டரைப் பார்த்தேன். அப்போதுதான் மாலை நாளிதழுக்காக ஒட்டியிருந்தான். ஓடிப்போய் ஒரு பிரதி வாங்கி கை நடுங்க விரித்துப் படித்தேன். முதல் பத்திக்கு மேல் படிக்க முடியவில்லை.

ரோட்டைத் தாண்டி மறுபக்கம் வந்து அம்மாவிடம் உரக்க ''அம்மா அம்மா...'' என்றேன் ''இ.எம்.எஸ். இறந்துட்டார்...''

''யாரு?''

''இ.எம்.எஸ். இன்னைக்கு மத்தியான்னம்.''

''ம்'' அம்மா திரும்பி மண்பாதையைப் பார்த்து, ''ஒரே வெயிலா கொளுத்துதே'' என்றாள்.

என் மனதில் அக்கணம் சொற்களே இல்லை.

பின்பக்கம் பைக் ஒலி கேட்டு பின்னால் நகர்ந்து ஒதுங்கி வழிவிட்டேன். பெரிய எஸ்டி பைக் மீது கனகு, சிரித்தபடி ''ஏறிக்க பாட்டி'' என்றாள்.

''யார்துடீ இது?''

''மனோகர் மாமாவோடது. ஏறு பாட்டி.''

''எறங்குடி கீழ... எரும மாதிரி இருக்கு வண்டி.''

‘‘போப்பா… நீ ஏறு பாட்டி.’’

அம்மா அதன் பின் ஏறிக்கொண்டாள். ‘‘அப்பா நீங்க முன்னாடி ஏறிக்கிறீங்களா?’’

‘‘கனகு பாத்து…’’

‘‘சும்மா பயப்படாதீங்கப்பா.’’

பைக் புகை கக்கி முன்னால் பாய்ந்து போயிற்று. கனகுவின் குட்டைத் தலைமயிர் தீபோல கொழுந்து பரப்பிப் பறந்தது.

இரு கலைஞர்கள்

ஜெ. கருணாகர் காலையில் தூங்கி எழ தாமதமாகும். இரவு வெகுநேரம்வரை, சிலநாட்களில் விடிகாலை நான்குமணிவரைகூட, அவரது 'மன்ற'த்தில் பேச்சு நீள்வதுண்டு. மாடிமீது தாழ்வாகக் கட்டப்பட்ட கூரைப் பந்தல் அது. நீளவாட்டில் பெஞ்சுகள் நடுவே நீளமான மேஜை. எல்லாம் காயமும் கறையும் பட்ட பழைய உருப்படிகள். வலதுபக்கம் முனையில் தன் நாற்காலியில் அவர் பின்மதியம் மூன்று மூன்றரை வாக்கில் வந்து அமர்வார். சாதாரணமாக லுங்கி கட்டிக் கொண்டு மேலே சட்டையில்லாமல் நீளமான வெண்தலைமயிர் சிலும்பிப் பறக்க தூங்கிக் களைத்த கண்களுடன் வந்து அமர்வதும் உண்டு. குளிர்ந்த நீரில் குளித்து தலைசீவி மடிப்பு கலையாத ஜிப்பாவும் காற்சட்டையுமாக வருவதும் உண்டு. எல்லாம் அவரது மனநிலையைப் பொறுத்ததே ஒழிய வருபவர்களின் தகுதியைச் சார்ந்தது அல்ல.

அவரது மன்றத்தில் எப்போதும் கிடைக்கும் கஞ்சாப் புகைக்காக வந்து அமரும் குடிசைவாசிகள் முதல் அவரது நீண்ட தன்னுரையாடல்களையும் ஊடாகப் பொழியும் வசைகளையும் நக்கல்களையும் கேட்பதற்கென்றே வரும் ரசிகர்கள் வரை அங்கே எப்போதும் ஆளிருக்கும். பலசமயம் அவருக்காக சிலும்பியும் இலைப்பொட்டலங்களும் ஆட்களும் காத்திருப்பார்கள். அபூர்வமாக அவர் மட்டும் வந்து தன்னந்தனிமையில் தன்மீசையை ஆழ்ந்து கோதியபடி கூரையை வெறித்து அமர்ந்திருப்பார்.

மன்றம் நெரியநெரிய ஆள் நிரம்பி சமகாலப்பிரச்சினைகள் மிக உக்கிரமாக விவாதிக்கப்படும்போதும்கூட சட்டென்று

அவர் தன் முழுத்தனிமைக்குள் சென்றுவிடுவதுண்டு. அவரை நெருங்கியறிந்தவர்கள் அவர் மிகமிகத் தனிமையான மனிதர் என்பதை அறிவார்கள். அது தினம் ஆயிரம்பேர் புழங்கும் பேராலயத்தில் கருவறை இருளில் நிற்கும் மூலச்சிலையின் தனிமை. அங்கே வருபவர்கள்கூட அத்தனிமையால் ஈர்க்கப்பட்டவர்கள் போலும். அவரது நெருக்கமான நண்பரும் வாசகருமான கெ.எஸ். ராவ் ஒருமுறை கூறியதுபோல அவர் தன் வாழ்நாள் முழுக்க எப்போதும் பிறரிடம் பேசியதேயில்லை, எழுதியதுமில்லை.

அன்றுகாலை வழக்கத்துக்கு முற்றிலும் மாறாக அவர் அதிகாலையி லேயே எழுந்து தூக்கத்தில் நடப்பவர் போல நடந்து கொட்டகைக்கு வந்து கைகளால் இருட்டில் தடவி முட்டைவிளக்கைப் போட்டுவிட்டு தன் நாற்காலியில் அமர்ந்து தன் எண்ணங்களுள் ஆழ்ந்தவராக மீசையைக் கோதிவிட்டுக் கொண்டு எதிரே நேற்று வந்த ஆட்டோ டிரைவர் ஒருவர் விட்டுச்சென்ற சிவப்புத் துண்டை வெறித்து நோக்கிய படி அமர்ந்திருந்தார். எப்போதோ தன் இருப்பை உணர்ந்து பெரு மூச்சுடன் அசைந்து அமர்ந்து சுற்றிலும் நோக்கியபோது இரவின் ரீங்காரத்தைக் கேட்டார்.

அவர் இருந்த பகுதி நகரின் நடுவே குடிசைகளால் சூழப்பட்ட தெரு. எங்கோ ஒரு குழந்தை அழுதது. ஆட்டோ ஒன்று அசிங்கமான ஒலியுடன் சென்றது. மிகத்தொலைவில் ஒருசில நாய்கள் குரைத்துக் கொண்டன. எல்லா ஒலிகளையும் அந்த சில்வண்டு ஒலி இணைத்துக் கொண்டிருந்தது. இதேபோன்ற நகரிலும் எப்படி சில்வண்டுகள் இரவை நிரப்பிவிடுகின்றன என்று வியப்புடன் எண்ணிக் கொண்டார். எல்லாரும் சிறுவயதில் இரவை சில்வண்டின் ஒலியாகவே அறிகிறார்கள். வெளியே நிரம்பியிருக்கும் இருளையும் வானவிரிவையும் விண்மீன்களையும் கோர்க்கும் நீண்ட ஒலி.

சில்வண்டின் ஒலி உடனடியாக இளமைநினைவுகளை உருவாக்கி விடுகிறது. அம்மாவை, அவள் மென்மையான சருமத்தின் வெம்மையை, புழுக்கவீச்சம் நிறைந்த பாய் தலையணைகளை நினைவுக்குக் கொண்டு வருகிறது. இப்போது உடனே கிளம்பி பஸ் பிடித்து கடலூர் சென்று தன் ஊருக்குப் போய் இறங்கினால் என்ன? என்ன இருக்கும் அங்கே? அவருடைய இளமைக்காலம், அன்றிருந்த மனிதர்கள், மரங்கள் எதுவும் இருக்காது. மண் கூட இருக்காது. மண்மீது காலம் ஒரு சினிமாபோல காட்சிகளை ஓடவிடுகிறது. சென்ற காட்சிகள் மீள்வதேயில்லை.

ஏன் ஒருநாளும் இல்லாத இந்த விழிப்பு, இந்த நிலைகெட்ட எண்ணங்கள் என்று எண்ணிக் கொண்டார். தொண்டையில் ஒரு தவிப்பை உணர்ந்து எழுந்துசென்று மண்கூஜாவிலிருந்து நீரை கண்ணாடி டம்ளரில் விட்டு குடித்தார். அதன் பயணம் குளுமையாக

இதமாக இருந்தது. ஏன்? சிலும்பி மேஜைமீதுதான் கிடந்தது. ஒரு முறை புகைபோடலாம்தான். ஆனால் அப்போது சலிப்பாக இருந்தது. புகைபோட்டு பிந்தித் தூங்கிய ஒருநாளும் அவர் விழித்துக் கொண்டதில்லை. இப்போது ஏன்?

அவருக்கு விழிக்கும்போது கண்ட கனவு நினைவுக்கு வந்தது. ஆனால் கனவல்ல அது. ஒரு நினைவுபோல அது ஓடியது. கடுமையான நெஞ்சுவலி. கூவுகிறார், யாருக்குமே அது கேட்கவில்லை. எல்லாரும் அவரைச் சுற்றித்தான் இருந்தார்கள். நடமாடிக் கொண்டிருந்தார்கள். ஆனால் யாருமே அவரைக் கேட்கவில்லை, காணவும் இல்லை. அவர்களைப் பொறுத்தவரை ஏற்கெனவே அவர் இல்லாமலாகி விட்டிருந்தார். விழித்துக் கொண்டதும் பெருமூச்சுடன் இருண்ட வீட்டில் ஜன்னல்வழியாக வந்த தெருவிளக்கின் ஒளி பரவிக் கிடந்த கூரைப்பரப்பைப் பார்த்தபடி கிடந்தார். பிறகு தூக்கம் வரவில்லை.

புன்னகைத்துக் கொண்டு மீசையைத் தடவினார். நேற்று கெ.எஸ். மூத்த தோழர் ஒருவரின் மரணத்தைப்பற்றிச் சொன்னார். மாரடைப்பு. வயலுக்குப் போனவர் வரப்பில் இறந்துகிடந்தார். நாற்பதுவருடம் முன்பு சிலவருடங்கள் அவருடன் நெருக்கமாக இருந்திருக்கிறார். சேர்ந்தே தலைமறைவாக மதுரை, சின்னமனூர் பக்கம் சுற்றியிருக் கிறார்கள். அதிகம் படிக்காவிட்டாலும் உண்மையான நம்பிக்கை கொண்டிருந்த கம்யூனிஸ்ட் அவர்.

''கம்யூனிஸ்டுகள்லாம் சாகவேண்டிய நேரம் எப்பவோ வந்தாச் சுய்யா... இந்தாள் எதுக்கு அவசியமில்லாம இவ்ளவுநாள் லேட் பண்ணினான்? காடு வா வாங்குது கட்சி போ போங்குது...'' என்று நக்கலாகச்சிரித்து அதைத் தூண்டிவந்தார். ஆனால் உள்ளே தூண்டில் முள் தொடுத்தியிருக்கிறது. அத்தனை பயமா? யாரைப்பற்றி அல்லது எதைப்பற்றி? தன் மரணம். எல்லா உயிருக்கும் தன் மரணம் பெரிது. எழுத்தாளனுக்கு இன்னும் பெரிது. மரணபயமில்லாதவன் ஏற்கெனவே இல்லாமலாகிவிட்டவன். இல்லாமலாகிவிட்ட ஒருவன் எப்படி இருப்பான். அவனைக் காண்பவர்கள் என்ன உணர்வார்கள்? என்ன சிந்தனை இது? நான் ஒரு பொருள்முதல்வாதி அல்லவா? சிரித்தபடி 'இல்லை நான் ஒரு சுயமுதல்வாதி' என்று முனகிக் கொண்டார்.

கீழே ஒரு காரின் ஹார்ன் ஒலி கேட்டது. பலமுறை கேட்டபின்னரே அது தன் வீட்டை உத்தேசித்தது என்று கருணாகர் உணர்ந்தார். எழுந்து நோக்கியபோது வெள்ளை உடையணிந்த ஒருவர் நீளமான பெரிய காரிலிருந்து இறங்கி கேட்டருகே நிற்பதும் காரின் முகவிளக்குகள் சுடர்வதும் தெரிந்தது. படிகளில் தடுமாறி இறங்கி வீட்டுக்குமுன்

வந்தார். அதற்குள் அவர் மனைவி எழுந்து விளக்கைப் போட்டு கதவைத்திறந்து வெளிவாசலைத் தாழ்நீக்கி திறந்துவிட்டாள்.

அது யுவராஜ். நரை கலந்த பத்துநாள் முடிபரவிய மொட்டைத்தலை, முகவாய். உருண்டையான கரிய முகம். வெண்ணிற ஜிப்பா, வேட்டி. நாற்பதுவருடம் முன்பு முதல்முதலாக தேனியில் கட்சிக்கூட்டத்தில் தன் சகோதரர்களுடன் பாடவந்திருந்து அறிமுகமாகும்போது முதலில் மனதைக் கவர்ந்த அதே அழகிய குழந்தைக் கண்கள், குழந்தையின் சிரிப்பு. கையில் ஒரு பிளாஸ்டிக் பை.

''வாய்யா... என்ன அதிகாலையிலேயே...'' என்றார். ''ஆச்சரியமா இருக்கே.''

''நீங்க காலையிலேயே எந்திரிச்சிருக்கிறதுதான் ஆச்சரியம் ஜெ.'' என்றபடி யுவராஜ் உள்ளே வந்தார்.

''என்னமோ முழிப்பு வந்தது... உள்ள வா...''

யுவராஜ் உள்ளே வந்து அமர்ந்தார். அவரது வருகையால் வீடே மெல்லிய பரபரப்பு கொண்டது. ஊரிலிருந்து வந்திருந்த அவரது பெண்ணும் மகனும் எழுந்துவந்து வணக்கம் சொன்னார்கள். யுவராஜ் அவர்களிடம் நலம் விசாரித்தார். காபி டீ எதுவுமே குடிப்பதில்லை என்றார்.

''இப்ப அவன் ஆச்சாரிய ஸ்வாமிகள் மாதிரி. பழங்கள்தான் குடுக்கணும். அதில ஒண்ணை எடுத்து ஆசீர்வாதம் பண்ணி நமக்கு பிரசாதமா எறிஞ்சு குடுப்பான். ஏன்யா?'' என்றார் கருணாகர். ''அதிகாலையிலேயே குளிச்சிருக்கே. கிட்டத்தட்ட ஞானி ஆயிட்டே...''

யுவராஜ் அவரது கிண்டல்களை பொருட்படுத்தவேயில்லை. ''கௌம்புங்க ஜெ. நாம ஒரு எடத்துக்குப் போறோம்.''

''எங்கய்யா?''

''பக்கம்தான். உடனே போய்ட்டு வந்திருவோம்.''

''இப்பவேயா? நான் பல்லுகூட தேக்கலை.''

''தேச்சு குளிச்சிட்டு வாங்க... நான் காத்திருக்கேன்...''

''குளிக்கிறதா, நல்ல கதை. நான் மத்தியான்னம்தான் குளிக்கிறது. இப்டியே வரதுன்னா வரேன்.''

''இல்லை ஜெகெ. குளிச்சிட்டுதான் போகணும். எனக்காக வாங்க...''

''என்னய்யா... ஆசிரமம் கீசிரமம் கட்ட ஏதாவது எடம் பாத்திருக்கியா?

சினிமாப்பாட்டு போடறதையெல்லாம் விட்டுரப்போறியா. பாவம்யா நம்ம ஊர் விரகதாபக் காதலர்கள்... கைவிட்டுராதே...''

''சொல்றேன். போய்ட்டு வாங்க ஜெகெ'' யுவராஜ் தன் கையிலிருந்த பொட்டலத்தை நீட்டினார். ''குளிச்சுட்டு இதைப் போட்டுட்டு வாங்க.''

''என்னய்யா விளையாடறியா?'' கருணாகர் அதை உருவினார். வெள்ளை வேட்டியும் ஜிப்பாவும். ''காவியைக் கீவியை கொண்டாந் துட்டியோன்னு பயந்துட்டேன். நல்லவேளை.''

''சீக்கிரம் ஜெகெ.''

கருணாகர் காரில் பின்னிருக்கையில் ஏறி அமர்ந்ததும் அருகே யுவராஜ் ஏறிக் கொண்டார். கார் கிளம்பியது.

''என்ன பாட்டு போடணும் ஜெகெ?'' என்றார் யுவராஜ்.

''ஏதாவது போடு. நான் பாட்டு கேட்டே ரொம்ப நாளாச்சு.''

''ஹிந்துஸ்தானி போடறேனே'' என்றபடி யுவராஜ் குண்டேச்சா சகோதரர்களின் குறுந்தகடை எடுத்து டிரைவரிடம் கொடுத்தார். மெல்லிய ஒலியில் ஆழமான குரல்கள் காருக்குள் நிறைந்தன. வெளியில் அலைகிளம்பும் சுத்த ஆலாபனை.

யுவராஜ் கருணாகர் ஏதாவது கேட்பார் என்று எதிர்பார்த்தவர் போல திரும்பிப் பார்த்தார். ஆனால் அவர் சாலையோரங்களில் நீலஒளியுடன் விடியல் விரிவதை பார்க்க ஆரம்பித்துவிட்டிருந்தார். கைகள் மீசையில் ஓடிக்கொண்டிருந்தன.

இசை நிற்கும்போது மட்டும் கருணாகர் அசைந்து எழுந்து பெருமூச்சு விட்டார். அவரது மனநிலைக்கு ஏற்ப குறுந்தகடுகளை தேர்வுசெய்து யுவராஜ் போட்டுக் கொண்டிருந்தார்.

கார் திருவண்ணாமலைக்குள் நுழையும்போதாவது கருணாகர் ஏதாவது கேட்பார் என்று யுவராஜ் எதிர்பார்த்தார். கருணாகர் சற்று நிமிர்ந்து அமர்ந்து மலையை வெறித்த கண்களுடன் நோக்கினார். கார் ரமண ஆசிரமம் நோக்கிச்சென்றது. சிமிட்டி முகப்பைத் தாண்டியதுமே அவரது காரை ஆசிரமவாசிகள் அடையாளம் கண்டுகொண்டார்கள். பலர் முகப்புக்கு வந்து எட்டிப்பார்த்தார்கள். அப்போது அதிக பயணிகள் இல்லை. இருந்தவர்களில் பெரும்பாலானவர்கள் வட இந்தியர்கள். அவர்களுக்கு இருவரையுமே அடையாளம் தெரியவில்லை.

இறங்கி மீசையை வருடியபடி மரக்கிளைமீது இருந்த மயில்களை நோக்கி நின்ற கருணாகரிடம் யுவராஜ் ''இதுக்கு முன்னாடி வந்திருக் கீங்களா?'' என்றார்.

''ம்'' என்றார் கருணாகர்.

யுவராஜ் ஆர்வத்துடன் ''எப்ப?'' என்றார்.

கருணாகர் திரும்பாமலேயே ''ரொம்ப முன்னாடி'' என்றார்.

ஆசிரமப் பொறுப்பாளர் ஓடிவந்தார். ''வாங்க ராஜா சார். வாங்க...'' என்றார். அவருக்கு கருணாகரை அடையாளம் தெரியவில்லை. அவருக்கும் ஒரு வணக்கம் போட்டார்.

யுவராஜ், ''இது ஜெ. கருணாகர். பெரிய எழுத்தாளர்'' என்றார்.

ஆசிரமப் பொறுப்பாளருக்கு எழுத்தாளர் என்றதும் சரிவரப் பிடி கிடைக்கவில்லை. ''அப்டீங்களா? வாங்க...''

யுவராஜ் கிளர்ச்சி அடைந்திருந்தார். கைகளில் இருந்த பூஜைப்பொருட் களை அடிக்கடி மாற்றி மாற்றி பிடித்தார். ஆசிரம ஆட்கள் அவரைச் சுற்றி பணிவும் பிரியமும் கலந்து பேசிக்கொண்டிருப்பதில் அவர் மனம் செல்லவில்லை. படிகளில் ஏறி உள்ளே சென்றார். கருணாகர் மீசையை வருடியபடி ஆழ்ந்த மௌனத்துடன் பார்த்தபடி நடந்தார். அவர் ஏதாவது சொல்வார் என்று யுவராஜ் எதிர்பார்த்தார். அவரையே ஓரக்கண்ணால் பார்த்தார்.

இருவரும் ரமணரின் அறைக்குள் மௌனமாகவே நுழைந்தனர். காலையின் குளிர் அங்கே மிச்சமிருந்தது. ரமணர் படத்தில் கோவணத்துடன் கையில் பெரிய தண்டம் ஏந்தி புலித்தோல்மீது அமர்ந்திருந்தார்.

யுவராஜ் ''உக்காரலாமா?'' என்றார்.

கருணாகர் ஒன்றும் பேசாமல் அமர்ந்துகொண்டார். யுவராஜ் சற்று தள்ளி தரையில் அமர்ந்தார். ஹாலில் இருந்த சிலர் எழுந்து விலகினர். கதவருகே சிலர் நின்று வேடிக்கை பார்த்தனர்.

யுவராஜ் ரமணரின் படத்தையே கூர்ந்து நோக்கிக்கொண்டிருந்தார். அவரது தலை சற்று ஆட ஆரம்பித்தது. தலையைக் குனிந்து கைகளை புத்தகம் போல விரித்துப் பார்த்தார். மீண்டும் தலைதூக்கி உதட்டைக் கடித்தபடி ரமணரைப் பார்த்தார். ஒருமுறை குரலைச் செருமிக் கொண்டார்.

அவரது செருமல் ஒலியில் கருணாகர் திடுக்கிட்டு விழித்து அவரை நோக்கி புன்னகையுடன் மீசையை வருடினார்.

யுவராஜ் மெல்ல முனகினார். சுத்த தன்யாஸி. பிறகு ''ஹிமகிரி தனயே ஹேமலதே'' என்று குரல் எழுந்தது. சற்றே சுருதி விலகியதும்,

அதனாலேயே நாட்டுப்புறப்பாடல்களுக்குரிய உண்மையின் வசீகரம் கலந்ததுமான குரல். பிறகு ''அகிலாண்டேஸ்வரீ'' பிறகு ''ஸ்ரீசக்ரராஜ சிம்மனேஸ்வரி'' பாடப்பாட அவர் குரல் கனிந்து வந்தது. ஆரம்பத்தில் அடித்துத் தாளமிட்டுப் பாடியவர் பிறகு மெல்ல விரலால் தொடையில் தொட்டு தாளமிட்டார். ''ஜனனீ ஜனனீ'' பாடியபோது சட்டென்று குரல் கம்மி கரகரத்தது. பாடமுடியாது திணறி விசும்பி கேவினார். சரசரவென கண்ணீர் கொட்ட தோள்கள் குலுங்க அழத்தொடங்கினார்.

கருணாகர் யுவராஜ் அழுவதையே எவ்வித உணர்ச்சியும் இல்லாமல் பார்த்து அமர்ந்திருந்தார். வாசலில் கூடிய ஆட்கள் முகத்தில் வியப்புடனும் சிரிப்புடனும் வேடிக்கை பார்த்தனர். ஒரு முதிய வெள்ளைக்கார மாது இடுப்பில் கைவைத்து நின்று முகச்சுருக்கங்கள் நெளிய நோக்கினாள். யுவராஜ் மேலும் மேலும் அழுகை வலுத்து ஒரு கட்டத்தில் கேவிக்கேவி அழுதுகொண்டே தரையில் படுத்துவிட்டார். அப்படியே தேம்பல்களாகி மெல்ல அடங்கி அமைதியாக வெறுந்தரையில் குழந்தைபோலக் கிடந்தார்.

ஆசிரமத்து முதியவர் ஒருவர் வந்து மெல்ல அவர் தோள்களைத் தொட்டு ''ராஜா சார்'' என்று அழைத்தார். யுவராஜ் விழித்து எழுந்து ஒன்றும் புரியாதவர் போல அவரையும் ரமணரின் படத்தையும் பார்த்தார். நீண்டபெருமூச்சுடன் கண்களையும் கன்னங்களையும் துடைத்தார். எழுந்து தன் ஜிப்பாவை இழுத்து விட்டுக்கொண்டார். அவர் முகம் தெளிந்திருந்தது. ரமணரைப் பார்த்தபோது அவர் முகத்தில் மெல்லிய இளநகை கூடியது.

''வாங்கோ'' என்றார் முதியவர் புன்னகையுடன். ''இதே இடத்திலே உக்காந்துதான் பால் பிரண்டன் அழுதார். ஜூலியன் ஹஸ்லி அழுதார். உலகம் முழுக்க இருந்து எத்தனையோபேர் இங்கவந்து இப்டி அழுதிருக்கா...''

சட்டென்று நினைவுகூர்ந்த யுவராஜ் ''ஜெகெ சார் எங்கே?'' என்றார்.

கிழவர் திரும்பி ''தோ இருக்காரே'' என்றார்.

கருணாகர் தன் கண்கள் ரமணரில் ஊன்றியிருக்க விறைப்புடன் அமர்ந்திருந்தார். ரமணரை அவர் முறைப்பதுபோலிருந்தது.

''ஜெகெ!''

கருணாகர் விழித்தார். அவசரமாக எழுந்தபடி ''முடிச்சிட்டியா?'' என்றார். ''போலாமா? பசிக்குது.''

‘‘போலாம்.’’

இருவரும் விடைபெற்று படியிறங்கி காரை நோக்கி நடந்தனர். கருணாகர் மீண்டும் மயில்களையும் மரங்களையும் நோக்கியபடி மீசையை முறுக்கினார்.

காரில் ஏறி சாலைக்கு வந்தனர். கருணாகர் சாலையில் சென்ற ஆட்களைப்பார்த்தபடி ‘‘அப்பல்லாம் இந்த ஊரிலே ஏகப்பட்ட தொழுநோயாளிகள் இருப்பாங்க’’ என்றார்.

யுவராஜ் ஒன்றும் சொல்லவில்லை. அவர் திரும்பி விலகும் ரமணா சிரமத்தையும், ஆசிரமத்தை மடியிலமர்த்திய மலையையும் நோக்கிக் கொண்டிருந்தார்.

கார் நகர்மையம் சென்றதும் டிரைவரை அனுப்பி பழங்கள் வாங்கிவரச் சொல்லி காரிலமர்ந்தபடியே உண்டார்கள். கருணாகர் சற்று அமைதி யிழந்திருப்பதை யுவராஜ் கண்டார்.

கார் மீண்டும் கிளம்பியதும் யுவராஜ் பாட்டு போடப்போனார். ‘‘வேண்டாம்’’ என்றார் கருணாகர்.

திருவண்ணாமலை தாண்டியதும் கருணாகர் பெருமூச்சுடன் சரிந்து அமர்ந்தார். கிண்டலாக சிரித்தபடி’’ என்னய்யா அப்டி ஒரு அழுகை?’’ என்றார்.

‘‘தெரியலை அண்ணே... அழணும்னு தோணிச்சு அவ்ளவுதான்...’’

‘‘யோகக்காரன்யா நீ’’ என்றார் கருணாகர். ‘‘என்னால அப்டி அழமுடியல.’’

அந்தக்குரல் யுவராஜை ஆச்சரியப்படவைத்தது. பரபரப்புடன் திரும்பி ‘‘ஏன் ஜெகெ?’’ என்றார்.

கருணாகரின் கண்கள் காற்றுபட்ட கங்குபோல சீறியணைந்தன. ‘‘கள்ளமோ கரைந்தழும். அதான்’’ என்றார்.

யுவராஜ் முகம் மாறியது. குரல் தாழ ‘‘ஏண்ணே அப்டி சொல்லிட்டீங்க?’’ என்றார்.

‘‘ஏன்னா அது அப்டித்தான்.’’

‘‘எங்கிட்ட அப்டி என்ன அண்ணே கள்ளத்தைக் கண்டீங்க? சொல்லுங்க.’’

‘‘என்னமோ சொன்னேன். விடு.’’

''இல்லண்ணே... என்னை ஆதிமுதல் தெரிஞ்சவர் நீங்க. சொல்லுங்க, எந்த அர்த்தத்தில சொன்னீங்க?''

''ஏதோ சொல்லிட்டேன்யா. போட்டு உசிர வாங்காத.'' கருணாகர் சாய்ந்து அமர்ந்து மீசையை அழுத்தமாக முறுக்க ஆரம்பித்தார்.

கண்கள் மெல்ல ஈரமாகி நீர்ப்படலமாகி நிறைய யுவராஜ் அவரையே நோக்கி அமர்ந்திருந்தார்.

கார் நெடுஞ்சாலையில் அசைவின்றி சென்றது. சற்று நேரம் கழித்து கருணாகர் திரும்பிப்பார்த்தபோது யுவராஜின் கன்னங்களில் நீர் வழிந்து தாடிமுட்களில் பரவியிருப்பதைக் கவனித்தார். பொருள்கொள்ளாதவர் போல அதையே பார்த்தார். மீண்டும் திரும்பிக் கொண்டார்.

ஒரு சந்திப்பில் கருணாகர் திரும்பி ''ஒரு எளநி சாப்டலாம்யா'' என்றார். கார் நின்றது.

கருணாகர் கதவைத்திறந்து இறங்கினார். ''வாய்யா...''

''இல்ல. நீங்க சாப்பிடுங்க.''

''என்னய்யா ஆச்சு உனக்கு?''

யுவராஜ் தலைகுனிந்து அமர்ந்திருந்தார். கருணாகர் ஒரு இளநீருக்குச் சொன்னார். அதைக் குடித்து முடித்ததும் ஏறி அமர்ந்துகொண்டார்.

கார் கிளம்பியது. யுவராஜின் உதடுகள் அழுந்தியிருந்தன.

''ஜெகெ'' என்றார்.

கருணாகர் திரும்பினார்.

''என் மேல கொஞ்சமாவது பிரியம் இருந்தா சொல்லுங்க... அப்டி என்ன கள்ளத்தைக் கண்டீங்க?''

கருணாகர் பேசாமலிருந்தார்.

''கள்ளம்னு இருந்தா அது சங்கீதம்மேல நான் கொண்டிருக்கிற ஈடுபாட்டிலதான் இருக்கணும். ஏன்னா அதுதான் நான். மத்ததெல்லாம் பூச்சுகள்தான். சொல்லுங்க, ஏன் அப்டி சொன்னீங்க?''

''ஏய் விடுய்யா... போட்டு நோண்டிட்டு.''

''எங்கியோ எல்லாம் போகணும்னு ஆசைப்படறேன். எல்லாம் இங்கேருந்துதான் தொடங்கணும். இங்கேயே தப்பு இருக்குன்னா... எனக்கு தெரிஞ்சாகணும்.''

''யோவ், அது பாரதியோட வரி. சும்மா பழக்கதோஷத்தில வாயில வந்திட்டுது. எதையும் உத்தேசிச்சு சொல்லல.''

''உண்மையாவா?''

''உண்மையாத்தான்யா. முழுக்க முழுக்க உண்மை. போருமா?''

யுவராஜ் சற்று முகம் தெளிந்தார். சற்று நேரம்கழித்து அவர் முன் இருக்கை மீது கைவிரல்களால் தாளம்போடுவதை கருணாகர் கண்டார். அதையே அவர் பார்த்துக் கொண்டிருந்தார்.

சென்னை புறநகரை நெருங்குவதுவரை பேச்சு ஏதும் நிகழவில்லை. சட்டென்று கருணாகர் ''காலையில நெஞ்சுவலி வாரதுமாதிரி ஒரு கனவு'' என்றார்.

யுவராஜ் பதற்றம் அடைந்து ''கனவா? நிஜமாவே வலி ஏதாம் வந்திருக்கப்போகுது ஜெகெ. நாம நேரா இப்டியே நம்ம சௌரிராஜனை பார்த்திருவோம்...''

''சும்மா இருய்யா... கனவுதான்...''

''இல்ல. அப்டி விடக்கூடாது. விடிகாலைல வரதுன்னா...''

''அடச் சும்மா இருய்யா'' என்றார் கருணாகர். ''அதான் காலையிலேயே முழிச்சுக்கிட்டேன். இப்ப நல்ல தூக்கம் வருது.''

''மேலே போய் ஜமா சேராம பேசாமப் போய் தூங்குங்க.''

''பாப்பம்.''

''இல்லண்ணா... எதுக்குச் சொல்றேன்னா...''

''நாப்பது வருஷமா பேசி, எழுதி, கேட்டு ஏகப்பட்ட வார்த்தைகள் மூளைக்குள்ள நிரம்பிப்போச்சுய்யா. புகையைப்போட்டா கொசு ஓடுறமாதிரி ஒவ்வொண்ணா ஓடிப்போயிரும். அப்றம் கொஞ்சநேரம் நிம்மதி...'' கருணாகர் கைகளைத்தூக்கி சோம்பல் முறித்தார். ''வார்த்தை களை வச்சிருக்கிறவனால அப்டி சாதாரணமா அழுதிர முடியாது.''

கார் கூவியபடி நகருள் நுழைந்தது. கட்டடங்கள் வெயில் ஒளிரும் சன்னல்களுடன் நெற்றியில் எழுத்துக்களுடன் விலகிச்சென்றன. சுற்றிலும் சீறும் கூவும் கார்கள். கனத்து சரிந்து செல்லும் பேருந்துகள். நிழல் நீண்ட சந்துகளில் கழற்றப்பட்ட சக்கரங்கள், இரும்புக் குப்பைகள், டீசல் கறைகள், சோர்ந்து வியர்த்த மனிதர்கள்...

அந்த சில்வண்டுகள் இப்போது என்ன செய்யும்? எங்கே இருக்கின்றன அவை? இரவுக்காக காத்திருக்கின்றனவா? இந்த மொத்தப் பகலும்

அவற்றுக்கு ஒரு வெறும் ரீங்காரம்போலும்... கருணாகர் தலையை உசுப்பி அவ்வெண்ணங்களை உதற முயன்றார்.

வீடுமுன் கார் நின்றபோது ''அப்ப பாப்பம்யா'' என்றபடி கருணாகர் இறங்கினார். ''நீ பாட்டுக்கு இறங்கிராதே. அப்றம் தெருவே கூடிரப்போகுது.''

யுவராஜ் சங்கடமாகப் புன்னகைத்தார்.

சட்டென்று கருணாகர் உரக்கச்சிரித்தார். ''அசடுய்யா நீ. ஒருத்தன் தன்னால அழமுடியலைன்னு சொல்றப்ப ஏன்னு கேக்கலாமா என்ன?'' என்றார். கதவை சாத்தும் முன் ''ஒரு வேளை அப்டி கேக்கிறவனா நீ இருக்கிறதனாலதான் உன்னால அழமுடியுதோ என்னமோ'' என்றார்.

அவர் பிடரி பறக்கும் நிமிர்ந்த தலையுடன் மிடுக்காக நடந்து தன் வீட்டுப்படிகளில் ஏறுவதை யுவராஜ் பார்த்தார். புறப்படும்படிச் சொல்ல டிரைவரைத் தொட்டார்.

ஜூலை 27, 2006

திருமுகப்பில்...

திருவட்டார் ஆதிகேசவன் கோயிலருகே அன்று ஒரு நல்ல நூலகம் இருந்தது. ஸ்ரீ சித்ரா நூலகம். சித்திரைத் திருநாள் மகாராஜா சொந்தப் பணத்திலிருந்து கொடுக்கும் நிதியுதவி இருந்தமையால் அங்கே நல்ல நூல்கள் நிறையவே வாங்குவார்கள். நாங்கள் திருவட்டாரிலிருந்து ஒன்றரை கிலோமீட்டர் தள்ளி திருவரம்பில் குடியிருந்தோம். அப்பாவின் அம்மாவும் தங்கையும் திருவட்டாரிலேயே கோயில் அரசமரத்தருகே மூதாதையர் வீட்டிலேயே இருந்தனர். நாங்கள் பரம்பரையாக திருவட்டார் கேசவப்பெருமாள் கோயில் ஊழியர்கள். அந்தக்காலத்தில் யானைக்கொட்டில் பொறுப்பில் இருந்ததாகச் சொல்வார்கள். விடுமுறை நாட்களில் அனேகமாக வாரம் மூன்றுமுறை திருவட்டார் போய் பாட்டியைப் பார்த்து பழங்கதைகள் பேசிவிட்டு நூலகத்திலிருந்து புத்தகம் எடுத்துவருவேன். இதெல்லாம் எழுபதுகளில். நான் அப்போது ஒல்லியான உடலும் பெரிய தலையும் கொண்ட பையன்.

ஒருநாள் அக்குளில் புத்தகங்களுடன், அதில் ஒன்றை வாசித்தபடியே திரும்பி நடந்தபோது ஒரு வாடகைக் கார் கோயில் வாசலில் கதகளிப்புரை முன் அரசமரத்தடியில் வந்து நின்றதைக் கண்டேன். திருவனந்தபுரம் டூரிஸ்டுகள் என்று நினைத்தேன். அன்றெல்லாம் ஆதிகேசவன் கோயிலுக்கு பக்தர்கள் வருவது மிக மிக அபூர்வம். சமீபத்தில் கோயில் தர்மகர்த்தாவும் பூசாரியும் சேர்ந்து ஆதிகேசவனின் நகைகளைக் கொள்ளையடித்தது செய்தியான பிறகுதான் தமிழ் நாட்டு வைணவர்கள் மத்தியில் கோயில் பிரபலமாகி பக்தர் வருகை

அதிகரித்தது. ஒரு வைணவக்கோயிலருகே வாழ்ந்த எனக்கு எண்பது களில்தான் ஸ்ரீசூர்ணம் நாமம் அணிந்த நெற்றியைப் பார்க்க வாய்த்தது என்றால் புரிந்துகொள்ள முடியும்தானே? எங்கள் கோயிலில் சந்தனம் தான் தருவார்கள். குட்டிப்போத்தி வியர்த்துவழிய சந்தனத்தை உரசி உரசி அரைப்பார்.

திருவனந்தபுரம் கார்தான். கரிய அம்பாசிடர். பின் கதவைத்திறந்து ஒரு கன்னங்கரிய மனிதர் இறங்கி நின்றார். சோம்பல் முறித்துக் கைகளை விரித்து இடுப்பை ஒருமாதிரி சுழற்றி எதையோ ஓங்கி வீசுவது போல பாவனை செய்தார். அவரைப்போன்ற நீளமான மனிதர்கள் அத்தகைய கார்களில் கால்களை மடக்கி வெகுநேரம் அமர்வது கஷ்டம்தான். பார்க்க எங்களூர் சாயலுடன் நல்ல ஆப்ரிக்கச் சாயலும் கலந்தவராகத் தெரிந்தார்.

அரசமரத்தையும் கோயிலின் முகப்பையும் அண்ணாந்து பார்த்தார். கோயிலுக்கு தமிழ்நாட்டுபாணி கல்கோபுரம் இல்லை. ஓடுவேய்ந்த உயரமான கேரளபாணி நாலம்பலம்தான். அங்கேபோல நிறைய படிகள். பக்கத்தில் இரட்டை ஆறுகள் ஓடுவதனால் கோயில் அடித்தளத்தை குன்றுபோல உயர்த்திக் கட்டியிருந்தனர்.

அவர் என்னைப்பார்த்துப் புன்னகைத்து கைகாட்டி அருகே அழைத்தார்.

ஆங்கிலத்தில் ''இது 'டிர்வாட்டர் டெம்பிள்' தானே?'' என்றார்.

நான் ''ஆமாம்'' என்றேன். ''இதுதான் இந்தப்பகுதியின் முக்கியமான கோயில்'' என்றேன்.

நான் ஆங்கிலம்பேசியது அவருக்கு சற்று வியப்பளித்திருக்கக் கூடும். ''கோயிலுக்குள் நான் போய் பார்க்க முடியுமா?'' என்று கேட்டார்.

''ஏன் பார்க்கலாமே'' என்றேன் புரியாமல். ''பதினொருமணிக்குத்தான் நடை சாத்துவது...''

''இல்லை என்னை 'ட்ரிவேன்ட்ரம்' கோயிலுக்குள் அனுமதிக்க வில்லை.''

''ஏன்?'' என்றேன்.

''நான் வெளிநாட்டுக்காரன்'' என்றார். ''நீ போய் கேட்டுவா... பணம் ஏதாவது தேவை என்றால்கூட கொடுத்துவிடலாம்...''

நான் குழப்பத்துடன் கோயிலுக்குள் போய் வாட்ச்மேன் சங்கு அண்ணாவிடம் செய்தியைச் சொன்னேன்.

''அந்தாள் ஹிந்துவாலே?'' என்றார் வெற்றிலையை அதக்கியபடி.

''வெளிநாட்டுக்காரன்...''

''அங்க பாத்தியாலே?'' என்று சுட்டிக்காட்டினார் ''அந்துகளுக்கு ப்ரவேசனமில்லா'' என்ற மலையாளப் பலகை. ''ஹிந்துக்க மட்டும் தாம்ல உள்ளே போவமுடியும்...''

''ஹிந்துக்க இங்கே எங்க வாறாங்க?''

''நாசமாப் போறானுக... நீ அந்த கறுப்பசாமிட்ட போய் சொல்லுல... போல.''

திரும்ப வந்து கரிய மனிதரிடம் செய்தியைச் சொன்னேன். அவர் சற்று யோசித்தார்.

டிரைவர் மலையாள ஆங்கிலத்தில் ''திரும்பிப்போகலாம். நான் சொன்னேன் இல்லையா? தமிழ்நாட்டிலும் இதேதான் சட்டம்'' என்றார். அவர் மீண்டும் காரில் ஏறிக்கொண்டார். முகத்தில் பெரிய அளவில் உணர்ச்சிகள் ஏதும் இல்லை. கார் மீண்டும் ஸ்டார்ட் ஆனது.

என்னிடம் அவர் ''உள்ளே இருப்பது என்ன தெய்வம்?'' என்றார்.

''ஆதி கேசவன்'' என்றேன்.

''விஷ்ணுவா? படுத்திருக்கும் கடவுள்?''

''ஆமாம். மல்லாந்து படுத்திருக்கிறார். பெரிய சிலை.'' நான் கைகளை விரித்துச் சொல்ல முயன்று சரியாக விளக்க ஆங்கில அறிவு கைகொடுக்காததனால் சிறிது தூரம் ஓடி நீளத்தைத் தரையில் வரைந்து காட்டி ''பெரிய சிலை... ரொம்ப நீளம்...'' என்றேன்.

''கறுப்பா?''

''ரொம்ப.''

''நிறைய பேர் சொன்னார்கள்'' என்றார் அவர். ''பார்க்க மிகவும் ஆசைப்பட்டேன். திருவனந்தபுரத்தில் அனுமதிக்க மாட்டேன் என்று சொன்னார்கள். இங்கே சிலசமயம் வாய்ப்பு கிடைக்கும் என்றார்கள். அதனால்தான் வந்தேன். பரவாயில்லை'' என்று பெருமூச்சுவிட்டார்.

''உங்கள் பேர் என்ன? எந்த ஊர்?'' என்றேன் மிகத் தாமதமாக, கார் அதற்குள் நகர ஆரம்பித்திருந்தது.

''என்னைத் தெரியாதா?'' என்று அவர் ஆச்சரியத்துடன் கேட்டார்.

''இல்லையே. ஏன்?'' என்றேன் ஆச்சரியத்துடன்.

அவர் டிரைவரைப் பார்த்தார். பிறகு ''என் பெயர் காளி சரண்'' என்றார். சொன்னபின் என் முகத்தைக் கூர்ந்து பார்த்தார்.

'' அப்படியா?'' என்றேன் சாதாரணமாக. ''வெளிநாட்டுக்காரர் என்றீர்கள்? வெளிநாட்டுக்காரர்கள் எல்லாம் கிறிஸ்தவர்கள்தானே?''

''நான் வெஸ்ட் இண்டீஸிலிருந்து வருகிறேன். நீ என் படத்தை பார்த்ததே இல்லையா?''

''இல்லை'' என் மூளை மின்னியது. ''உங்கள் பாஸ்போர்ட்டை தாருங்கள்'' என்று கேட்டு வாங்கிப்போய் அண்ணாவிடம் காட்டினேன்.

'' அத எதுக்குடே நான் பாக்கணும்...? பர்மிசன் இல்லைன்னாக்க இல்ல. நான்தான்ல இங்க ராஜா. நம்பி இல்ல. அவரு மூலஸ்தானத்துக்கு ராஜா... நான் கோபுரவாசலுக்கு ராஜா...''

''அண்ணா, இவர் மேற்கு இந்தியாக்காரராக்கும்... . ஹிந்துதான். பேரைப்பாருங்க.''

அண்ணா எழுத்தெழுத்தாகப் படித்தார். ஆமாம் காளி சரணேதான். ''ஹிந்துன்னாக்க வந்து பெருமாளை சேவிக்கலாம். தப்பில்லை. ஆனால் காளிபக்தனுங்க எல்லாம் ஏன் பெருமாள் கோயிலுக்கு வரணும்? கொல்லங்கோட்டுக்கோ கூட்டாலுமூட்டுக்கோ போய் ஒழிய வேண்டியதுதானே?'' குரல் மாற, ''காசு தருவானாலே?'' என்றார்.

''காசுபற்றி கவலையே இல்லைன்றான்.''

''செரி அப்ப அவன உள்ளவிடு மக்கா. . நம்பி கேட்டா நான் சொல்லுவேன்'' என்றார் அண்ணா.

நான் மூச்சுவாங்க ஓடிவந்து அவரிடம் அனுமதி கிடைத்துவிட்டது என்று சொன்னேன். காளி சரண் பரவசமடைந்து விட்டார். ''சட்டை போடக் கூடாது இல்லை? செருப்பையும் கழற்றவேண்டும் இல்லையா?''

''தொப்பியும் போடக்கூடாது.''

''சரி சரி.''

சட்டையைக் கழற்றியபோது அவர் உடல் அலங்காரமண்டபத்தில் நிற்கும் கன்னங்கரிய வீரபத்ரர் சிலைகளைப்போன்றே இருந்தது.

படிகளை வேகமாக ஏறினார். நான் பின்னால் ஓடினேன். உள்ளே போய் பயபக்தியுடன் கோயிலை ஏறிட்டுப்பார்த்தார்.

''இது என்ன?''

''அகல்விளக்குகள். திரி போட்டு தீபம் ஏற்றுவோம்.''

‘‘எப்போது?’’

‘‘வைகுண்ட ஏகாதசிக்கு... அன்றைக்குதான் சொர்க்கவாசல் திறக்கும்.’’

பிராகாரம் வழியாக சுற்றிப் பார்த்தார். பலநூறு தீபபாலிகை சிலைகளில் ஒவ்வொரு சிலைக்கும் ஒவ்வொரு கூந்தல் அலங்காரம் செய்யப் பட்டிருப்பதை நான் காட்டினேன். ‘‘ஆச்சரியம்தான்’’ என்றார்.

‘‘நகைகள் கூட... ஒருநகை மீண்டும் வராது...’’

‘‘அப்படியா?’’

ரிஷி ஒருவரின் ஆண்குறியை அவரே வாயில் வைத்திருக்கும் காட்சியை காளிசரண் பார்க்கக்கூடாது என விழைந்து நான் முன்னால் சென்றேன். அவர் வேறு மனநிலையில் இருந்தார்.

அலங்கார மண்டபத்தில் கண்விழித்து நடனநிலையில் ஓங்கி நின்ற கரிய சிலைகள் முன் மெய்மறந்து நின்றார் அவர். நான் உற்சாகமாக ‘‘இது வீரபத்ரன். இது பிட்சாடனர். இது கோபால கிருஷ்ணன். குழலூதுவதை பார்த்தீர்களா? பசு இல்லை. ஆனால் இருப்பதுபோல பாவனை... இது ரதி... எதிரே இதுதான் மன்மதன்...’’ என்று எனக்குத்தெரிந்தவரை விளக்கினேன்.

‘‘கடவுளே என்ன ஒரு கருமை!’’ என்று வியந்தார். ‘‘கரியசாயம் அடித்திருக்கிறார்களா?’’ என்று தடவிப்பார்த்தார்.

‘‘கருங்கல்சிலை. அதுதான்’’ என்றேன். ‘‘இதுதான் ரதி. தேவலோகத்தி லேயே இவள்தான் அழகு! நகத்தைப் பார்த்தீர்களா?’’

‘‘என்ன ஒரு கருமை...’’ என்றார்.

‘‘உள்ளே பெருமாள் இதைவிட கருமை. நல்ல மைநிறம்.’’

‘‘உள்ளே போகலாமா?’’

‘‘அதுதான் போகச்சொல்லிவிட்டார்களே. அது சங்கு அண்ணா. எனக்கு அவர் அண்ணாதான். சொந்தத்தில்.’’

‘‘இந்தக் கோயில் எத்தனை வருடம் பழமை உடையது?’’

‘‘இதை நம்மாழ்வார் பாடியிருக்கிறார்.’’

‘‘யார் அவர்?’’

‘‘நம்மாழ்வார். ரொம்ப பழைய காலம். ஐந்தாம் நூற்றாண்டு...’’

‘‘அப்படியென்றால்?’’

''ஆயிரத்து ஐந்நூறு வருடம் முன்பு...''

அவர் நின்று என்னை நோக்கினார். ''இதற்கு ஆதாரம் இருக்கிறதா?''

''நிறைய புத்தகங்கள் இருக்கின்றன. உண்மையில் அதற்கு முன்பே இந்தக் கோயில் இருக்கிறது... ரொம்ப சின்னக் கோயிலாக இருந்திருக்கிறது. ஓலைக்கூரை போட்டிருந்தார்களாம். அதற்கு முன்னால் கூரையே இல்லாமல்...''

அதற்குள் மாதவன்நாயர் நொண்டிக்கால்களுடன் விரைந்துவந்தார். காளிசரணைப் பார்த்ததும் என்னிடம் ''அமெரிக்காக்காரன்னு சொன்னப்ப வெள்ளைக்காரனா இருப்பான்னு நினைச்சேன்... இவன்கிட்ட பணமிருக்காடே?'' என்றார். நான் அவர் வரவை விரும்பாததை முகத்தில் காட்டினேன்.

''துரை, இதாக்கும் ஆதிகேசவப்பெருமாள் கோயில். திருவிதாங்கூர் ராஜாக்களுக் குலதெய்வம் இதுதான். திருவனந்தபுரம் கோயிலுக்கு இதுதான் ஒரிஜினல் பாத்துக்கிடுங்க'' என்றபடி பின்னால் வந்தார்.

''அவருக்கு தமிழ் தெரியாது'' என்றேன் கடுப்புடன்.

''நீ இங்லீஷ்லே சொல்லுடே, எளவு, மெட்ரிக் பாஸ் ஆனவன் தானே?''

''என்ன சொல்கிறார்?''

நான் அதைக் குத்துமதிப்பாக ஆங்கிலத்தில் சொன்னேன். அவர் அப்படியா என தலையை ஆட்டினார்.

''துரை, கேட்டேளா, இங்கேயுள்ள மூர்த்தி மலந்து கைவிரிச்சுப் படுத்திருக்கு. இதுக்கு சாஸ்திரத்திலே மகாயோக நிலைன்னாக்கும் பேரு... மகாயோகநிலைன்னாக்க வேற ஒண்ணுமே இல்லாத பெருநிலைண்ணு அர்த்தம் கேட்டுக்கிடுங்க. அப்ப தெய்வங்கள் பொறக்கல்ல. பிரபஞ்சமும் பொறக்கல்ல. காலம்கூட உண்டா கல்லன்னாக்க வேற என்ன? விஷ்ணுமட்டும்தான் இருந்தாரு. வேறு ஒண்ணுமே இல்ல.''

நான் சொல்லிமுடிக்க நேரமாயிற்று. அவர் என்னையே கூர்ந்து நோக்கி நின்றது எனக்கு சஞ்சலம் அளிக்கவே கண்களைத் திருப்பிக் கொண்டேன்.

''பாஷை இல்ல. சித்தம் இல்ல. சித்தத்துக்கு அப்பால் உள்ள துரியம் இல்ல. துரியாதீதமும் இல்ல. விஷ்ணு இல்லாம வேற ஒண்ணுமே இல்ல. அப்படின்னாக்க விஷ்ணுவ ஆரு காணுயது? அவரு எப்டி இருந்தாரு? அதுனால அவரும் சூனியவடிவமாக இருந்தார்...''

''சூனியம் என்றால்?'' என்றார் அவர்.

''இல்லாமை. இருட்டு'' என்று நான் சொன்னேன். ''இருப்பது போலதெரியும். கைகளை நீட்டிப்பார்த்தால் தொட முடியாது...''

''என்னடே சொல்லுதே துரை கிட்டே?''

நான் பதில் சொல்லவில்லை. உள்ளே சென்றோம். எண்ணெய்மணம் அடிக்கும் உள்மண்டபம். கரிய வழவழப்புடன் சுவர்கள் தூண்கள். அடுக்குவிளக்கும் தூக்கு விளக்கும் செவ்விதழ்கள் மலர்ந்து அசைவின்றி நின்றன.

''இதாக்கும் கருவறை. அறுபதடி நீளம். மூணுவாசல்...'' என்றபடி நாயர் உள்ளே அழைத்துச்சென்றார். '' காலம் இல்லேன்னா எல்லாமே சூனியம்தானே? சூனியத்திலே காலம் பிறந்துவருது. காலத்துக்க பீஜம். கருத்துளி. அதையாக்கும் பெருமாள் கைவிரலில் முத்திரையாக் காட்டுதாரு... நம்பி தூக்கு வெளக்க ஏத்துங்க... துரை வந்திருக்கான்லே.''

''இவனா தொர? மாட்டுக்காரன்போலல்வா இருக்கான்... ?''

''காசிருக்கவன் துரை. உமக்கென்னவே? தொறவும்.''

''வெளக்குக்கு எண்ண எவன் குடுப்பான்? ஆழாக்கு எண்ண. அதில அம்பது மூர்த்திக்கு வெளக்குவைக்கணும். வெளக்கு அணைஞ்சா என்மேல வந்து கேறுவானுக டிரஸ்டிமாருக...''

''எங்கிட்ட ஏம்வே சலம்புதீரு? சாமிட்டே சொல்லும்?''

''சாமிட்டயா? நல்ல சாமி. கண்ணமூடி அவரு பாட்டுக்கு ஒறங்குதாரு...''

விளக்கொளியில் ஆதிகேசவன் முன் இருந்த ஐம்பொன்சிலைகள் ஒளிவிட்டன.

''எங்கே ஆதிகேசவ்?''

''பின்னால்... சிலைக்கு பின்னால்.''

''எங்கே?''

''இதோ சிலைக்குபின்னால். இருட்டில். கருப்பாக... பாருங்கள்...''

''எனக்குதெரியவில்லை.''

''இதோ...''

அதற்குள் அவர் கண்டுவிட்டிருந்தார். வாய் திறந்தபடி நின்றுவிட்டது. இருளை உருக்கி வார்த்து வடித்தது போல நான்கடி உயரத்தில் அறை நிறைத்து படுத்திருந்த மாபெரும் திருமேனி.

‘‘பைசாக்கு பிரச்சினையே இல்லென்னு சங்குகிட்ட சொல்லி யிருக்கான்வே நம்பி. மூணுவாசலையும் தெறந்து காட்டும். பாத்து அவனாவது சொர்க்கத்துக்கு போட்டும்...’’

‘‘காசுள்ளவன் எப்பவுமே அங்கதானேவே இருக்கான்?’’

கருவறை முன் அவர் கைகூப்பி நின்றார். போத்திநம்பி மூன்று வாசல்களையும் திறந்தார். மல்லாந்த நாற்பதடி நீளமுள்ள சிலை. சாலிக்கிராமங்களை அரைத்து பாஷாணமாக்கிச் செய்யப்பட்டது. முதல் வாசலில் மிகப்பெரிய கழலணிந்த பெரும்பாதங்கள். இரண்டாவது வாசலில் கௌஸ்துபம் ஒளிர்ந்த மார்பும் வயிறும். மூன்றாவது வாசலில் ஒளிர்ந்த பொற்கிரீடம் சூடிய கன்னங்கரிய பெருமுகம் மூடிய கண்களுடன். போத்தி தலைக்குமேல் சிற்றகலைத் தூக்கிக் காட்டினார். ஒளி கன்னங்கரிய கன்னங்களில் கரிய திரவம்போல வழிந்தது.

அப்படியே பிரமைபிடித்துப் போய் நின்றார். கனவுக்குள் விரியும் மாபெரும் புன்னகை போலிருந்தது ஆதிகேசவனின் இதழ்விரிவு. பயங்கரமும் சாந்தியும் ஒன்றாய்கூடிய அறிநகை.

அவர் சொல்லிழந்து போனார். குழம்பியவர் போல, அல்லது அஞ்சியவர் போல சும்மாவே நின்றிருந்தார். நம்பி வெளியே வந்ததும் நூறு ரூபாயைத் தட்டில் வைத்துவிட்டு ஒருசொல்கூட பேசாமல் திரும்பி நடந்தார். அவரது வேகத்துக்கு ஈடுகொடுத்து நான் கூடவே ஓடினேன். அவர் நேராகக் கோயிலைவிட்டு வெளியே வந்துவிட்டார்.

மாதவன்நாயர் விந்தியபடி பின்னால் ஓடி ‘‘விஷ்ணுதான் பிரபஞ்சம். அவன் பிரபஞ்ச ரூபன்’’ என்றார்.

‘‘துரியம் என்றால் என்ன?’’

‘‘நினைப்பு. நினைத்து நினைத்து போய் ஒன்றுமே இல்லாமல் ஆகுமே அது...’’

நான் தட்டுத்தடுமாறி மொழிபெயர்த்தேன்.

‘‘கையில காசிலேன்னாக்க அது நல்லாதெரியும்னு சொல்லுடே.’’

அவர் பெருமூச்சுடன் படிகளில் இறங்கி மீண்டும் முற்றத்துக்கு வந்தார். அரசமரம் இலைகளை சிலுசிலுத்தபடி நின்றது. அதை ஏறிட்டுப் பார்த்தார்.

எங்கள் கோயிலைப் பாராட்டி ஏதாவது சொல்வார் என்று எண்ணினேன். டிரைவரிடம் நூறு ரூபாயைக் கொடுத்து எல்லாருக்கும் கொடுக்கச்

சொல்லிவிட்டு காரில் ஏறினார். எனக்குப் பணம் தரக்கூடாது என்பதைப் புரிந்துகொள்ளுமளவு நுட்பமான மனிதராக இருந்தார்.

நான் சற்று ஆற்றாமையுடன் கார்கதவைப்பற்றியபடி ''எங்கள் கடவுளைப்பற்றி என்ன சொல்கிறீர்கள்?'' என்று கேட்டேன்.

''இதுதான் கடவுள். மனிதர்களின் கடவுள்'' என்றார் அவர். முகத்தைக் கைகளால் மீண்டும் மீண்டும் தேய்த்தார். டிரைவர் வந்து ஏறிக் கொண்டார். அவர் கையசைக்க கார் கிளம்பியது. ''என்ன ஒரு நிறம்! எத்தனை கருமை!'' வண்டி சற்று நகர்ந்தது.

அவர் எட்டிப்பார்த்து ''என்னை உண்மையிலேயே உனக்கு தெரியாதா?'' என்றார்.

''இல்லையே...'' என்றேன். அவர் விளையாடுகிறார் என்றுதான் எண்ணினேன்.

''உனக்கு கிரிக்கெட் தெரியுமா?''

''தெரியாது.''

''அதுசரி.'' புன்னகையுடன் கார் விலகிச் சென்றது.

அவர் அன்று கண்டதை பத்துவருடம் கழித்துதான் நான் கண்டேன்.

ஆகஸ்ட் 10, 2006

காமரூபிணி

1

ரப்பர்மரக்காட்டில் ஒரு சாணியுருளை கிடந்தது. இன்னும் ஒருவாரம் கழித்து அதை எடுத்துப்பார்த்தால் தக்கையாக இருக்கும். உலர்ந்த சாணியின் ஓட்டுக்குள் ரப்பர்மரத்தின் வேர்நரம்புச்சுருள்கள் உருண்டு சுருண்டு சொம்மியிருக்கும். அதை மண்ணுடன் இணைப்பது ஒரு சிறிய வேர்ச்சரடுதான். கடைசித்துளிவரை உறிஞ்சப்பட்டகூடு. ''லே மக்கா, ரப்பர்னாக்க நீ என்னன்னுலே நெனைக்கே மயிரே? அவ யச்சியில்லா? முண்டும் முலக்கச்சயும் இட்ட நம்ம ஊரு யச்சியில்லலே. சட்டையும் காதோலையும் இட்ட கிறிஸ்தியானி யச்சியாக்கும் அவ!'' என்றார் நாராயணன் அண்ணன்.

பொதுவாக தெற்குதிருவிதாங்கூர் முழுக்க யட்சிகளும் நீலிகளும் அதிகம். தூயதமிழில் இயக்கி. நாஞ்சில் தமிழில் ஏக்கி. 'கருங்கண் இயக்கி' என்று சிலப்பதிகாரம் சொல்லும். ஆயர்குல மூதாட்டி மாதரி அவளுக்கு பாலுடன் சேர்த்த அன்னம் கொடையாகக் கொடுத்து வழிபட்டாள். சங்ககாலத்தில் நெய்தீபம் ஏற்றி ஊன்பலி கொடுத்து வணங்கிய குடைவரை எழுதிய தொல்தமிழ்ப் பாவை இயக்கியாக இருக்கலாம். மதுரையில் மாதரி வழிபட்ட இயக்கி இருந்தது கோட்டைக்கு வெளியே. கோட்டைக்குள் அரன் அமர்ந்தும் மால் நின்றும் அணிசெய்து பூசனை கொண்டிருப்பார்கள். அவர்கள் பெருந்தெய்வங்கள். சொல்லால் வழிபட்டால் அருள்பவர்கள். உலகளந்தாயே, ஆயிரம் கண்ணனே என்றழைத்தால் குளிர்பவர்கள். யட்சிகள் நம் பாட்டியரைப்போல அத்தனை லௌகீகமானவர்கள். குளத்துக்குள் இருக்கும் பாறைபோல குளிர்ந்தவர்கள்.

தென்திருவிதாங்கூரில் யட்சிகளுக்கு நாள் பூசைகளில்லை. செய்ய ஆரம்பித்தால் அதன்பின் வேறுவேலைக்கு நேரமிருக்காது. நெடுநாள் நின்றமரத்தடியில் எல்லாம் யட்சியர் துறுபல்லும் உறுவிழிகளுமாக இருந்தருளினர். வருடம் ஒருமுறை கொடைபெறுவர் துடியான தேவியர். அதுவும் கிடைக்காமல் கல்லில் எழுதிய கண்மட்டுமேயாக காட்டில் காத்திருப்பவர்களும் உண்டு. கொடை என்றால் கொடுக்கப் படவேண்டியது. பண்டு கொடுக்கப்பட்டிருந்தது குருதி மட்டுமே. ஆகவே பலி என்ற சொல்லே குருதி என்ற சொல்லாக இடமாற்றம் செய்யப்பட்டது. ஆடு, கோழி, எருமை... அபூர்வமாக பன்றி. இன்று மஞ்சள்பொங்கலும் மஞ்சணைக்குழம்பும் கொடுத்து 'குருதி' கழிக்கிறார்கள். படையலிட்டு விடப்பட்ட யட்சிபீடங்கள் மங்கலம் கலைந்த அழகுள்ளவை, களைத்த மணப்பெண்போல. சிதறிய மஞ்சள்தூள் காய்ந்த தெச்சிப்பூ அரளிப்பூ எச்சில் இலைகள். எண்ணைக்கறை வழிந்த கருங்கற்கள்.

ஆனால் ஒருதுளியேனும் ரத்தமில்லாமல் அடங்காத யட்சியர் உண்டு. விறகுக்கட்டின்மீது தென்னங்கொதும்பு மட்டையுடன் சேர்த்துக் கட்டி தலைமேல் கொண்டுசெல்லப்படும் செஞ்சேவல் காந்தாரி மிளகு பிளந்தன்ன வாய்திறந்து கீழ்த்தாடை பதைபதைக்க மணிக்கண்களால் திரும்பித் திரும்பி ஊரைப் பார்த்தபடி காடு செல்லும். ஈரத்துணி சுற்றி இடுப்பில்வைத்து ரகசியமாகக் கொண்டு செல்வதும் உண்டு. கழுத்து வளைய கோழித்தலையை திருப்பி வளைவுமுனையை சிறு பேனாக் கத்தியால் சற்றே அறுத்து சொட்டும் வெங்குருதியை ஒவ்வொரு தேவிக்கும் ஒரு சொட்டு என விடுவார்கள். மழைபட்டு கறுத்த கல்பரப்புகளில் ரத்தம் சிறு குமிழிகளுடன் உப்புவீச்சமுள்ள சுடுமணம் எழ பரந்து, நுனிகளில் வந்து முத்துவிட்டு, மண்ணில் உதிரும். மண்ணுக்கு ரத்தம் எப்போதுமே பிரியமானது. அக்கணமே உறிஞ்சி அமையும். மண்ணில் விழும் ரத்தமெல்லாம் பாதாள உலகில் இருளுக்குள் கண்கள் ஒளிர அலையும் எண்ணிலா மூர்த்திகளால் உண்ணப்படுகிறது. மண்ணுக்கு அடியிலிருந்தபடி அவர்கள் தாகமான வாய் திறந்து ரத்தம் ரத்தம் என்கிறார்கள். கனவுகளில் வந்து ரத்தம் கேட்டு மன்றாடுகிறார்கள். மண் என்பது பாதாளம் தன் மீது போர்த்தியிருக்கும் மெல்லிய ஆடை.

உடையவர் குலத்திலிருந்தே ஒரு துளி ரத்தம் கிட்டாமல் பீடத்திலமராத யட்சிகள் சிலர் உண்டு. இரிட்டிமூலையில் யட்சியின் பிரதிஷ்டை கிடைக்கல்லின்மேல் அமர்ந்த நீளக்கல் என்ற புராதன சிற்பவடிவம் கொண்டது. மேலே தெற்குமலைக்காற்று பெருநதியென எந்நேரமும் ஒலித்தோடிக் கொண்டிருக்கும். மரக்கூட்டங்களின் பசுநீல

நிழலிருளுக்குள் சருகுகள் குவிந்துமூடிய காஞ்சிமரத்தடியில் இரிட்டிக்காரி ஓணானோடும் சலசலப்பில் திடுக்கிடும் பூச்சிகளின் மௌனத்துக்குள் அமர்ந்திருப்பாள். குடும்பத்தாரும் குலத்தாரும் அவ்வழிசெல்வதில்லை. அவர்கள் செல்லக்கூடாத வழிகளே அதிகம். ஆனால் அருகேயுள்ள முட்டன்வயல்வெளிக்கு நடவுக்கும் களைபறிப்புக்கும் வரும் புலயத்திப் பெண்கள் அங்கே கூடியமர்ந்து பச்சை மாங்காயை உடைத்து உப்புவைத்து தின்றும், பசும்புளி பறித்து தோடு உடைத்து சப்பியும், கின்னாரமும் களியாட்டும் பேசி வெண்பல் ஒளிரச் சிரித்து கூடியிருப்பார்கள்.

எட்டானுடன் நான் முதன்முதலில் இரிட்டிக்காரியைக் கண்டபோது அதிர்ந்தே போனேன். இருளுக்குள் இரு கண்கள். கண்கள் கூட அல்ல. வெறும் பார்வை. பார்வை கூட அல்ல, வெறும் வெறுப்பு. உக்கிரமான ஒரு பகைமை. விஷப்பூ போல காட்டில் மலர்ந்து நின்றது அது. யார் மீதோ யாருக்கோ எப்போதோ உருவான வெறுப்பு காலங்களைத் தாண்டி கருங்கல்லில் செதுக்கிய ராஜநாகம்போல பத்திவிரித்து நின்றது. அத்தனை உக்கிரமான ஒன்று ஒருபோதும் அணையமுடியாது. ஜடத்தை உண்டு எரியும் நெருப்புக்கு எல்லை உண்டு, முடிவிலா நினைவுகளை தின்று எரியும் அக்னி அணையவே அணையாது.

ஆடிமாதம் தெற்குக் காடுகள் பேய்பிடித்த பெண்களைப்போல அலறிக்கூவி தலைமுடி சுழற்றி நடுங்கியாடும் பருவம். வானில் சாம்பல்நிற மேகங்கள் கொடுங்கனவிலென குளிர்ந்துறைந்து நிற்கும் காலம். மேகங்களிலிருந்து குளிர்ந்த காற்று சுழன்றிறங்கி குன்றுச் சரிவுகளில் செம்மண்சுழலியாக உருண்டெழுந்து சருகுகளையும் குப்பைகளையும் துதிக்கை நீட்டி அள்ளிச்சுருட்டி எடுத்துக்கொண்டு சமவெளிகளை அடைகிறது. கீழ்க்கிராமங்களிலும் சூழ்ந்த குறுங்காடுகளிலும் களபசெந்தூரம் காய்ந்து சருகுமாலையணிந்து தவமிருக்கும் நாட்டுதெய்வங்களையெல்லாம் கண் விழித்தெழச் செய்கிறது. அவர்களின் புராதனமான உதிரதாகம் கனல்கொள்கிறது. அவர்களின் வரலாறு தகிக்கும் விழித்த கண்களுக்கு முன் அவர்கள் அறியாத புதிய உலகின் இளம்குருதி அலையடிக்கிறது. அதில் ஒரு மிடறு. ஒரு மிடறு அமுதம். ஒரு மிடறு உயிர். ஒரு மிடறு வெறுப்பு. ஒருமிடறு பகை...

இருட்டிக்காரிக்கு ரத்தம் கொடுக்கவேண்டிய கடமை தெங்குமூட்டு வீட்டின் வாரிசுகளுக்குண்டு. நிலத்தில் விழுந்த நீர்த்துளியென அவர்கள் சிதறிப் பரந்து நெடுங்காலமாகிறது. திருவனந்தபுரம், நாகர்கோயில், பம்பாய், டெல்லி, அமெரிக்கா, துபாய் என உலகமெங்கிலுமிருந்து வருடத்திலொருநாள் சிலர் வந்துசேர்கிறார்கள். குடும்பங்கள் அறிமுகங்களை புதுப்பிக்கின்றன, மனத்தாங்கல்

களையும் உரசிக்கொள்கின்றன. நீளக்குடுமி வைத்து தொப்பைமேல் அழுக்குப்பூணூல் நெளிய, இடுப்பில் செம்பட்டு சுற்றிய வைராகி கையில் பூஜைப்பொருட்களுடன் முன்னால் நடக்க சவரப்பச்சைக் கன்னங்களும் வெயில்படாது வெளுத்த குழைந்த வெற்றுத் தோள்களும் பழக்கமில்லா வேட்டிகளுமாக உயர்தர கைக்கடிகாரங்கள் பளபளக்க தங்கச்சங்கிலிகள் நரைமயிர் மார்புகளில் புரள மெல்ல பேசியபடி தெங்குமூட்டுவீட்டார் நடப்பார்கள். இருளில் எரிந்து நிற்கும் குரோதத்தைக் கண்டதுமே பேச்சு அவிந்து அவர்கள் ஒருவரை ஒருவர் நெருங்கி நிற்பார்கள்.

களபசெந்தூரப்பொடி குழைத்துப் பூசி, உறை பிளந்து கமுகப்பூக்குலை பிரித்துச் சாற்றி, அரளிமலர்மாலை சூட்டி, தெச்சிமலர் குவித்து, சீவிய செவ்விளநீரும் உருளியில் ஆவி தயங்கும் மஞ்சள்சோறும் அரிசிப் பொரியும் படைத்து, கொம்பூதி, ஒற்றைச்செண்டை கொட்டி, தாலமணி அடித்து ஆராதனை நடத்தும்போது மெல்லமெல்ல இரிட்டிக் காரியின் கண்கள் இரைமுன் நிற்கும் பெண் சிங்கத்தின் கண்களாக மாறுகின்றன. வைராகியின் உதடுகள் இறுகி, கழுத்து நரம்புகள் உடுக்கு வார்களென முறுகி, கால்கட்டைவிரலில் நடுக்கமேறி தொடைகள் துடித்து, தோள்கள் அதிர்ந்து, அடிவயிறு எக்கி ஒரு அலறலாக அவள் வெளிப்படுகிறாள். ''ய்ய்ய்யே...''

கோலுரசும் முழவின் உறுமலென குரல் ''வந்தீயளாலே எம் மக்கா... ஏலே எனக்க காடு சவிட்ட வந்திய இல்லியாலே...? ஏலே... எங்கலே போவீய? ஏலே என்னைய விட்டுட்டு எங்கலே போவிய? விடமாட்டேம்பிலே... நானுண்டுலே இங்க... இருந்த காளி நின்ன காளி நெறைஞ்ச காளி நானுண்டுலே இங்க... ஏலே எங்கலே போவீய? ஏலே மக்கா என்னைய விட்டுட்டு எங்கலே போவிய?... விடுவேனா... விடுவேனாலே... ம்ம்ம்?'' பாறைகள் உருளும் நகைப்பு. பின் பனை யோலை மண்ணில் உரசுவதுபோல் சீறும் அழுகை. ''என்னைய கொன்னு போட்டானுகளே... ஏலே என்னைய கொன்னு போட்டானுகளே... அறுகொலை செஞ்சானுகளே... எனக்கு அன்னமும் தண்ணியும் இல்லியே... இந்தக் காட்டில எனக்கொரு நாதியில்லியே...'' பின்னர் சொல்திரளாத ஏதோ காட்டுமொழியில் பெயர்களைச் சொல்லி கூவி அலறுகிறாள். ''மச்சீ, தாகீ, சூரீ, மாடா...'' நெஞ்சுடைய ஓங்கி ஓங்கி அறைந்து கதறுகிறாள்.

எண்ணெய்பட்ட தீயென மீண்டும் குரோதம் எழுகிறது. ''ரெத்தம் கொண்டாலே... ஏலே சூடுரெத்தம் கொண்டாலே எனக்கு... என் சங்கு குளிர குருதி கொண்டாலே... என் சங்குத்தீ அணைய நிணம் கொண்டாலே... ஏலே... ய்ய்ய்யே...'' துள்ளித் துள்ளிச் சுழன்று

சட்டென்று கால்வாரப்பட்டதுபோல வைராகி தெறித்து விழுகிறார். அவரை தொட்டுத்தூக்க அஞ்சி, புல்லரித்து மயிர்ப்புள்ளிகள் பரவிய கழுத்தும் தோள்களுமாக குடும்பத்தவர் கைகட்டி நடுங்கி நிற்கிறார்கள். அவரே எச்சில்வழிய ஒருக்களித்து பின்பு மெல்ல எழுந்து அமர்ந்து செம்பு நிறைய ஓடைநீர் குடித்து இளைப்பாறுகிறார். தெங்குமூட்டாரின் உடைந்த கூரைமேல் காட்டுவள்ளிகள் படர்ந்தழிந்த பழைய வீட்டின் தெற்குப்புரையில் பூட்டிவைத்திருக்கப்படும் துருப்பிடித்த பள்ளிவாள் மஞ்சள் துணியில் பொதிந்து அவரால் கொண்டுவரப்பட்டு மாமரத் தடியில் காத்திருக்கும். அதை எடுத்து பிரித்து அம்மைமுன் வைத்து கிண்டி நீரில் தெச்சிமலர் தொட்டு வணங்கி அதன் மேல் இட்டு பூசைசெய்து எடுத்து கையிலேந்தி நிற்கிறார்.

சென்றவருடம் குஞ்ஞன்பிள்ளை. இந்தவருடம் வேலப்பன் பிள்ளை வரட்டும். ஆனால் அவருக்கு சர்க்கரை நோய் உண்டல்லவா? அப்படிச் சொன்னால் முடியுமா? எல்லாருக்கும்தான் நோய்நொடிகள் இருக்கிறது. எல்லாருக்கும் பங்குள்ள விஷயமல்லவா? மேலும் இது ஒரு வாதை ஒழித்தலும் கூட. அகம் நிறைந்து நொதித்துக் கிடக்கும் பலவற்றை அன்னை உறிஞ்சி எடுத்துவிடுவாள். குடும்பத்தில் உள்ள நோயும் நோவுகளும் நீங்கும். அம்மைக்கு அர்ப்பித்தபின் உடலில் ஒரு புதிய வலிமை ஏறும். எடை குறைந்ததுபோல் உணர்வீர்கள். வாருங்கள். தன் தாய்தந்தை மூத்தாரிடமிருந்து யாரால் தப்பிச் செல்லமுடியும். பாவபுண்ணியங்கள் இரண்டும் தந்தை தாய்வழிச் சொத்துக்கள் அல்லவா? வேலப்பன் பிள்ளை சார் வரட்டும்... வாருங்கள் சார்... என்ன பயம்...

வேலப்பன் பிள்ளை மெல்ல முன்வந்து நடுங்கும் வலதுகையை நீட்டுகிறார். வாட்சை கழற்றுங்கள். பயப்படவேண்டாம். வேறுபக்கம் பார்த்து நில்லுங்கள். எத்தனைமுறை ஆஸ்பத்திரியில் ஊசி போட்டிருப் பீர்கள். வாள் விரலை நெருங்குவதை முகம் திருப்பியிருக்கும் நிலையி லேயே அவர் உணர்கிறார். சட்டென்று அவர் கை பின்னுக்கிழுக்க முயல்கையில் இருவர் அவரை பிடிக்கிறார்கள். வெட்டியாகி விட்டதா... ஆமாம். ரத்தம் சொட்டுகிறது. அவரது விரலை இறுகப் பற்றி வைராகி அவரை கொண்டுசென்று இரிட்டிக்காரியின் பீடத்தின் மேல் ஊமைக்கல்லில் அந்த நாளுக்கென களபத்தால் வரைந்த செக்கச்சிவந்த வாயில் சொட்டுகிறார். உள்ளிருந்து தழல்நுனிபோல் நாக்கு ஒன்று வந்து நக்கிச்சென்றதா என்ன? ஒரு பெரிய ரணம் அந்த வாய். எரிந்தெரிந்து காத்திருக்கும் வாய். மனித உடலில் வாய் என்பது ஒருபோதும் ஆறாத ஒரு ரணமல்லவா?

2

“நீக்கம்பு நக்கி நாசமாட்டு போறதுக்கு, இஞ்சயுள்ள ஏக்கிமாரு குடிச்ச ரெத்தம் போராதுன்னுல்லா எனக்க அப்போ, இந்தா மாப்பிள்ளமாரு அவனுகளுக்க ஏக்கிய கொண்டுவந்து வச்சிருக்கானுக... ஒண்ணும் காணாம கேக்காம எனக்க கண்ணடஞ்சா போரும் எனக்க கோரோயில் முருகா...'' என்றாள் கோலம்மை ஆசாரிச்சி அகப்பை விற்க வந்தபோது. ''இம்பிடு கஞ்சிவெள்ளத்தில நாலுமுத்து உப்பிட்டு கொண்டுவரணும் அம்மிணியே. சங்கடச்சுல்லா போச்சு... மேலேத்தேரி கேறும்பம் இந்தா எனக்க சூத்திலோட சீவன் போச்சுன்னாக்கும் நெனைச்சேன்...''

யட்சி விளையாட்டம் போலத்தான் ரப்பர் எங்களூரில் பரந்து படர்ந்தது. யாரும் சீண்டாமல் பிறுத்தி படர்ந்து கிடந்த மலைப்பொற்றைகளை எல்லாம் மாப்பிள்ளைமார் பத்மநாபனின் புத்தன் சக்கரத்தை எண்ணிக் கொடுத்து வாங்கினார்கள். பாண்டிநாட்டிலிருந்து வேலையாட்களைக் கொண்டுவந்து குடில்கட்டி தங்கவைத்து காடும்புதரும் வெட்டி நீக்கி குழி தோண்டி ரப்பர் நட்டார்கள். தளிரெழும் ரப்பர் யட்சி பெற்ற குழந்தைபோல அழகானதுதான். காட்டுக்குள் மரத்தடிகளில் குடியிருந்த யட்சிகள், நீலிகள், போத்திகள், மாடன்கள், வாதைகள் எல்லாரும் பெயர்த்தெடுக்கப்பட்டு பீடத்தோடு கொண்டுவந்து முச்சந்திகளில் குவிக்கப்பட்டார்கள். திற்பரப்பில் கதகளி கண்டு திரும்பும்போது நெஞ்சிடிப்பை காதில் கேட்கவைத்த அயனிக்கரை யட்சி சுக்கான் ராவுத்தரின் சாயாக்கடையருகே சரிந்துகிடப்பதைக் கண்டேன். ''ராவுத்தன்மாருக்கு ஊதிக்கெட்டு உண்டுல்லா... யச்சி தொடமாட்டா...'' அவரது கடையில் முகமெல்லாம் அம்மைத் தழும்புடன் மாவாட்டும் தடித்தபெண் அயனிக்கரை யட்சிதான் என்றான் ராதாகிருஷ்ணன். அவளுடைய நட்டுச்சியில் ஆணியடித்த தடத்தை அம்மிணியம்மா கண்டாளாம். நான் அவளை ஓரக்கண்ணால் பார்த்து ''ஒரு பருப்பு வட'' என்றேன். மாவாட்டுகையில் முலைமேடு களில் கரிய சுழிகள் எழுந்தன.

ரப்பர் தழைத்தபோது கிராமமே இருண்டது. பறவைச்சத்தம் குறைந்தது. பின்னர் பச்சைப்படப்புமேல் காற்று பெருகிச்செல்லும் இரைச்சலாக ஆயிற்று கிராமத்தின் ஒலி. இருண்ட இரவின் ஆழத்தில் ஊரை மூழ்கடிக்க மலையிறங்கி வரும் பேரருவி ஒன்றின் ஒலியெனக் கேட்டது அது. மண்ணுக்கு அடியில் ரப்பர்வேர்களின் வலை மெல்ல மெல்ல நான்குபக்கமும் விரிந்தது. யாருமறியாமல் அது மாமரங்கள் பலாமரங்களின் உதிரத்தை உறிஞ்சிக் குடித்தது. அவை நின்ற இடத்தில் வெளிறி இலைகுறைந்து சோர்ந்தன. பக்கக் கிளை காய்ந்து

அடுப்பட்டை காய்ந்து பட்டு நின்றன. சாணிக்குழியில் உரம் அள்ளும் போது குழியின் விளிம்புகளெங்கும் வெண்ணிற மண்புழுக்களின் குவியல்கள் போல முட்டிமோதி இறங்கியிருக்கும் ரப்பர்வேர்களைக் கண்டோம். அடுக்களைப்புறத்து அம்மியை சற்றே விலக்கியபோது அடியில் ரப்பர் வேர்களின் நரம்புப் பின்னல் நெளிந்தது. தோட்டத்தில் பசு இட்ட சாணிக்குள் மூன்றாம் நாள் முழுக்க ரப்பர்வேர்கள். ''இக்கணக்கில போனா இந்த ரப்பர் பசுவுக்க சூத்தில கேறி உள்ள இருக்கப்பட்ட சாணியயும் தின்னுபோடுமே மக்கா'' என்றார் நாராயணன் அண்ணன்.

''அந்த வளிக்கு நல்லதுன்னு வைடே.... பண்டு இந்தக் காடு முழுக்க நின்னு எடம் நெறைச்சு யச்சியும் வாதையுமாக்குமே. இப்பம் எல்லாம் போச்சு ஒத்த ஒரு யச்சிமட்டும் என்னாச்சு... இனி அதப்பத்தி கவலப்பட்டாப்போருமே...'' மலைக்கெழங்கு மாதவன் அண்ணன் சொன்னார். முன்பு மலைக்குப்போய் மரச்சீனிக்கிழங்கு வாங்கி சைக்கிளில் கொண்டுவந்து ஊர்தோறும் விற்கும் வேலை செய்திருந்தார். மலைக்கிழங்குக்கு மலைத்தெய்வங்களின் ருசி உண்டு. மலைச்சுனைகளில் ஊறிய ருசி. மதியத்துக்கு முன் கிழங்குடன் வரவேண்டுமென்றால் பின்னிரவில் மலையேறவேண்டும். பத்து வருடம் முன்பு மாதவண்ணன் களியல் ஏற்றமேறும்போது சாலையோரத்து வாகைமரத்தடியில் ஒரு பெண் உட்கார்ந்திருப்பதைக் கண்டார். குலஸ்த்ரீ என தோற்றம். ஆனால் அச்சமில்லாமல் அக்காட்டுப்பாதையில் நிற்பவள் யட்சியன்றி வேரு யார்? அண்ணனின் அகம் நடுங்கியது.

என்றாலும் மெல்ல நெருங்கிச் சென்றார். அவளுடைய கால்கள் மண்ணில் ஊன்றித்தான் இருந்தன. அருகே ஓடிய சிற்றாறில் நீராடி ஈரத்துடன் ஏறி அமர்ந்திருந்தாள். விரித்த கருங்கூந்தல் பின்பக்கம் நீர்சொட்டிக் கொண்டிருந்தது. மார்பின் நேரியது கட்டுக்குள் நிறைந்து பிதுங்கிய முலைகள். பலாத்தடி கடைந்து செய்தது போல மஞ்சள் மினுங்கும் விரிந்த தோள்கள். அண்ணன் இடையில் கட்டிய மந்திரத் தாயத்தைத் தொட்டு மண்டைக்காட்டம்மையை மனதில் கும்பிட்டு இடையிலிருந்து சூரிக்கத்தி எடுத்து விரித்து சைக்கிளின் பலத்தில் மெல்ல மெல்ல அவளை நெருங்கினார். அவள் அவரை கவனிக்கவேயில்லை. அப்படியே அவர் கடந்துசென்றிருக்க முடியும். ஆனால் அவள் பின்னால் வந்தால் என்ன செய்வது?

அண்ணன் மெல்ல கனைத்து அவளிடம் ''யாரு?'' என்றார். அவள் திரும்பிப்பார்த்து எந்தத் தொடர்பும் இல்லாமல் ஏதோ சொன்னாள். ''யாரு நீ? ஏன் இங்க இருக்கே? இந்நேரத்துல?'' அதற்கும் பொருளில்லா

பதில். கண்கள் நிலைபதற பலவிதமான முகபாவனைகள். அண்ணன் தன் சூரிக்கத்தியை நீட்டி அவள் உடலை மெல்ல தொட்டார். அவளிடம் எந்த மாற்றமும் இல்லை. அப்படியானால் யட்சி இல்லை. மெதுவாக அவள் உடலைத்தொட்டார். அப்போதும் அவளுக்கு எந்த மாறுபாடும் இல்லை. மீன்போல் குளிர்ந்த விரல். நீராடிய ஈரம். அண்ணனுக்கு விஷயம் மெல்ல தெளிந்தது, அவள் சித்த சுவாதீனமில்லாத பெண். ஏதோ நல்ல வீட்டுப்பெண், கட்டறுத்து வந்துவிட்டிருக்கிறாள்.

அவளிடம் நைச்சியமாகப் பேசி அவள் வீடிருக்கும் இடமும் குடிப்பெயரும் கேட்க முயன்றார். அவளால் எதையுமே சொல்ல முடியவில்லை. மீண்டும் மீண்டும் வீடெங்கே என்று கேட்டபோது கிழக்காக கைநீட்டி அங்கே என்றாள். ''சரி வா... நான் உன்னைய வீட்டில கொண்டு போய் விடுகேன்'' என்று சொல்லி கைப்பிடித்து இழுத்தும் மெல்ல உந்தியும் நடக்க வைத்தார். அவள் புத்தி நிலைக்காத குழந்தைபோலிருந்தாள். சட்டென்று ஒரு இலையை பறிக்க திரும்புவாள், ஒரு பூவை நோக்கி ஓடி மலைச்சரிவிலிறங்குவாள். காற்றடித்தால் இருகைகளையும் விரிப்பாள். உருண்ட முலைகள் நடக்கும்போது மாவிலைச்சுட்டிப் புடவைக்குள் குலுங்கின. இறுகிய தொடைகள் குதிரைச்சதைபோல அசைந்து அதிர்ந்தன. அண்ணன் மெதுவாக காமவயப்பட்டார். பின்னர் அவளிலிருந்து கண்களை விலக்கவே அவரால் முடியவில்லை.

ஆனைக்குன்று ஏறி மறுபக்கம் மலைச்சரிவில் இறங்கும்போது அவள் கைநீட்டிச் சொன்னாள், அங்குதான் தன் வீடு என்று. காமம் உரசும் கனத்த கார்வை கொண்ட இனிய குரல். அக்குரலையே கட்டிப்பிடித்து முத்தமிடத்தோன்றியது. சுட்டிய விரலில் முத்தமிடத்தோன்றியது. அவள் மிதித்துச் செல்ல குழிந்த மண்ணில் முத்தமிடத்தோன்றியது. எங்கே செல்கிறோமென்ற சிந்தனையே இல்லை. அக்காட்டில் எங்கும் வீடுகள் இல்லையே என்ற எண்ணமே இல்லை. குன்றிறங்கும்போது இலவங்காய் உலர்ந்து வெடித்த பஞ்சுபோல மெல்ல மிகமெல்ல காற்றில் தவழ்ந்திறங்குவதாகப் பட்டது.

பன்றிமுக்கு திரும்பியபோதுதான் கண் நிறைத்து, திசை தழுவி, நிலம் மூடி, வானம் ததும்பி, பரந்துகிடந்த காடு தென்பட்டது. நிலவில் காடு என்பது கடவுளின் பித்து. தாழம்பூவின் மணம். நறுமணங்களுக்கே ஒரு தன்மை உண்டு, மெல்லியதாகும்தோறும் அவற்றின் வலிமை அதிகரிக்கிறது. தொலைவிலாகும்தோறும் இசையில் கனவு கலப்பது போல. காடு அசைவற்றிருந்தது. தூங்கவில்லை, கனவுகண்டு கொண்டிருந்தது. சட்டென்று அண்ணன் அவரது பாட்டனின் சொற்களை நினைவுகூர்ந்தார். ''மனுசன்னாக்க ஒரு செறிய ஜீவியாக்குமெடே

மக்கா... பெரிய ஒண்ணையும் அவனால தின்ன முடியாது பாத்துக்கோ.'' அன்றுதான் அதன் பொருள் கைக்குச் சிக்கியது. தொண்டையில் தூண்டில்முள் மாட்டியாயிற்று. ஆனாலும் உதறி விடுபட முடிந்தது பாட்டன் செய்த புண்ணியம். மனதை வல்லமையாக மாற்றி கால்களை திருப்பி மெல்ல பின்னால் நகர்ந்தார். அப்போது அவளுடைய முகம் மாறியது. காற்றுபட்ட தீ போல எரியும் கண்களுடன் அவள் ''எந்தா?'' என்றாள். ''நான் போறேன்... நான் பாவமாக்கும்'' என்றார் அண்ணன்.

'எந்தினு பயக்குந்நு?'' என்று அவள் கேட்டபோது உதடுகளில் மழலைச்சிரிப்பு. ஆனால் அண்ணன் அவள் கால்களை குனிந்து நோக்கினார். எருமைக்குளம்புகள் கொண்ட பாதங்கள். கனவிலென இரும்புக்குண்டுகளாக கனத்த கால்களுடன் மூச்சுவாங்க ஓடி ஓடி ஓடி பாதைக்குவந்து குப்புறவிழுந்து மயக்கமானார். மறுநாள் புல்லரியச் செல்லும் பெண்களால் கண்டெடுக்கப்பட்டார். இரண்டுசெந்நாய்கள் சற்று அப்பால் புதருக்குள் இருந்தன, மரணம் காத்து. இருபத்தைந்து நாள் காய்ச்சலடித்தது. எழுந்தபோது இடுப்பு தளர்ந்து கிடந்தது. ''நீ சுகுருதம் உள்ளவனாக்குமெடே மாதவா... எனக்க சீவிதத்திலே மாட்டு யச்சிக்க பிடி தப்பி வந்த ஒருத்தன நான் கண்டதில்ல... பண்டெல்லாம் மாசம் மூணு சவமுல்லா விளும்... அங்கிண குழிச்சு மூடிட்டு வந்து போடுவோம்...'' என்றார் அச்சுதனாசான்.

'' அவனுக்க சுகுருதம் மூப்பிலான் மாருக்க சொல்லிலயாக்கும்...'' என்றார் போத்தி. ''காமமும் அகங்காரமும் ஆக்கும் யட்சிமாருக்க தூண்டிலிலே சாடிப்போய் கொத்துதது...'' வெற்றிலையை துப்பியபின் ''ஒண்ணு சிந்திச்சா தல தெளியும். இந்த அழகூன்னு சொல்லுகதே ஒரு பொறியாக்கும் கேட்டையா? அழகுக்க உள்ள என்னமோ இருக்குலே மக்கா. அது மனுச ஜீவிக்கு என்னுக்குமே மனசிலாவக்கூடிய காரியம் இல்ல... அழகுக்கு உள்ள ஒரு விளி இருக்குல்லா அது என்னத்துக்கு விளியாக்கும்லே? சொல்லப்போனா இங்க வா வான்னுள்ள அந்த விளியையாக்கும் நாம் அழகுன்னு சொல்லுகது... மீனைக்கேட்டா தூண்டில்புழுவாக்கும் அழகுன்னு சொல்லும்னு நெனைக்கேன். லே மக்கா, மாதவா, பத்தாளை முக்கிக் கொன்ன ஆழமுள்ள கொளத்துக்கு அப்பிடி ஒரு அழகுக்க விளி உண்டு கண்டிருக்கியாலே? ஆழமுள்ள மலைப்பள்ளத்துக்கு அந்தமாதிரி ஒரு விளி உண்டு. ஞாறலிக்காய் கண்டிருக்கியா, என்ன அழகு. எடுத்து வாயில வைச்சா அப்பம் கத தீந்துது. நல்லபாம்புக்கு இல்லாத அழகாடே? முன்ன நம்ம செறயன் வீட்டில தீப்பிடிச்சப்ப வலியநாயரு நின்னு பாத்து ரசிச்சு சிரிக்காரு. 'தீ கண்டோ போற்றி? எந்து ஒரு அழகாணு அல்லே? பொன்னாணே, பொன்னு!' ன்னு சொல்லி சொல்லி டான்சு களிக்காரு. தல மறிஞ்சு

போச்சு. பிறவு நேரே ஆவல்ல... அதுகொண்டாக்கும் நம்ம பாட்டன் மாரு அழகுள்ள எதைக் கண்டாலும் நேரா கொண்டுவந்து தெய்வத்துக்க காலில வச்சு கும்பிட்டுட்டு போனாங்க. அது தெய்வத்துக்கு நாம சொல்லுத ஒரு பதிலாக்கும் கேட்டையா? அந்த சோலியே நம்ம கிட்ட வேண்டாம், சாதனத்த நீயே வச்சுக்கோன்னு சொல்லுகது மாதிரி. பின்ன என்ன மயித்துக்குடே மார்த்தாண்ட வர்மா மகாராஜாவு முத்தும் மணியும் கொண்டுவந்து ஆதிகேசவனுக்கு படைச்சாரு? தலை உண்டானா போராது, சிந்திச்சுப் பாக்கணும்...''

தெங்குமூட்டு வீட்டைச்சுற்றி இருட்டெல்லாம் யட்சிகள் நின்றிருப் பார்கள் என்றார் போற்றி. கொஞ்சநாள் பூட்டியிட்டிருக்கும் அறையைத் திறந்தால் உள்ளே தூசும் ஒட்டடையும் மணப்பதன் ஊடாக செண்பகப்பூவின் வாசனையும் இருக்கும். கொஞ்சநேரம் அந்த மணத்தை உள்ளிழுத்து நின்றுவிட்டால் அது அழுகிய சதையின் அல்லது புழுத்த மலத்தின் நாற்றமாக மாறும். இருட்டுக்குள் கண்களின் மினுக்கும் தெரியும். அவற்றில் குரோதம் விறகிலா தெரியும். நெருப்பு போல உடலிலாது மின்னுவதைக் காணலாம். அக்கண்களைக் கண்டு நின்றால் கண்களைச்சுற்றி ஒரு உடல்வரிவடிவம் உருவாகி வரும். அதைக் கண்ட பலரும் சித்தமிழந்து விட்டிருக்கிறார்கள். ஆகவே எல்லா கதவுகளிலும் மணி கட்டியிருப்பார்கள். மும்முறை அதை ஒலித்தபின்னரே எக்கதவையும் திறப்பார்கள். தெங்குமூட்டு வீட்டில் சந்ததிகள் தொடர்ந்து செத்துக் கொண்டிருந்தார்கள். வெளிறி உதிரமிழந்து கண்கள் மீன்விழிகள் போல விரைத்து குழந்தைகள் காலையில் படுக்கைகளில் கிடந்தன. துட்டி குளிப்பாட்டும்போது மூட்டிப்பிடித்த சிறு கைகளுக்குள் இருந்து அம்பட்டத்தி காயாத புதிய செண்பக மலர்களை எடுத்துப்போட்டபோது கதறியபடி பெண்கள் எழுந்தோடி விழுந்தனர். குனிந்த உடல் மேல் முன்நெற்றி புடைத்த கனத்த பெரிய தலைகளும், பிதுங்கிய கண்களும், மன்னிப்பு கோரி மார்போடு சேர்த்து வணங்கிய கைகளுமாக சாபிள்ளைகள் உதிரமற்ற கருநீர் வழியாக வழுக்கிறங்கி பாளையில் விழுந்து கிடந்தன. அவற்றின் உடலை கிள்ளிப்பார்த்த வயற்றாட்டி அவை மாவுப்பொம்மைகள் போல குருதியிலாதிருந்தன என்றாள்.

தெங்குமூட்டு வீட்டில் தினமும் மந்திரவாதம்தான். வடக்கன் நம்பூதிரிகள், தெற்கு மலைக்காணிகள், கிழக்கன் தமிழ் மந்திரவாதிகள் என வந்தபடியே இருந்தார்கள். பூஜைகள் பலிகள் நோன்புகள். பெரிய எஜமானன் குளிப்பதற்காக இளங்காலை இருளில் இல்லக் குளத்திற்குச் சென்றவர் குளித்து கல்படி ஏறி வரும்வழியில் எதையோ கண்டு அஞ்சி ஓடிவந்து குப்புற விழுந்து இறந்துகிடந்தார். அவரை புரட்டிப்போட்ட போது தன் முழங்கையையே அவர் கடித்து இறுக்கி சதைபிய்ந்து

வாய்க்குள் நிறைந்திருக்கக் கண்டார்கள். அதன் பின் வீட்டைப் பூட்டிவிட்டு வாரிசுகள் குழித்துறையில் குடியேறினார்கள். அங்கிருந்து பாறசாலைக்கும் திருவனந்தபுரத்துக்கும் சென்றார்கள். வீடு இருண்டு அமைதி கொண்டது. அமைதி கொண்ட வீடு மட்கிக் கொண்டிருக்கிறது என்று பொருள். அதன் மீது கொடிகள் படர்ந்தன. சருகுகள் பெய்து மூடின.

பிறகு நாகர்கோயிலில் கூடிய வாரிசுகள் பேசி சொத்துக்களை பங்கிட்டுக் கொண்டார்கள். எட்டுபேருக்கு பொதுவான சொத்தாக வந்தது குடும்பவீடும் இருபதேக்கர் நிலமும். குஞ்மாத்தன் முதலாளி அனைவரையும் இரு கார்களிலாக ஏற்றி அருமனை பதிவாளர் அலுவலகத்துக்குக் கொண்டுசென்று ஆதாரம் எழுதி கைச்சாத்திட்டு சொத்தை வாங்கினார். மா, பலா, நுணா, கோங்கு, அயனி, மஞ்சணம், இலந்தை, நாவல் என கொழித்திருந்த தோட்டத்தை வெட்டி வெளிச்ச மாக்கி குழி எடுத்து ரப்பர் நட்டார். வீடும் தெற்குமூலை பகவதி கோயிலும் மட்டும் குடும்பச்சொத்தாக எஞ்சின. நூற்றாண்டு எரு கலந்த மண்ணில் ரப்பர் அடர்ந்து சூழ்ந்தது. அதன் வேர்கள் வீட்டுக்குள் நுழைந்து உள்ளறைகளில் எங்கும் பரவிப்பின்னி உறிஞ்சின. சுவர்கள் வெடித்துச் சரிந்து கூரை குடைசாய்ந்து கொம்பு நிலத்தில் குத்தி விழும் காட்டானைபோல வீடு விழுந்தது. கூடு மிஞ்சி மழையில் நனைந்து காளான் பூத்தது. பின் மெல்லமெல்ல வெட்டுக்கல்லால் ஆன சுவர்களும் கருங்கல் அஸ்திவாரமுமாக எஞ்சியது.

நான் முதன்முறையாகப் பார்க்கும்போது ரப்பர் இலைதழைத்த பருவம். சருகுக்குவியல்கள் மட்கும் மேட்டுக்குள் வீட்டின் கற்குவியல்கள் பரவியிருந்தன. இலைகளை ஊடுருவி வந்த இளவெயிலுக்கும் பச்சை நிறமிருந்தது. சரிந்துகிடந்த தீபலட்சுமியின் உடைந்த சிலைமேல் இருந்த பச்சோந்தி சாம்பல்நிற பிடரிச் செதில்களை விரித்து வாயைத்திறந்து அந்தச் சூழலை விழுங்கி உடலுக்குள் நிறைத்துக் கொண்டிருந்தது. அதன் தலை கல் நிறத்திலிருந்து பச்சை நிறமாக மாறியது. வாலில் நுனி மட்டும் கல்நிறமாக எஞ்சி எழுந்து விரைத்து ஆடியது. என் காலடியோசையில் திடுக்கிட்டு சருகுமேல் ஓடிப் பாய்ந்து ரப்பரிலை மேல் அமர்ந்து இன்னுமிருமுறை தலையாட்டியபோது வாலும் பச்சை நிறமாக ஆயிற்று.

3

முன்பெல்லாம் வீடுகள் இருண்டிருக்கும். திண்ணைகளிலேயே தளிரிருள் துடிக்கும். முற்றத்தில் நின்று பார்த்தால் வீடுகளின் அகம்

நிழல் பரவிக்கிடக்கும். குளிர்ந்த காட்டுப்பொய்கைபோலிருக்கும். உள்ளே அசைவுகள், உடையொளிர்வுகள், சுவரில் நிழல்கள், மெல்லிய குரல்கள். ''அக்கா!'' என்றோ ''மாமீ'' என்றோ அழைத்து காத்து நின்றால் நீராழத்திலிருந்து சிறகசையாமல் எழுந்துவரும் ஒற்றைப்பரல் மீன்போல ஒரு வெண்ணிற வேட்டி தோன்றி நெருங்கி வரும்போது முகம் தெரியும். பெரும்பாலும் நடுவயது மாமிகள். ஒரு அசையாத கனவிலிருந்து உசுப்பப்பட்டமையின் எரிச்சல் தெரியும் முகபாவனை. உள்ளே இருட்டு கூழ்போல தேங்கிய சிறு சிறு அறைகளுக்குள் கண்கள் ஒளிரும் அக்காக்கள். தேன்கூட்டின் அறுகோண அறைகளுக்குள் இருக்கும் சிறகு முளைக்காத தேனீக்குஞ்சுகள் போல. அன்னியக்குரல் என்றால் அத்தனை தலைகளும் விரல்தொட்ட குளத்துப் பரல்குஞ்சுகள் போல நொடியில் மறையும். பின்னர் தடாகமெங்கும் இமைக்காத கண்களாகும். தடாகமே ஒரு பதைக்கும் விழியாகும்.

முற்றத்து வெயில் முகத்தில் விழாமல் வளர்பவர்கள் குடிப்பெண்டிர். வெளிச்சத்தில் அவர்களுக்கு கண்கள் கூசும். இமைசரித்து தலைகுனிந்து நிலம்நோக்கி நடப்பார்கள். சூழலின் ஒலியையெல்லாம் அதிர்வாக வாங்கும் தவுலின் தோல்பரப்புபோல அவர்களின் சருமம் சிலிர்த்து அதிரும். பதற்றம் கழுத்துக்குழியில் பறவைநெஞ்சுபோல துடிக்கும். யார் எது கேட்டாலும் மூச்சுத்திணறி உடல் குழையும். சொற்களெல்லாம் உள்ளே செறிந்த கற்பாறைகளில் முட்டி மோதி நுரை மட்டும் வெளியே வரும். அவர்கள் மிரண்ட பசுபோல காலெடுத்து வைத்து கோயிலுக்கு பிரதோஷம் தொழுவதற்குச் செல்லும்போது இருபக்கமும் நிறையும் கண்கள் நடுவே முலைகளையும் தொடைகளையும் கனத்துச் சுமந்துசெல்வார்கள்.

ஆனால் அறையிருளில் அவர்களுக்கு மெல்லமெல்ல வல்லமை அதிகரிக்கிறது. குரல்களுக்கு வெப்பமும் கண்களில் கூர்மையும் உருவாகிறது. வேலைக்காரி செல்லம்மையை தண்டிப்பதற்காக தலைமுடியைப் பற்றி இழுத்துச்செல்லும் பங்கஜாட்சி அத்தையைக் கண்டு நான் கால்சட்டையில் சிறுநீர் கழித்திருக்கிறேன். ஏதோ பூசலில் தாட்சாயணிமாமிக்கு பதில் சொல்ல கலைந்து சரிந்த நீள்கருங்குழலும், விழித்த கண்களும், சீறும் பற்களுமாக அறையிலிருந்து அங்கணத்துக்கு வந்த லட்சுமியக்காவின் கண்கள் என் கனவில் வருவதுண்டு. அவர்களின் வலிமையே இருட்டில்தான். இருள் அடரும்தோறும் அவர்கள் வெல்லமுடியாதவர்களாக ஆகிறார்கள். நீரில் முதலைகள் போல அங்கே அவர்களுக்கு கண்ணுக்குத்தெரியாத நூறு கைகள் முளைக்கின்றன. வீட்டிருளிலிருந்து வெறிமூத்து அவர்கள் காட்டிருளுக்குச் சென்றுவிடுவதுமுண்டு. காட்டுக்குள் எப்போதும் இருள். நூற்றாண்டுகள் யுகங்கள் பழமையுள்ள இருள். அங்கே

ஒளியென்பதே இருட்டு உண்டு மகிழ்வதற்கான இளம்பச்சை நிறமுள்ள உணவு மட்டும்தான்.

லட்சுமியக்காவின் இரு கணவர்கள் விட்டுப்போனார்கள். கடைசிவரை இருந்தவர் மூன்றாவது கணவனான கேசவன் போற்றி. வயோதிகர். ''கௌவனுக்கு மந்திரம் தெரியும்லே அண்ணா… இல்லாம அடங்குமா யட்சி?'' என்றார் நாராயணன் அண்ணன். இரண்டாவது கணவரான பாறசாலையைச்சேர்ந்த திவாகரண்ணன் எட்டுமாதம் மட்டுமே இருந்தார். அங்கே அவருக்கு நிலங்களும் ஒரு கடையும் இருந்தன. வந்துபோனவர் வருகை குறைந்து முற்றிலும் நிறுத்திக் கொண்டார். ஆள்தேடிச் சென்றால் பணம் கொடுத்து, சோப்பு பவுடர் துணிகள் என வாங்கித்தந்து இதோ வருகிறேன் என்று சொல்லி அனுப்பிவிடுவார். கடைசியாகப் பார்த்துவந்த கோலம்மை சொன்னாள் ''அது இனி பாக்காண்டாம் அம்மிணியே… அந்த ஜீவன் ரெச்சப்பட்டு போச்சு… பாவம் பய்யனில்லா… விடுங்க… சூடுள்ள வல்லதும் உண்டா கும்பி நனைக்கியதுக்கு?'' குளப்படியில் பேச்சை நான் கவனித்தேன். ''ஓராள் ரெண்டாளாவுததும் ரெண்டாள் நாலாளாவுததும் கண்டா ஆருடே நிமுந்து நிப்பான்… ஆணுக்கு ஒரு கணக்குண்டுடே…'' புரியாத சிரிப்புகள் குறிப்பேச்சுகள். ''பூநாகத்துக்க வெசமிருக்கே அது அஞ்சு ராஜநாகத்துக்க வெசத்துக்கு சமானமாக்கும் பாத்துக்கோ…''

நாகம் எப்போதும் தாழைமரப் படர்ப்புக்குள்தான் முட்டையிடும் என்பார்கள். அங்குதான் எப்போதும் ஈரமுலராத சதுப்பும் தாழைமடல் சருகு குவிந்த செத்தைகளின் மெதுப்பும் இருக்கும். சின்னஞ்சிறு சோழிமுத்துக்கள் போன்ற முட்டைகள் விரியும்போது உளுந்துப் பப்படத்தை தேங்காயெண்ணெயில் பொரிக்கும் வாசனை வரும். விரியன் என்றால் வசூரி முத்துக்கள் உடைந்து சீழ் வரும் வாசனை. கருக்குழந்தையின் கைவிரல்கள் போன்ற நாகக்குஞ்சுகள் துடித்து நெளிந்து சதுப்புச்செத்தைகளுக்குள் ஒளிந்துகொள்ளும். அங்கே பெருகிவளரும் புழுக்களையும் மின்மினிகளையும் உண்டு வளரும். வளரும் அவசரத்தில் அவை உறங்குவதேயில்லை. இரண்டு வாரங்களில் அவை நீண்டு தடித்து பெரிய சர்ப்பங்களாக ஆகி தங்கள் பாதைகளை தாங்களே கண்டுகொள்கின்றன. பசியே நாக்காகி நெளிவதுபோன்ற சர்ப்பக்குஞ்சுகளுக்கு எப்போதும் கோபம். தீண்டு மெதையும் அக்கணமே அவை கொத்தும். கொத்தப்பட்ட உயிருக்குப் பின்னர் நேரமில்லை. யாரும் மிதித்து அரைத்துவிடக்கூடிய புழுக்களானதனால்தான் இந்த விஷம் கொடுக்கப்பட்டிருக்கிறது போலும். பாக்டீரியாக்களுக்கு இன்னும் விஷம். வைரஸுக்கு மேலும் பலமடங்கு விஷம்.

தாழம்பூவின் மணமென்பது சர்ப்பக்குஞ்சுகளின் மணமும்கூட என்று பாட்டி சொல்வாள். தாழம்பூ விடிகாலையிலேயே விரியும். பின்னிரவில் தாழம்பூ மணம் குளிர்காற்றிலேறி வந்தால் ''சிவ சிவ'' என்று அவள் செவிமூடுவாள். ''ஒருத்தனுக்க கணக்கு எழுதியாச்சு... போகட்டும்... அவனுக்கு கைலாசம்...'' ஒரு பாம்பு போட்ட முட்டைகள் பொரித்துவரும் சர்ப்பங்களில் ஒன்று ஒருவரை பலிகொள்ளும் என்பது நம்பிக்கை. பாம்பு தீண்டி செத்தவன் அரன் உறையும் கைலாசமேகுவான் என்றும். முட்டையிலிருந்து எழும் சர்ப்பக்குஞ்சுகள் சின்னஞ்சிறு தீச்சுவாலைகள் போல நெளிந்து நெளிந்து இலையடிகள் தேடி ஓடும். தாழம்பூ மணம் அவற்றுக்கு பித்தேற்றுகிறது. ஆனால் அவற்றால் அதிக உயரத்துக்கு ஏற முடியாது. ஆனால் முடியாதவற்றைச் செய்யும் ஒருவன் எங்குமிருப்பான். அவன் ஏறி விரியாத தாழம்பூக்குலைக்குள் இடம் பிடிப்பான். ஒவ்வொரு இதழ் விரிகையிலும் பொன்னிறத் தோணி போன்ற அம்மடலின் விரிந்த அடிநுனியில் செம்பரத்தி அரும்புபோன்ற சிறு செந்தலையை நீட்டி, செந்நரம்பு நாக்கு தீப்பொறியென பறக்க காத்திருப்பான். கருவறைக்குள் மீண்டும் நுழைந்தவன். அதனால் மூன்றுமடங்கு விஷமேறியவன். நறுமணத்தில் மயங்கி முடிவிலாத கனவே இருப்பாக ஆனவன். அவனுக்கு யானையைக் கொல்லும் விஷம் உண்டு - பாட்டி சொன்னாள். அவனுடைய ஆனந்தநித்திரை கலைந்தால் பின்னர் அவன் காடெரிக்கும் நெருப்பின் முதல் துளி போல. உதிரம் கொள்ள சீறிவரும் யட்சியின் நாநுனி போல.

தெங்குமூட்டு விட்டிலிருந்து திருவனந்தபுரத்துக்கு போன ஸ்ரீகண்டன் பிள்ளையும் அவரது மூத்தமகளும் மட்டும் இருபத்துமூன்று வருடம் கழித்து மீண்டும் ஊருக்கே திரும்பிவந்து நாகர்கோயிலுக்கு இடம் பெயர்ந்த நேசமாணிக்கம் பெருவட்டரின் பெரிய வீட்டை விலைக்கு வாங்கி குடியேறினார்கள். வீட்டைச்சுற்றி தலைக்குமேல் உயர்ந்து நிற்கும் பெருங்கல்மதில். இரும்பு வாசல் கதவு. உள்ளே நான்கு பெரிய சீமைநாய்கள். அவற்றின் நாக்கு வெளியே நீண்டு மழைக்கால வாழையிலை போல நீர் சொட்டியது. நடக்கும்போது அவற்றின் குறிகள் இருபக்கமும் அசைந்து குலுங்கின. அவற்றின் கண்களில் உள்ள மிருகத்தை எங்களூர் நாய்களில் காணமுடியாது. எங்கள் நாய்களெல்லாம் இதோ பேசப்போகின்றன, எல்லாவற்றையும் சொல்லிப் புலம்பப் போகின்றன என்ற பாவனையிலேயே எப்போதும் இருக்கும். ''அது சிங்கத்துக்க வித்தெடுத்து உண்டாக்கின நாயாக்குமே'' என்றார் நாராயணன் அண்ணன்.

ஸ்ரீகண்டன்பிள்ளை ஏதோ பெரிய வேலையில் இருந்து ஓய்வு பெற்றவர். யாருடனும் அவர் பேசுவதில்லை. அவருடன் நட்புகொள்ள

விழைந்துசென்ற ஊர்பெரியவர்களை வாசலுக்கு வெளியே நிறுத்தி அப்பால் நின்றுபேசி அனுப்பிவிட்டார். ''அவனுக்கு அந்த நாயிகள் பேசினாத்தானே மனசிலாவும்... எளவு கொளரைக்கல்லாவே செய்யுதான்?'' என்றார் தங்கராஜ் டீக்கனார். மலையாள இதழ்கள் அனைத்தும் அங்கு வாங்குவார்கள். தினமும் போஸ்ட்மேன் வரக்கூடிய ஒரே வீடு அது. கடிதங்களையெல்லாம் வாசலில் வாய்திறந்து பின்பக்கத் துளையை உள்ளே வைத்து நிற்கும் சிவப்புப் பெட்டியில் போடுவார்கள். அதில் நாங்கள் தாள்களை மடித்துப்போட்டால் நாராயணன் அண்ணன் திட்டுவார். ''லே லே... மக்கா அங்கிண யச்சி உண்டுலே... ராத்திரி உனக்கெல்லாம் பைப்பில ரெத்தம் வந்து செத்துப்போவே பாத்துக்கோ... பிறவு காலம்பற பாத்தா ஐஸிலிட்ட சாளை கணக்கா, இஞ்சபாரு இப்பிடி, மலர்ந்து கெடப்பே...''

ஸ்ரீகண்டன்பிள்ளையின் மகள் கேசினி பேரழகி. ராஜாரவிவர்மா ஓவியங்களில் உள்ள நாயர் முகமுள்ள தேவகன்னிகைகளின் சாயல். பருத்து புஜங்களை அழுத்தும் உருண்ட முலைகள், தொடைகள், இருபக்கமும் விரிந்து நடுவே உருண்டு செழித்த புட்டம், இளம்பாளை போல் உயிர்பளக்கும் சருமம், யானைத்தந்தம்போல் உருண்ட கைகள், முலைகள், தொடைகள், புட்டம், ஒரு கணம் மட்டும் கண்களைச் சந்தித்து சற்றே அழுத்தி சில்லிட வைத்து அலட்சியமாக திரும்பும் பார்வை,சற்றே தூக்கம் எஞ்சியிருக்கும் தடித்துச் சரிந்த இமைகள், வனமுலைகள், பெருந்தொடைகள், பல்லாப்பப் புட்டம், நடுவே சற்று வெடித்ததுபோல இரண்டாகப் பகுந்து சிவந்து மலர்ந்த பெரிய கீழுதடு, உப்புப்பரல்போன்ற பற்களுக்கு மேல் செம்பளிங்கு வாசல் வளைவுபோல குவிந்த மேலுதடு, முலைகள், தொடைகள், புட்டம், நெற்றியின் இருபக்கமும் சுருண்டு நின்று கொடித்தளிர் சுருள்கள் போல காற்றிலாடும் குழல்பிசிறுகள், இணைக்காளைகளை மெல்லத்தட்டும் சாட்டைக்குச்சம்போல பிருஷ்டத்தில் மாறி மாறி தடவி உலையும் நீண்ட கருங்கூந்தல், முலைகள், தொடைகள், புட்டம், இடுப்பின் சதைச்சரிவில் வியர்வையின் மெல்லிய கோடு, முத்துக்கம்மலின் ஒளிவிழுந்திருக்கும் பூனைமயிர் பரவிய கன்னம், முலைகள், தொடைகள், புட்டம்...

கேசினி அதிகமாக வெளியே வருவதில்லை. அவளைப் பார்ப்பது எளிய விஷயமல்ல. மிக அபூர்வமாக அவள் யாரையாவது அழைக்கவோ நாயைப் பிடிக்கவோ வெளிவாசலைத் திறந்து வந்தால் அவள் வீட்டு முன்புள்ள முச்சந்தியில் அமைதி பரவும். கண்கள் சிலைவிழிகளாக ஆகும். வாசல்மூடி அவள் சென்ற அக்கணமே நாராயணன் அண்ணனின் குரல்தான் எழும். ''பெண்ணாகி வந்தது ஒரு மாயப்பிசாசம் பிடித்தே எனை மண்ணாக்கி நீறாக்கி சுடுகின்றதய்யோ...'' ''நாராயணா லே எரப்பே, அடிவாங்கி சாவுகதுக்காக்கும்லே உனக்கு விதி.'' சாயாக்கடை

கேசவனின் குரல் கேட்டு நாராயணன் அண்ணன் ஓணான் போல கழுத்தை நீட்டி சிரிப்பார். துடைப்பத்தால் அடித்து தூக்கிப் போடப்பட்ட சிலந்தி போல சுள்ளிக் கைகால்களை கண்டபடி பரப்பி தன் வெற்றிலைபாக்குக் கடையின் பலகைமேல் அமர்ந்து ''அதுக்காச்சுட்டி செத்தாலும் இந்த நரக ஜீவிதத்துக்கு ஒரு பொருளுண்டு அண்ணோ'' என்பார். ''வெளங்கமாட்டே மவனே... மாமா கேட்டுதா... இவனுக்கு மத்த உருப்படி இல்ல. காரணம் இவன் அப்பனுக்கு பெறக்கல்லை. இவனுக்க அம்மை சூடுதாங்காம கையிட்டு களிச்சதினால உண்டான பயலாக்கும்...'' என்றார் பார்பர் தங்கப்பன்.

கேசினியின் வீட்டில் என்றும் வேலைக்கு ஆள் தேவை. அதிகாலையிலேயே குளித்து ஈரம் உலராத கரிய உடலில் எருமைப்பளபளப்புடன் கையில் மண்வெட்டியுமாக ஆட்கள் வாசலில் காத்து நிற்பார்கள். ''ஏசுவடியானே, லே மயிரே, கேற்று சாடுத காளைக்கு கோலொடிஞ்சு மரணம்னு ஒரு சொல்லுண்டுலே...'' என்று நாராயணன் அண்ணன் கூவுவார். ஏசுவடியான் சிரித்து வேறுபக்கம் திரும்ப ''பயலுக்க சிரிப்ப பாத்தேரா? லே மக்கா இனி வழிச்சுவிட்ட தோசைக்கும் மாவு திகையாம ஆவும்லே... பாத்து வச்சுகிட்டா உனக்க சந்ததிக்கு கொள்ளாம்.'' ''நாராயணா, லே மயிராண்டி... உனக்கு என்னத்துக்க தீனம்லே? உன்னால நாங்களுமில்லா அடிவேங்கப்போறம்?'' நாராயணன் அண்ணனுக்கு அல்லும்பகலும் கேசினி நினைப்புதான். ''திற்பரப்பு மகாலிங்கம் அக்கினி ஸ்வரூபனாக்குமே... தினமும் அஞ்சுநேரம் பாலும் பஞ்சாமிர்தமும் கொண்டு அபிஷேகம் செய்து சாந்தி செய்யல்லேன்னா நாடெரிஞ்சு சாம்பலாயிடுமே எனக்க அண்ணோ.''

கேசினி மாதத்தில் ஒருநாள் பிரதோஷம் கும்பிட கோயிலுக்கு வரும் போது அவளைக் காண்பதற்காகவே பெண்கள் கூடியிருப்பார்கள். அவள் யாரையும் பார்க்காமல் நிமிர்ந்த நோக்குடன் சென்று, அரைமண்டபத்தில் ஏறி, எண்ணெய்த்தூக்கையும் பூக்கூடையையும் போற்றியிடம் கொடுத்துவிட்டு, கைகட்டி தூண்சாய்ந்து சிற்பம்போல நிற்பாள். அப்பால் பெண்கள் முட்டி மோதி அவளைப்பார்ப்பார்கள். ஒருவருக்கொருவர் கிள்ளிச் சீண்டியும் கிசுகிசுபேசியும் வாய்பொத்திச் சிரித்தும் ததும்புவார்கள். சின்னஞ்சிறு பெண்களுக்குக் கூட தெரியும் என்பது கண்களில் தெரியும். ''சீ நிந்நு முட்டாம போயி சோலியப் பாருங்கட்டி சவங்களே'' என்பாள் கழகக்காரி பாக்கியம்மை. ''வாறாளுக. கெட்டியவனை தீர்த்தக்குளத்தில குளிக்கவிடுகது மாதிரி அங்க சொல்லிவிடுகது. பின்ன அவனிட்ட கதைகேட்டு ரெசிக்குதது... உனக்கெல்லாம் எந்த நாட்டு நீக்கம்புடீ?'' ஆனால் பெண்களுக்கு அதுவும் சிரிப்புதான். பூஜைமுடிந்து கேசினி சென்றபின் பாக்கியம்மை மடப்பள்ளி ஒட்டுமூலையில் குந்தி அமர்ந்து சுருள் புகையிலையை பிய்த்து பல்லிடுக்குகளுக்குள் இறுகச்செருகியபடி ''போன சென்மத்தில

மழகாணா பூமியாக்கும். அதனால இப்பம் இந்தா பிடீன்னு திருவந்தரம் கெழக்கக்கோட்டைய தெறந்திட்ட கணக்காட்டு வச்சு குடுத்திருக்கு. மூடாக்கதவும் மேலே வெங்கலமணியும் எல்லாமாட்டு... இருந்து தின்னு ஆறட்டும்... மேலே உள்ளவனுக்கு இதெல்லாம் ஓரோ தமாசுல்லா... ஏட்டி அங்கின நின்னு குணுங்காம வீட்டுக்குப்போயி அவளுகளுக்க நெலவாசலை தெறந்து வச்சு கெடங்கட்டீ எளக்கக்காரிச் சவங்களே. வேணுமானா போயி ஓரோ செம்பகப்பூவெடுத்து முடி தோறும் வச்சுகிடுங்க... செம்பகம் நல்லதாக்கும். மற்றவன்மாருக்க அடைப்பு எளகும்... கலிகால வைபவம்... இல்லாம என்னத்த சொல்லுகதுக்கு... மகாதேவா ராமா நாராயணா...''

செண்பகக்காடு ஆற்றுக்கு அப்பால் செந்தேரியின் மறுசரிவில். இப்போது அங்கே நாலைந்து செண்பக மரங்கள் மட்டும்தான். முன்பு செண்பகம் செறிந்த காடாக இருந்தது. அதன் நடுவே இருந்தது செண்பக யட்சியின் பிரதிஷ்டை. பெரியதோர் மண்குவியல் நடுவே கல்பீடத்தில் மழைபட்டு முலையும் மூக்கும் தேய்ந்துபோன கற்சிற்பம் நின்றிருக்கும். நட்டுவைத்த கலைமான் கொம்புகள் போல செண்பக மரங்கள். மான்செவி போல அவற்றின் இலைகள். நீலவிழிகள் போல் உதிர்ந்துகிடக்கும் மலர்கள். அங்கே நின்றால் செண்பகம் நாறி குமட்டலெழும். ஆனால் இரவில் இளம்காற்று ஆற்றைத்தாண்டிக் கொண்டுவரும் செண்பக மணம் மனதை மயக்குவது.

இரவில் செண்பக மணத்தை அறிந்தால் தேவியை எண்ணி துதி சொல்லி கண்மூடி படுத்துவிடவேண்டும் என்று எல்லா பையன்களுக்கும் சொல்லிவைடப்பார்கள். எக்காரணத்தாலும் வாசல் திறக்கக் கூடாது. வேண்டாத சிந்தனைகள் கூடாது. வேண்டாத எதையும் செய்யவும் கூடாது. செண்பக மணம் ஏன் வேண்டாதவற்றை மட்டுமே நினைக்கச் செய்கிறது? செண்பகப்பூவின் இதழ்களின் கீழ் விளிம்பில் மலர்ச் சுழிக்குள் ஒரு சிறு விரல் உண்டு. செண்பகப்பூ பூவே அல்ல. வாசல்திறக்கும் தைரியம் யாருக்கும் வருவதில்லை. கேட்ட கதைகள் பல. எழுந்துசென்று கதவின் குளிர்ந்த பித்தளைத் தாழில் கைவைத்து நெடுநேரம் நின்றதுண்டு. கதவுக்கு அப்பால் யாரோ நிற்கிறார்கள். மூச்சொலி இல்லை, உடல் மணமும் இல்லை, அசைவோ நிழலோ இல்லை. ஒன்றுமில்லை. ஆனால் மனம் அறிகிறது அங்கே நிற்கும் ஒருவரை. தூய எண்ணம் மட்டுமேயான ஒருவரை. தாழை சற்றே விலக்கவேண்டியதுதான், வெளியே நிலவும் செண்பக மணமும் சேர்ந்து உருவாக்கிய இன்னொரு உலகம். தாழை அசைக்க முடியும். சற்றே நீக்கினால் போதும். ஆனால் அது பலமடங்கு எடை கொண்டிருக்கும். குளிர்ந்து இறுகி நின்றிருக்கும்.

என்றோ ஒருநாள் ஒருவர் தாழ்நீக்கி வெளியே சென்றுவிடுகிறார். பிறகு அவர் திரும்புவதில்லை. கண்களில் எப்போதும் காய்ச்சலிருக்கும்.

எவரையும் முகமறிவதில்லை. எப்போதும் ஒரே பாவனை. திருவட்டார் கோயிலில் சிலைத்த யட்சனின் பாவம். அன்னத்தை தூதனுப்பும் நளனாக நட்டாலம் திரிலோசனன் நாயர் ஆடும் கதகளி சிருங்கார பாவம். எங்கே எப்படி மூடியிட்டாலும் காலையில் செண்பகக் காட்டில் குப்புறக் கிடக்கக் காணலாம். தொடைகளில் விந்து கஞ்சிப்படலமாக படிந்துலர்ந்திருக்கும். கருணன் அண்ணனை சங்கிலியில் கட்டிப் போட்டார்கள். கனத்த உலோகக் கண்ணிகள் ஒலிக்க அவர் நிலவுநாளில் எழுந்து நின்று மார்பை அறைந்து மயிரை அள்ளிப்பிடுங்கி அலறி திமிறினார். எழுந்து விடைத்து நின்ற ஆண்குறி புதர் விலக்கி வரும் சர்ப்பம்போல் வேட்டியை மீறி நீலமோடிய சிவப்புத் தலை நீட்டி நின்றது. அலறும் தொண்டைபோல் அதில் நரம்புகள் புடைத்திருந்தன. நிறைசந்திரிகை நாளில் செத்து மல்லாந்து கிடந்தபோதும் இறுகிய முஷ்டிபோல நின்றிருந்தது அது. கண்கள் விழித்து முகத்தில் பரவசம்.

''அவளுக்கு நெறையாது மக்கா. ஆகாசத்தில உள்ள அக்கினிக்கு மண்ணில் நெய்யூத்தி சாந்தி செய்யுகது நடக்கப்பட்ட காரியமா?'' போற்றி சொன்னார். ''பின்ன அதாக்கும் மனுசப்பயலுக்க சீவிதம். குதிரைக்கு உள்ள இருக்க குதிரைக்கு குதிரைக்கால் சின்னதாக்கும் கேட்டியா? கண்ணுகெட்டை அவுத்துவிட்டா குதிரை ஓடியோடி நுரைதள்ளி செத்துப்போயிடும்ணாக்கும் கணக்கு...'' அச்சுமூப்பர் ''மேலேகாவில யட்சிய தளைச்சது மாதிரி இதையும் தளைக்கல் லேன்னா மாம்பூவும் பிஞ்சுமாட்டு கொண்டு போயிட்டேதான் இருப்பா'' என்றார். ''பொத்திவச்ச கருப்பட்டியிலயும் புளுவருதுடே அச்சு...'' என்று போற்றி நீட்டி துப்பி நாவால் பாக்குத்தூள் நெரட ஆரம்பித்தார். மேலேக்காவில் யட்சி இப்போது ஆண்டுக்கொருமுறை ஆடிமாதத்தில் சாந்திபலியுடன் மறக்கப்படுபவள். கொள்ளை நோய்போல உயிர்குடித்து அலைந்த அவளை அடக்கியது வடக்கன் நம்பூதிரி ஒருவர். மாமந்திரவாதியான மூத்த நம்பூதிரியை கூட்டிவரச் சென்றார்கள். அவர் மரணப்படுக்கையிலிருந்தார். காலில் விழுந்து அழுத கிராமத்து மூப்பர்களைக் கண்டு மனம் கனிந்து முதிராவயதான தன் கடைசி மகனை கல்மோதிரமும் மந்திரம் உருவிட்டு முடிச்சிட்ட மஞ்சள் நூலும் கொடுத்து ஆசியளித்து அனுப்பிவைத்தார்.

இளையநம்பூதிரி திருவட்டாறு வழியாக நடந்து வந்து ஊருக்குள் நுழையாமல் வயல் வழியாகச் சென்று மேலேக்காட்டுக்குள் புகுந்தார். நிலவொளியில் சர்ப்பம்போல் ஒளிர்ந்து நெளிந்தோடும் சிற்றாறின் கரையில் நாணத்தால் குனிந்த முகமும் நாணமில்லா உடலுமாக அவரை எதிர்கொண்டாள் யட்சி. தன் தோட்டத்துக்கு அவரை அவள் அழைத்துச் சென்றாள். கொடுவேனிலில் தளர்ந்து நின்றிருந்த

மரங்களெல்லாம் அவள் வந்ததும் பூத்துக் குலுங்கி மணம் நிறைத்தன. பொய்கைகளில் எல்லாம் பூர்ணசந்திரன் சுடர்ந்தது. கண்கள் கலந்து, விரல் நுனிகள் தொட்டு, நகைபரிமாறி, ஆலிங்கனம் கொண்டு, இடை வளைத்து, முலைதழுவி, இதழ் சுவைத்து அவளை இட்டுச்சென்றார். அவள் அவரது மந்திரச்சரடை தூக்கி எறிய வைக்க தன் சொற்களை யெல்லாம் செலவழித்தாள். ஊடினாள். பின் முயங்கிக் கொஞ்சினாள். பின் முத்தமிட்டு உடல்சுவையளித்து கெஞ்சினாள். அவர் அதை புன்னகையுடன் தவிர்த்தார்.

காமவிளையாட்டின் நடுவே அறியாதது போல் அவர் கைமோதிரம் நழுவி அருகே இருந்த பாழ்கிணற்றில் விழுந்தது. என் மோதிரத்தை எடுத்துவா என்றார் அவர். எடுத்துவந்தால் அந்த சரடை விலக்குவீர்களா என்றாள் அவள். ஆமென்று அவர் வாக்களித்தார். அவள் கிணற்றில் இறங்கியதும் தன் இடுப்பிலிருந்த மந்திர மஞ்சள் நூலை எடுத்து கிணற்றின் மேல் கட்டி அவளை உள்ளே சிறையிட்டுவிட்டார். அவர் குரல்கேட்டு ஊரார் கூடினர். அப்போதே கற்பாளங்களை தூக்கி வைத்து கிணற்றை மூடி மேலே பீடமெழுப்பி அவளை கருங்கல்லில் பிரதிஷ்டையாக்கினர். நம்பூதிரி தட்சிணை பெற்று திரும்பும்போது யட்சியின் பின்விளி கேட்டது. ''விமோசனமிலா சாபம் என்பதில்லை. எனக்கு விடுதலை எப்போது?'' என்றாள். ''காத்திருக்க எனக்கொரு நாள் வேண்டும்... எண்ணிக்கொண்டிருக்க ஒரு வழி வேண்டும்...''

நம்பூதிரி ''நானோ என் சந்ததிகளோ இங்கே மறுபடியும் கால்வைத்தால் உனக்கு விடுதலை. அதன் பின் நீ கட்டுப்படமாட்டாய்'' என்றார். ''நான் பேசியிருக்க துணை யார்?'' என்றாள் அவள். அவள் மேடையருகே ஒரு அரசமரத்தை நட்டு நம்பூதிரி சொன்னார். ''உன்னுடன் உரையாட இதோ ஆயிரமாயிரம் துடிக்கும் நாக்குகள்.'' செல்லும் வழியில் ஒரு ஆசாரிக்குடியிலிருந்து உளியை வாங்கி தன் ஆண்குறியை வெட்டி ஆற்றில் எறிந்தார் நம்பூதிரி.

மேலேக்காவில் யட்சியருகே நான் சென்றிருந்து மேலே வான் நிறைத்து துடிக்கும் நாக்குகளின் பேச்சைக் கேட்டிருப்பதுண்டு. மழுங்கிய கருஞ்சிலையை அருகே சென்று நோக்கி அந்த யட்சியை அகக்கண்ணால் காண முனைவேன். அறிந்த பெண்களின் முகங்களும் உடல்களும் அதன் வழியாகப் பாய்ந்தோடிச் செல்லும். பாறைமீது வழியும் காட்டாறுபோல.

கண்டெடுத்த முத்தை கையில் ஏந்தி நோக்கும் காட்டாளத்தியைப்போல அன்றெல்லாம் காட்டின் கையிலிருந்தது எங்கள் கிராமம். நூறு வீடுகள், நடுவே ஒரு சிவன்கோயில். அப்பால் ஒரு தேவாலயம். ஆற்றுக்கு

அப்பால் நின்ற பெருமாள் கோயில். மகாதேவன் உக்ரமூர்த்தி. மார்த்தாண்டவர்மா மகாராஜா அரண்மனையைப் புதுப்பித்தபோது அடிபருத்த அம்மச்சிப்பலாவுக்காக காடுதோறும் ஆளனுப்பினார். அன்று கொடுங்காடாகக் கிடந்த இப்பகுதியில் எட்டாள் தழுவினாலும் அடங்காத பலா ஒன்று நின்றது. மூத்தாசாரி வந்து பார்த்து இந்த ஊற்றம் யட்சி குடியிருப்பதனால் மட்டுமே வரக்கூடியதென ஊகித்தார். ஆனால் மரத்தைக் கண்டபின் விட்டுப்போவது முறையல்ல என்று பிரதான சர்வாதிகாரர் அய்யப்பன் மார்த்தாண்டன் சொன்னார்.

பாண்டிநாட்டிலிருந்து புகழ்பெற்ற மந்திரவாதியான தீப்பாஞ்சானை பிள்ளையை வரவழைத்து களம் எழுதி யந்திர மையத்தில் உடைவாள் நட்டு அதில் நூற்றியொரு ஆட்டுக்கடாக்களை குத்திச்செலுத்தி உக்கிரபலி கொடுத்தார். யட்சியை அடக்கி ஒரு மரக்கிளையில் ஏற்றி கொண்டுசென்று திருவட்டாற்றில் ஆற்றங்கரையில் நட்டார். பலாவை முறித்தபோது வானத்தில் பறவைகள் கலகல ஒலியெழுப்பிப் பறந்து அலைமோதின. அடிமரத்தை வெட்டியபோது ஓணான்களும் பாம்புகளும் பதறியோடி பச்சையடுக்குகளுக்குள் செருகிக் கொண்டன. உருட்டி ஆற்றிலிட்டு நீர்வழியாகக் கொண்டுசென்றபோது குரங்குகள் தலைக்குமேல் அழுதபடி தாவித்தாவி கேசவபுரம் விலக்கு வரை சென்றன. மரத்திற்குள் அடங்கியிருந்த தேவன் மெல்ல வெளிவந்து கண் திறந்து தன்னைச் சுற்றி கிடந்த மஞ்சள் மரச்சிம்புகளை திகைப்புடன் பார்த்தார். மரம் வெட்டிய வெளியில் வானத்து வெயிலின் வெள்ளிப்பேரருவி கண்கூசக் கொட்டியது. அங்கே கீழ்த்தடத்து மனைக்கல் நம்பூதிரி வந்து ஒரு சிவலிங்கத்தை பிரதிஷ்டை செய்தார்.

சிவலிங்கம் ஒரு விதை. மரம் வடக்கே கங்கைக்கரையில் காசியில் உள்ளது. அங்கிருந்து பரந்து நதியோடும் நிலமெல்லாம் லிங்கம் முளைக்கிறது. கிராமங்கள் முளைக்கின்றன. மாநகர்கள் எழுகின்றன. கீழ்த்தடம் நம்பூதிரிக்கு குலச்சொத்தாக அந்தக் கோயிலும் சுற்றியுள்ள காடும் கொடுக்கப்பட்டது. அவர்கள் அதற்கு காரியக்காரர்களாக தங்கள் மடத்தில் ஊழியம்செய்த கொச்சுமார்த்தாண்டன் பிள்ளையை நியமித்தார்கள். உருவிய வாளும் தோளில் மழுவுமாக கொச்சு மார்த்தாண்டன் பிள்ளை வந்தார். காட்டுமிருகங்களையும் காட்டாளர் களையும் காட்டாளத்திகளையும் அடிமைகளாகப் பிடித்து சங்கிலியில் பிணைத்து வேலைசெய்ய வைத்தார். காடு வகிடெடுத்து பாதை தெருவாகியது. தெரு கிளைவிரித்து ஊராகியது. ரத்தம் நனைத்து நிணம் உரமிட்டு வளர்த்தவை தெங்குமூட்டு வீட்டின் மரங்கள் என்பது வாய் மொழிக்கதை. தெங்குமூட்டு வீட்டின் முதல் காரணவர் கொச்சு மார்த்தாண்டன் பிள்ளை கட்டியதுதான் அங்கே எழுந்த முதல் அதிகாரிமனை.

எழுநாழியரிசி பொங்கி தேங்காய்ப்பால் சேர்த்து உருட்டி உண்ணும் தெங்குமூட்டுப் பிள்ளைமார் ஒருவர் பின் ஒருவராக வந்துகொண்டிருந் தார்கள். ஊருக்கு அவர்களே வரிசெலுத்தினார்கள். கண் எட்டும் தொலைவுவரை குன்றெல்லாம், குன்றுநடுக்காடெல்லாம், காட்டுநடு ஊரெல்லாம் தெங்குமூட்டுக் குடும்பச்சொத்தென்பது பத்மநாபபுரம் கொட்டார நீட்டு. ஊரில் அவர்களை போத்தன்பிள்ளைமார் என்று சொல்வார்கள். எருமை நடை, எருமைப்பார்வை, எருமைத்திமிர். தெங்குமூட்டு வீட்டின் நிலவறைகளில் பொன்நாணயங்கள் பெருகின. வீடு வளர்ந்து வளர்ந்து கோட்டையாக ஆகியது. அதன் விரிந்த கல்முற்றத்தில் தீபோல செம்பட்டுத்திரைச்சீலைகள் நெளியும் பல்லக்குகள் நின்றன. மாந்தளிர் மின்னும் குதிரைகள் குனிந்து பிடரி சிலிர்த்து கால்மாற்றின. ஆயுதப்புரைகளில் வாள்களும் ஈட்டிகளும் குவிந்து கிடந்தன.

தெங்குமூட்டு நாராயணபிள்ளைதான் இரிட்டிக்காரியை கழுவிலேற்றினார் என்று கதை. குதிரைமீதேறி ஈட்டியுடன் அவர் காடுகாணச் சென்ற போதுதான் மலைமேட்டில் குடில்முன்னால் அமர்ந்து குழந்தைக்குப் பால்கொடுத்துக் கொண்டிருந்த கறுத்த காட்டாளத்தியைக் கண்டார். கருங்கல்முலை கண்டு நாராயணபிள்ளைக்கு காமம் எழுந்தது. அவர் அவளைபிடிக்கச்சென்றபோது அவள் திமிறிவிலகி காட்டில் ஓடி ஒளிந்துகொண்டாள். மீனுக்கு நீர்போல அவளுக்கு புதர். தெங்கு மூட்டுப்பிள்ளை கல்லெறிந்து காட்டுதேனீக்கூடுகளைக் கலைத்தார். தேனீ கொட்டிய கைக்குழந்தை கதறியபோது அவளை கண்டுபிடித்து இழுத்துவந்தார். இணங்க மறுத்த அவளை இழுத்து பாறையிலிட்டார். அவள் குழந்தையை தூக்கி பாறைமீது வீசிக் கொன்று அவளை எருமையிறங்கிய காட்டுப்பொய்கையைப்போல அழித்தார். தன் ஈட்டியை நட்டு அதில் அவளை கழுவேற்றி அமரச்செய்துவிட்டு திரும்பி நடந்தார்.

கழுமரத்திலிருந்து உதிரம் ஒழுக அவள் அவரை உற்று நோக்கினாள். வலியால் இழுபட்டு அதிர்ந்துகொண்டிருந்த முகத்தில் மெல்ல மெல்ல ஒரு அமைதி கூடியது. பின் அவள் உதடுகளில் ஒரு மெல்லிய சிரிப்பு வருவதைக் கண்டு அவர் நம்பமுடியாமல் கைவாளை நழுவவிட்டார். சிரிப்பு அவள் முகமெங்கும் பரவி உக்கிரமான இளிப்பாக மாறியது. கண்கள் மட்டும் ரத்தம்கண்ட ஓநாயின் நோக்கு கொண்டிருந்தன. ''எனக்க பசி மண்ணுக்க பசிபோலே அணையாம நிக்கட்டே'' என்று ஆழ்ந்த அடிக்குரலில் காட்டாளத்தி சொன்னாள்.

காட்டில் நடக்கும்போது மலைதெய்வங்களைக் கண்டு முடிவ தேயில்லை. மரமெல்லாம் வாதைகள். கல்லெல்லாம் மூப்பன்கள்.

தினமொரு தெய்வம் முளைத்த காலமொன்று இருந்திருக்கிறது. கல்லின் மீதொரு கல் ஏறி அமர்ந்தால் கடவுளாகிறது. கற்களெல்லாம் அப்படி ஏறியமரத் துடிக்கின்றனவா என்ன? ஆணும் பெண்ணும் போல? கல்லெடுத்து கடவுள் செய்பவன் அக்கணத்திலறியும் உக்கிரமென்ன? மண்ணில் ஒரு தெய்வத்தையாவது விட்டுச்செல்ல வேண்டுமென்பது என்னுடைய ஆசையும்கூட. ஆனால் மனிதர் வழியாக வெளிப்படும் தருணத்தை தெய்வங்களே தீர்மானிக்கின்றன. திரைக்கு அப்பால் அவர்கள் காத்து நின்றுகொண்டிருக்கிறார்கள்.

இப்போது ஊரில் எல்லா யட்சிகளும் வளர்ந்துகொண்டிருக்கிறார்கள். மேலாங்கோட்டு யட்சியின் கோயிலை சிமிண்டால் கட்டி எழுப்பி ஏஷியன் பெயின்ட் அடித்து வெயிலில் கண்கூச நிறுத்தியிருக்கிறார்கள். 'அருள்மிகு நடுக்காட்டு இசக்கியம்மன்' நாகர்கோயில் நகரத்தின் நடுவே உறைகிறாள். நகரெங்கும் யட்சிகள் நிற்கிறார்கள். வாகையடி யட்சி, இலந்தயடி ஏக்கியம்மை,தேரடி இசக்கி... துணிக்கடைக் காரனாக இருந்த காக்கும்பெருமாளுக்குச் சொந்தமான பன்னிரு வாடகைவீடுகள் கொண்ட காக்கும்பெருமாள் காம்பவுண்டுக்குள் வள்ளியம்மை இசக்கியுண்டு. சுண்ணத்தால் கட்டப்பட்ட பழைய கோயிலுக்குள் மயிலாடிக் கல்லில் செதுக்கப்பட்ட கருஞ்சிற்பம் வெள்ளிக்கண்களும் வெள்ளி மூக்குத்தியுமாக கருகிய அரளிமாலை யணிந்து செம்பட்டு சுற்றி உண்டியல் காத்து நிற்கிறது. வள்ளியம்மை இசக்கிக்கு அமாவாசைதோறும் படுக்கை உண்டு. ஆடிமாதம் அமாவாசையன்று கொடை. காம்பவுண்டில் வசிக்கும் நாகசாமிக் கோனார் அவளை நேரில் கண்டிருக்கிறார். உயிருடன்.

வடசேரி கனகமூலம் சந்தையின் புகழ்பெற்ற வேசியாக இருந்தாள் வள்ளியம்மை. ஏதோ பனங்காட்டிலிருந்து பிழைப்புக்காக வந்தவள். காய்கறி வியாபாரமும் உண்டு. நான்குபேரை கட்டியபின் கணவனெல்லாம் ஒத்துவராது என தனியாக நின்றாள். குழந்தைகள் இல்லை. கரும்பனை போல ஆறடி உயர தேகம். அகன்ற கரிய முகத்தில் எருமைக்கண்கள். கருங்கலயம் கவிழ்த்த பெருமுலைகள். குடக்கழுத்துபோல இடுப்பு. மதயானைத்துதிக்கை போல தொடைகள். யாருக்கும் அஞ்சாதவள். அத்துமீறிய சண்டியர் கண்ணுமூத்தானை ஒரே அடியில் வீழ்த்தி சந்தைமுகப்பில் போட்டுவிட்டு அவன் சிங்கிடிகளிடம் ''இனியாரும் உண்டாலே?'' என்று கேட்டு நிலமதிர நடந்து சென்றவள். ''ஆயிரம் பேரு முங்கி நீந்திக் கரையேறினாலும் வைரவன்கொளம் கலங்குமாலே? இந்நான்னுல்லா கெடக்கும், திரையும் தணுப்புமாட்டு? அதாக்கும் கத!'' என்றார் நாகசாமிக்கோனார். கருணையுள்ளவள் வள்ளியம்மை. அரைகாசு கொடுத்தாலும் கனிந்து கெட்டியவளைக்காட்டிலும் சினேகிப்பவள். காசில்லை காமம் உண்டு என்று ஒருவன் வந்து

நின்றாலும் திருப்பியனுப்பமாட்டாள். ''லே மக்கா மனுச சென்மத்துக்கு ரெண்டு பசியில்லாடே? அன்னமிட்ட புண்ணியம் அவளுக்கும் உண்டுன்னு வையி...''

வள்ளியம்மையின் அழகைக்கண்டு பெரிய பெரிய முதலாளிகளும் தம்புரான்களும் வந்து அழைத்திருக்கிறார்கள். வடசேரிச் சந்தையை விட்டு அவளால் போகமுடியாது. பகலெல்லாம் பெரிய குங்குமப் பொட்டுபோட்டு சுங்கிடிப்புடவையை பாண்டிச்சுற்று சுற்றிக் கட்டி, வாய் நிறைய வெற்றிலையுடன் காய்கறிக்கூடை முன் அமர்ந்து போகிறவர் களையெல்லாம் முறைசொல்லிக் கூவியழைத்து, பகடிபேசி, தொண்டை அதிரச் சிரித்து, நீட்டித்துப்பி, சாயா குடித்து, பசித்தவர்களுக்கெல்லாம் தோசைக்கும் சாயாவுக்கும் பணம் கொடுத்து, வெயிலில் திளைத்தால் தான் அவளுக்கு வாழ்க்கை. எந்நேரமும் அவளிடம் வாங்கித்தின்ன சந்தைப்பையன்களின் கூட்டம் ஒன்று பின்னாலிருக்கும், எருமைக்குமேல் உண்ணிபொறுக்கும் காக்காக்கூட்டம் போல. கடைசியில் பறங்கிப்புண் வந்து தொடை அழுகி பாதங்களில் சொட்டியபோதும் இளம்வேசிகளின் பிரியத்துக்குரிய 'வள்ளியக்கா' ஆக அங்கேயே இருந்தாள். மற்ற வேசிகளைப்போல அவள் யாரையும் திட்டுவதில்லை, சபிப்பதும் இல்லை. அவள் பேசினாலே சுற்றியிருப்பவர்கள் சிரிக்க ஆரம்பித்து விடுவார்கள். ''... செட்டி தேடுகான் தேடுகான் அப்பிடி தேடுகான் எனக்க கோலம்மையே...'' ''என்னக்கா தேடினான்? பைசாவயா?'' ''இல்ல குட்டி, பண்டத்த'' சிரிப்பொலி கேட்டு அருமைநாயகம் நாடார் திரும்பி ''ச்சீ தேவடியாளுகளா? என்ன மயித்துக்குட்டீ பகலில வந்து இருக்கிய? போங்கட்டீ'' என்றார் செல்லமாக. ''ஏன் ராத்திரியில இனிக்கப்பட்டது பகலில கசக்குமோ?'' ''ஆமாட்டி பண்டமும் பாத்திரமும் எல்லாருக்கும் உள்ளதுதான்... அதக் கொண்டுவந்து உச்ச வெயிலில ஊறறிய காய வைப்பாவளாட்டீ? வாறாளுக பேச... போங்கட்டீ.''

காக்கும் பெருமாளின் அப்பா சிவனணைஞ்ச பெருமாள் நாடார் வீக்கம் வந்து உப்பி மரணப்படுக்கையில் கிடந்தபோது சுரவேகத்தில் ''வள்ளீ வள்ளீ'' என்று புலம்பினார். பன்னிரண்டுநாளாக இழுத்துக்கொண்டிருந்தும் மூச்சு அடங்கவில்லை. பதினான்குநாள் இழுத்தவனுக்கு மாதேவனே வந்து சொன்னாலும் யமதர்மன் சொர்க்கம் கொடுக்க மறுத்துவிடுவான். வைத்தியர் குண்டுவய்யர் சொன்னார், ''இது மத்தவளைத்தான் மக்கா.'' ஆனால் சிவனணைஞ்சபெருமாள் பரம யோக்கியர். சிவப்பழம். சித்தாந்த ஞானி. அவருக்கு எப்படி வள்ளியம்மையைத் தெரியும்? ஒருவேளை முருகனின் குறமகள் வள்ளியைச் சொல்கிறாரா? ஏதாவது சித்தாந்த ரகஸியம் இருக்குமோ? ''போலே மயிரே. வாறான் வள்ளி தெய்வானைன்னுட்டு. லே மக்கா, மனபோகம்னு ஒண்ணு

உண்டுடே... மனுச செனமத்துக்கு லிங்கபோகம் ஆயிரம்னா கைபோகம் லெச்சம், மனபோகம் கோடீன்னாக்கும் மேலே உள்ளவன் கணக்கு... போயி கூட்டிட்டுவாடே அவள.'' வள்ளியம்மையை கூட்டிவர காக்கும்பெருமாளே சென்றார். அவள் மறுபேச்சு பேசாமல் வந்தாள். மூத்தநாடாரின் தலையை எடுத்து தன் முலைகள்மேல் அழுத்தி அணைத்து வாயிலிட்ட தாம்பூலத்தை அவருக்கு கொடுத்த போது அவர் சிரித்தபடி அப்படியே கண்மூடி சாந்தமானார். காக்கும் பெருமாள் நீட்டிய நோட்டுக்கட்டிலிருந்து ஒரு இதழைக்கூட உருவாமல், தாம்பூலம் மட்டும் எடுத்துக்கொண்டு சொல்லிக்கொண்டு வள்ளியம்மை படியிறங்கினாள்.

வள்ளியம்மை நோய்மூத்து நடமாட்டமில்லாமல் ஆனபோது காக்கும் பெருமாள் அவரே காரில்சென்று கிழவியை தூக்கிவந்து தன் காம்பவுண்டில் ஓரத்துவீட்டில் குடியேற்றி உதவிக்கு ஒரு வேலைக் காரியையும் நியமித்தார். ''ஒரு கணக்கில அவ நம்ம அம்மையில்லா?'' என்றார். எண்பத்தி ஒன்றாம் வயதில் நல்ல நிறைந்த ஆடியமா வாசையில் பிரம்ம முகூர்த்தத்தில் தன் வீட்டுமுற்றத்தில் இருந்து ''எக்க அம்மோ'' என்று ஏங்கி நெஞ்சைப்பிடித்தவள் அப்படியே இடப்பக்கம் சரிந்து விழுந்து இறந்தாள். அங்கேயே காக்கும்பெருமாள் அவளுக் கொரு கோயில் கட்டினார். இன்று அது இன்னும்பெரிய கோயிலாக ஆகிவிட்டிருக்கிறது. தகரக்கூரை இறக்கி தாழ்வாரம் கட்டியிருக் கிறார்கள். குமாரசாமி வைராவி வந்து நித்ய பூஜை செய்கிறார். குழந்தை களுக்கு வரும் நோய்களுக்கு வள்ளியம்மை இசக்கியின் பிரசாதம் கைகண்ட மருந்து என்று தேடிவருகிறார்கள்.

கையில் குழந்தையுடன் நின்று பஞ்சவன்காட்டு நீலி வண்டியில் செல்பவர்களிடம் ''இம்பிடு சுண்ணாம்பு இருக்கா அண்ணா?'' என்று கேட்ட பாதைவழியாக நான் தினமும் பேருந்தில் அலுவலகம் செல்கிறேன். வணிகனாக வந்து அவளை மணந்து வேற்றூர் கூட்டிச் சென்ற திருடன் அங்கு வைத்துதான் அவளுடைய தலையில் பாறாங் கல்லைத் தூக்கிப்போட்டான். கணவனுடன் வந்த தன்னை கொன்று சென்ற திருடர்களை வழிதவறி அவ்விடத்துக்கே வரச்செய்து கள்ளிமரம்போல ஒரு உடலில் பத்து கிளையுடல்களுடன் பேருருவம் காட்டி நின்ற கள்ளியங்காட்டு யட்சியின் இடத்தில் வீடுகட்டி வாழ்கிறேன். 'சதுரகிரி மலையோரம் சாய்ஞ்சிருக்கும் திருகுகள்ளி! திருகுகள்ளி பாலெடுக்க திரிஞ்சனடி சிலகாலம்...' இதோ பேருந்திலேறும் பெண்களில் ஒருத்தியாக கள்ளியங்காட்டு நீலியும் இருக்கக் கூடுமோ? உச்சியில் மந்திர ஆணியடித்து யட்சிகளை அடக்கி சாதாரணப்பெண்களாக ஆக்கிவிடமுடியும். வில்லுக்குறி மந்திரவாதி

இடலக்காட்டு நீலியை மந்திரத்தால் அடக்கி உச்சியில் ஆணியடித்து கொண்டுசென்று தன் மனைவிக்கு பணிப்பெண்ணாக்கினான். நிறைசூலியான அவளிடம் பேன் பார்க்கச் சொன்னாள் நீலி. உச்சியிலென்ன ஆணி என்று கேட்டபோது அதை எடுத்துவிடு என்றாள். ஆணி பிடுங்கப்பட்டபோது வான்முட்ட எழுந்து நின்று சூலி வயிறு பிளந்து பிள்ளையுடன் கள்ளிமுள் காட்டுக்குள் ஆயிரம் நரிபோல ஊளையிட்டபடிஓடிச்சென்றாள்.

அணைக்கும்வரை தெரிவதில்லை யட்சியை. மருந்துக்கோட்டை நீலியை அய்யப்பன் செண்பகராமன் ஏழுநிலை மாளிகையாக மாறிய அவளுடைய கரும்பனை உச்சிக்குப்போய் மேகங்கள் கூரையிட்ட பனங்குருத்துப் படுக்கைமீது படுத்து கட்டியணைத்து முயங்கியபோது தோணிபோல அவள் முதுகு குழிந்து உள்ளீடில்லாமலிருப்பதைக் கண்டார். யட்சியர் ஒருபோதும் மானுடரைக் கூட முடிவதில்லை. காமம் மூத்து மெய்கலக்கும்போதே அவன் யட்சியை அறிந்து விடுகிறான். மரண வெறியில் விறைத்த அவன் உடல்மீது பச்சை விறகு மேல் புகையும் நெருப்பு போல நின்று அவள் தகிக்கிறாள். நான் கேசினியை எண்ணிக் கொண்டேன். மார்கழி மாதம் குளிரில்கூட வீட்டுக்குளத்தில் அதிகாலையில் நீராடுகிறவள். ''காந்தாரி மொளகாக்குமே அரைச்சு தேய்க்கியது... மகா சாபம்... வேற என்னத்தச் சொல்ல?'' வேலைக்காரி செல்லம்மை சொன்னாள். அதிகாலையில் கையையும் காலையும் துணியால் கட்டிக்கொண்டு அந்தக்குளத்தில் குதித்து செத்தாள். செல்லம்மை குளிக்கச் சென்ற போது தெளிநீல நீருக்குள் கடைசிப்படியருகே செங்கதலி வாழையின் அடிமரம்போல மூழ்கி அலைகளில் ஆடினாள். நீர்ப்பாசி போல கருங்கூந்தல் நெளிந்தது.

செல்லம்மையின் அலறல் கேட்டு வேலைக்காரர்கள் ஓடிவந்தார்கள். சமையற்காரி பாறுவம்மை ''நாயிட மக்களே ஒற்ற ஒருத்தன் அவள தொடப்பிடாது... தொட்டவனை வெட்டிப்போடுவேன்... மாறுங்கலே'' என்று அரிவாள்மனையுடன் வந்து அலறினாள். ''மீசகுருத்தவன் ஒருத்தன் இங்க நிக்கப்பிடாது... பொலி போட்டிருவேன்... போங்கலே தடிதூக்கி நாயிகளே...'' அத்தனை ஆண்களையும் துரத்திவிட்டு செல்லம்மையும் பாறுவம்மையும் சேர்ந்து அவளை மேலே தூக்கி எடுத்தார்கள். கிணற்றிலிருந்து மீட்கப்பட்ட வெண்கலக்கும்பா போல நீர்ப்பாசி படிந்த இளம்பாளை உடல். அடிவயிற்று மென்மயிர் பரவல். இமைகளில் நீலநரம்பு வலை. ''அல்லிப்பூவுக்க எதளு போலுள்ள எமையாக்குமே அம்மிணியே... கைய இப்பிடி இறுக்கிப் பிடிச்சிருந்தது. கையில என்னமோ இருக்குன்னு பிடிச்சு வெலக்கி பாத்தம்... ஒண்ணுமில்ல.

வெறும் கையாக்கும் கேட்டுதா?'' ''பின்ன? அவளுக்கு வேற எந்து கிட்டும்?'' என்றாள் அம்மா.

கையில் குழந்தையுடன் வந்து ''சொல்பம் அந்தால போயி இருங்க சார்'' என்று நிற்கும் இந்த ஊதாநிறச் சேலைகட்டிய மெலிந்த பெண் பஞ்சவன்காட்டு நீலியாக இருக்கக் கூடாதா என்ன? ஆனால் யட்சியைக் கண்டுபிடிப்பது மிகமிக எளிது. காமம் கொண்ட ஆணின் கண்களில் இருந்து ஒளிந்துகொள்ள அவளால் முடியவே முடியாது.

ஆகஸ்ட் 2008

ஊமைச்செந்நாய்

1

யானைத்துப்பாக்கியைத் தூக்கி தனக்கு இணையாக நிறுத்திக்கொண்டு துரை என்னைப்பார்த்து கண்ணைச் சிமிட்டினான். பெரும்பாலான துரைகளுக்கு கண்களைச் சிமிட்டும் பழக்கம் உண்டு. சின்னவயதில் நானும் என்ன செய்வதென்று தெரியாமல் பதிலுக்கு கண்களைச் சிமிட்டிக் காட்டுவேன். அது துரைகளுக்கு கோபத்தை உருவாக்கும் என்று சீக்கிரமே புரிந்து கொண்டேன். அதன்பின் முப்பது வருட வேட்டைத்துணைவனின் வாழ்க்கையில் நான் மிகமிக அமைதியாக இருக்கக் கற்றுக்கொண்டேன். வேட்டை நாய் எப்படி இருக்குமோ அப்படி இருப்பேன். நான் கூடச்செல்வதே தெரியாது. தேவையான இடத்தில் மட்டும் சைகை செய்வேன். சைகைமூலம் சொல்லமுடியாத விஷயத்துக்கு மட்டும் குரல். அதுவும் ஒருசொல் அல்லது இரண்டு சொல். எனக்கு ஆங்கிலம் சொற்களாகத்தான் தெரியும். ஆகவே என்னை 'ஊமைச்செந்நாய்' என்று அவர்கள் அழைத்தார்கள்.

''என்னை வில்சன் என்று கூப்பிடு'' என்றான் துரை. அவனுக்கு நாற்பது வயதுதான் இருக்கும். ஆனால் நம்மூரில் நாற்பதுவயதில் இருபது வயதான மகன் வந்து அவனுக்கும் பிள்ளை பிறந்து தாத்தா ஆகி மிச்சமிருக்கும் நாட்களை எண்ண ஆரம்பித்திருப்பார்கள். தொப்பை சரிந்து தாடைக்குக் கீழே சதை தொங்கி கண்ணுக்குக் கீழே கறை விழுந்து தெரிவார்கள். துரை இறுக்கமாக பனைநாரால் பின்னிச் செய்தவன்போல இருந்தான். நரம்புகள் பச்சை நிறமாக தோளிலும் கழுத்திலும்

கைகளிலும் தெரிந்தன. உதடே கிடையாது. காட்டுப்பூனையின் கண்கள். இரு பக்கங்களிலும் கைகளைக் கொடுத்து அழுத்திச் சப்பியது போன்ற முகம் அவனுக்கு. மூக்கு நீளமாக வயதான கழுகின் அலகு போல. தேங்காய்நார்போன்ற தலைமுடி. சேற்றுப்பாறை போல மடிப்பு மடிப்பாக இறுகி இருந்த அவன் வயிற்றைப் பார்ப்பவர்கள் அவன் ஒரே வேளையில் இரண்டு காட்டுச்சேவல்களைத் தின்பவன் என்று நம்ப மாட்டார்கள்.

துரையளவுக்கு உயரம் இருந்தது துப்பாக்கி. அதன் கட்டைக்கு நல்ல ஈட்டியை போட்டிருந்தார்கள். கைபட்டு கைபட்டு எண்ணெய் ஊறி வழவழப்பாக கறுத்திருந்த அந்த தடி ராஜநாகம் போலிருந்தது. அதன்மீது நல்ல மினுமினுக்கும் உருக்கில் இரட்டைக்குழாய்கள். துப்பாக்கியின் விசைகொண்டி பித்தளை. அதில் விரல்படும் இடம் பொன்னிறமாக இருந்தது. சொந்தத் தம்பியைக் கூட நிறுத்தி அணைத்துக் கொள்பவன்போல துரை நின்று புளியங்கொட்டைகள் போன்ற பற்களைக் காட்டி சிரித்தான். ''எப்படி இருக்கிறது?'' என்றான். நான் புன்னகை செய்தேன். ''ஒரே குண்டு போதும். மத்தகம் பிளந்து மூளை வெளியே கொட்டும்... வெண்ணெய்ப்பானை உடைவது போல.'' நான் அவன் சொன்னதைப் புரிந்துகொண்டாலும் அதே புன்னகையை மட்டும் காட்டினேன்.

''நாம் நாளைக்காலை கிளம்புவோம். விடிவதற்கு முன்பாக...'' என்றான் துரை. நான் அதற்கும் புன்னகை மட்டுமே செய்தேன். துப்பாக்கியை மெல்ல சாற்றிவிட்டு அவன் நாற்காலியில் அமர்ந்தான். கால்மேல் கால் போட்டுக்கொண்டு ஒரு வெள்ளி சம்புடத்தை எடுத்து திறந்து உள்ளிருந்து ஒரு சுருட்டை எடுத்து வாயில் வைத்துக் கொண்டான். கரிய ஆண்குறி போல பெரிய சுருட்டு. அதை பற்றவைக்க அவனிடம் ஒரு கருவி இருந்தது. அதை பலமுறை சொடுக்குவான். சிட்டுக்குருவி சிலைப்பு போன்ற அந்த ஒலி எனக்கு பிடிப்பதில்லை. என் முதுகு சிலிர்த்துக் கொண்டிருக்கும். அதில் சுடர் அடியில் சிவப்புள்ள நீலநிறத்தில் சங்குபுஷ்ப இதழ் போல எரிய ஆரம்பித்ததும் அதில் சுருட்டை கருக்குவான். சுருட்டு புகைய ஆரம்பிப்பது எனக்கு பிடிக்கும். பின்னர் புகையை ஊதி உள்ளிழுத்து மூக்கு வாய் வழியாக வெளியே விடுவான். அவன் வரும் மோட்டாரின் பின்பக்கம் அதேபோலத்தான் புகை எழுகிறது.

நான் நின்றுகொண்டிருந்தேன். துரை என்னைப் பார்த்து ''ஒரு சுருட்டு எடுத்துக்கொள்'' என்றான். நான் அதை மறுத்தேன். மறுக்க வேண்டும் என்றுதான் துரைகள் எதிர்பார்ப்பார்கள். ஆனால் அந்தச்சுருட்டு அதன் காகிதச் சுருள் வரை வந்ததும் எனக்கு தந்துவிடுவார்கள். நான் அப்படி

நிறைய சுருட்டு வைத்திருந்தேன். என் மடியில் கூட இரண்டு சுருட்டுத் துண்டுகள் இருந்தன. தினம் இரு முறை நான் சுருட்டு பிடிப்பேன். சாராயம் குடித்தபின் சுருட்டை இழுக்க மிகவும் பிடிக்கும். துரையின் பற்களில் சுருட்டுக்கறை அடுப்புக்கல் போல பழுத்திருந்தது. அவன் சுருட்டு பிடிக்கும்போது ஏதாவது ஒரு திசையைக் கூர்ந்து பார்ப்பான். மெல்ல ஆங்கிலத்தில் முனகிக் கொள்வான். அது பெரும்பாலும் ஏதாவது பாட்டாக இருக்கும்.

துரை என்னிடம் மிஞ்சிய சுருட்டைத் தந்ததும் நான் அதை வாங்கி குத்தி அணைத்து மடியில் வைத்துக் கொண்டேன். மெதுவாக பின்னுக்கு நகர்ந்து பங்களாவின் பின்பக்கம் சமையலறைக்குச் சென்றேன். தோமா சமையல் செய்துகொண்டிருந்தான். நான் வெளியே நின்றேன். ''எந்தா கோணா, எந்து காரியம்?'' என்றான். நான் மெல்ல ''சோறு?'' என்றேன். ''இரியெடே... சாயிப்பு உண்டிட்டில்ல... நினக்க நாய்க்கும் பின்னீடு ஆவாம்...'' என்றான்.

நான் சமையலறையின் சிறிய வராந்தாவிலேயே அமர்ந்திருந்தேன். பங்களாவின் முன்னால் நின்ற பெரிய இலந்தைமரத்தின் உச்சியில் ஒரு தேன்கூடு, அல்ல அது பழஉண்ணி. பெரியது. நிதானமாக, கொடிக்கயிற்றில் மழைத்துளி போவதுபோல, கிளைவழியாகச் சென்றது. பழ உண்ணியைப் பிடிக்கவேண்டுமென்றால் அதன் வழியை நன்றாக கவனித்தபின் அங்கே பொறி வைக்க வேண்டும். அதன் வழியைக் கண்டுபிடிப்பது எளியது. முகர்ந்துபார்த்தால் போதும். பழ உண்ணி தலைகீழாக கிளையில் நகர்ந்து இலைகளுக்குள் சென்றது.

பெரிய தட்டில் முழுதாகப் பொரித்த இரண்டு வான்கோழிகளுடன் தோமா முன் அறைக்குச் சென்றான். பிறகு சீமைப்பலாவும் பன்றியிறைச்சியும் போட்டுச்செய்த கறி, செங்கல் போன்ற பெரிய ரொட்டி, ஒரு பெரிய கண்ணாடிக் குடுவை நிறைய நிறைய பொன்னிற மான அன்னாசிப் பழச்சாறு. பெரிய வெள்ளைத் தகரப்பாத்திரம் நிறைய வெங்காயம், வெள்ளரிக்காய் உப்பு போட்ட முள்ளங்கித் துண்டுகள். அவன் உள்ளே அவற்றை பரப்பி வைப்பதை என்னால் காண முடிந்தது. பங்களாவின் ஜன்னல்கள் மிகவும் பெரியவை. தாழ்வானவையும்கூட. தோமா அங்கே தொங்கிய ஒரு நாழிமணியின் நாவைப் பிடித்து ஒருமுறை அடித்தான்.

துரை எழுந்து வந்து ஒரு வெண்ணிறத் துண்டை கழுத்தில் கட்டிக் கொண்டு அமர்ந்து கொண்டான். மனைவி போல தோமா அருகே நின்று துரைக்கு முதலில் காய்கறிகளை பரிமாறினான். துரை பூனைக்கால் கரண்டியால் அவற்றைக் குத்தி எடுத்து வாயிலிட்டு உதடுகளை மூடிக்கொண்டு மென்று தின்றான். அவனது சவரம் செய்யப்பட்ட

தாடை உரித்த கோழியின் தொடை போல சிவப்பாக இருந்தது. அவன் மெல்வதை நான் பார்த்துக் கொண்டிருந்தேன். அதன் பின் வான்கோழி களை கத்தியால் வெட்டி பூனைக்கால் கரண்டியால் குத்தி பிய்த்துத் தின்றான். அவன் பழச்சாறைக் குடித்து முடித்ததும் அருகே நின்ற தோமா அவன் வாயைத் துடைத்தான்.

நான் காத்திருந்தேன். தோமா தட்டுகளுடன் வந்தான். அவற்றில் வான்கோழியின் எலும்புகளும் கொஞ்சம் சதையும் இருந்தன. தோமா தனக்காக சோறு பொங்குவான். தேங்காய் போட்டு வான்கோழிக் குழம்பும் வைப்பான். கொஞ்ச நேரத்தில் எனக்கு சட்டியில் சோறு வந்தது. வான்கோழிக்குழம்பு ஊற்றப்பட்டிருந்தாலும் துண்டுகள் இல்லை. துரை மிச்சம் வைத்த பொரித்த கோழி எலும்புகளை சோற்றுடன் சேர்த்து போட்டிருந்தான். நான் ஆவலுடன் சோற்றை வாரி வாரித் தின்றேன். நான் காலைமுதலே ஒன்றும் சாப்பிடவில்லை. மேலும் எனக்கு வேகமாக தின்றுதான் பழக்கம்.

சுருட்டை எடுத்து மூக்கில் வைத்து அதன் வாசனையை முகர்ந்த பிறகு நான் மெல்ல நழுவி கக்கூஸ் சுவருக்கு அருகே அமர்ந்து என் கச்சையில் இருந்து சிக்கிக்கல்லை எடுத்து உரசி நுங்கெண்ணெய் தோய்த்த பஞ்சுப் பிசிறை பற்ற வைத்து சுருட்டை கொளுத்தினேன். அதை ஆழமாக இழுத்து மெல்லமெல்ல விட்டேன். என் மனதில் சிந்தனைகள் நிறைந்தன. ஆனால் நான் எதைப்பற்றி சிந்திக்கிறேன் என்று எனக்கு தெரியவில்லை.

தோமா என்னை அழைத்த ஒலி கேட்டு ஓடிச்சென்றேன். ''சாயிப்பினு பெண்ணு வேணும்... ஓடிப்போ.'' நான் கொல்லைப்பக்கம் பள்ளத்தில் இறங்கி ஊடு வழியை அடைந்து அதன்வழியாக காட்டுக்குள் சென்றேன். காட்டுக்குள் மதிய வெயில் ஆறுவதன் வெக்கை இலைமணத்துடன் கலந்து வீசியது. ஒரு கீரி என் வழியை கடந்து சென்றது. செள்ளைப்பாறை ஏறி மறுபக்கம் சென்று ஓடைக்கரையில் இருந்த குடிகளை அடைந்தேன். என்னைக் கண்டதும் அங்கே கூவைக்காயை உரலில் இடித்துக்கொண்டிருந்த பெண்கள் வேலையை நிறுத்தி கூர்ந்து பார்த்தார்கள்.

''துரையினு கூட்டு வரணும்'' என்று சொன்னேன். அவர்கள் ஒன்றும் சொல்லவில்லை. தரையில் இருந்த சேவப்பெண்ணை பார்த்தார்கள். சேவப்பெண்ணை நான் பையனாக இருந்தபோது பார்த்திருக்கிறேன். அப்போது அவள் முலைகள் தேங்காய் போல இருக்கும். இப்போது அவை தூக்கணாங்குருவிக்கூடுகள் போல இருந்தன. சேவப்பெண்ணு என்னை பார்த்து ''நீயல்லடா ஏரப்ப நாயி?'' என்றாள். நான் புன்னகைத்தேன். ''சோதி நீ போயிட்டு வாயெடீ'' என்றாள் கிழவி. ''சோதி வேண்டா...'' என்றேன். ''துரை அடிப்பான்.'' கிழவி தூ என்று துப்பி ''சோதி மதி... நீ போடி பெண்ணே'' என்றாள்.

சோதி என்னுடன் வரும்போது தலை குனிந்து மெல்ல அழுதபடியே வந்தாள். விசும்பல் ஒலி கேட்டு நான் ''நீ எந்தெடீ குட்டி கரையுந்நே?'' என்றேன். அவள் தூ என்று தரையில் துப்பினாள். நான் அதன்பின் அவளைப் பார்க்கவில்லை. நாங்கள் மீண்டும் பங்களாவை அடைந்த போது தோமா வாசலிலேயே நின்றான். ''இவளா? இவளை அந்நு சாயிப்பு சாட்டை கொண்டு அடிச்சானே'' என்றான்.

தோமா சோதியை கூட்டிச்சென்று முற்றத்தில் வைத்தே அவளுடைய முண்டுகோந்தலையை அவிழ்த்து நிர்வாணமாக ஆக்கினான். அவள் தன் கையால் முலைகளை பொத்தியபடி கண்ணீருடன் என்னைப் பார்த்தாள். அவளுடைய பின்பக்கம் பருத்து இரு பலாக்காய்களை சேர்த்து வைத்தது போல் இருந்தது. தோமா அவள் புட்டத்தில் படீரென்று அடித்து ''போ போ'' என்றான். அவள் தயங்கி உள்ளே செல்வதற்கு முன் என்னை ஓரக்கண்ணால் பார்த்தாள்.

நான் வராந்தாவில் மீண்டும் கால் மடித்து அமர்ந்துகொண்டேன். தோமா பக்கவாட்டில் சென்று நின்று ஜன்னல் வழியாக உள்ளே பார்த்து சிரித்தான். திரும்பி என்னைப்பார்த்து வா வா என்று கைகாட்டினான். நான் எழுந்து தோமாவின் அருகே நின்றேன். உள்ளே துரை நிர்வாணமாக நின்று தரையில் அமர்ந்திருந்த சோதியின் முகத்தை தன் இடுப்புடன் சேர்த்து, அவள் தலைமயிரைப் பிடித்து இறுக்கி வேகமாக அசைத்தான். அவள் மூச்சுத்திணறி துடித்துக் கொண்டிருந்தாள்.

தோமா என்னிடம் பெரிய பற்களைக் காட்டி சிரித்தான். நான் பேசாமல் நின்றேன். கொஞ்ச நேரத்தில் துரை மாட்டுத்தோல் சாட்டையால் சோதியை அடித்துக்கொண்டே நரி குழறுவது போல ஏதோ சொன்னபடி அவளை துரத்தி வந்தான். அவள் முலைகள் குலுங்க ''என்றெ தேவே... என்றெ தேவே'' என்று அலறியபடி ஓடி வந்து முற்றத்தில் நின்றாள். நிர்வாணமாக வந்த துரை முற்றத்தில் துப்பி விட்டு உள்ளே போனான். சோதி தரையில் குந்தி அமர்ந்து ஓங்கரித்து கோழையைத் துப்பினாள்.

தோமா அவளை தலைமுடியைப் பிடித்து தூக்கி சமையலறைக்குள் இழுத்துக் கொண்டு சென்றான். அவள் ''என்றெ தேவே என்றெ தேவே'' என்று சொல்லி அழுதுகொண்டிருந்தாள். அவன் உள்ளே சென்றதுமே அவளை கீழே தள்ளிப் போட்டு மேலே படுத்துக் கொண்டான். நான் அவன் செய்வதை கொஞ்ச நேரம் பார்த்துக் கொண்டிருந்தேன். அப்போது அந்தப் பழ உண்ணி கீழே இறங்கி வருவதைக் கண்டேன். அது அடுத்த மரம் நோக்கி வேகமாக ஓடிப்போய் ஏறிக் கொண்டது.

நிர்வாணமாக சோதி வந்து என்னிடம் அவளுடைய முண்டுதுணியை எடுத்துத் தரச்சொன்னாள். நான் எடுத்துக் கொடுத்ததும் அதை அவள்

தோளில் முடிச்சிட்டு தற்றுடுத்துக் கொண்டாள். தோமா பீடி பற்ற வைத்தபடி உள்ளிருந்து வந்து ''இந்தாடீ, இதெடுத்தோ'' என்றான். அவன் சுட்டிக்காட்டிய பெரிய சட்டியில் பழையசோறும் வான் கோழிக்கறியும் சேர்த்து கொட்டப்பட்டிருந்தது. சோதி அந்தச் சட்டியை எடுத்துக் கொண்டாள்.

நாங்கள் நடந்து செல்லும்போது அவள் தலைகுனிந்தே வந்தாள். நான் சட்டியை வைத்துக்கொள்ளலாமா என்று கேட்டேன். அவள் திரும்பியே பார்க்கவில்லை. முச்சலோடை அருகே வந்தபோது அவள் சட்டியை கீழே வைத்துவிட்டு முண்டுசுற்றை அவிழ்த்து கரையில் வைத்துவிட்டு நீரில் இறங்கினாள். அவளுடைய முலைகள் நீரில் மிதப்பதைப் பார்த்துக்கொண்டு இலஞ்சி மரத்து வேரில் அமர்ந்திருந்தேன். அவள் என்னைப் பார்க்கவில்லை. நீரில் இருந்தபடியே சேற்றுமண் எடுத்து பல் தேய்த்தாள். பிறகு எழுந்து வந்து என்னை தாண்டிச்சென்று உடையை எடுத்தாள். அவளை நான் திரும்பிப்பார்த்தபோது அவள் கூந்தல் புட்டத்தில் நீரைச் சொட்டிக்கொண்டிருந்தது.

சட்டென்று சோதி என்னை பின்னாலிருந்து வந்து அணைத்துக் கொண்டாள். அவளுடைய குளிரான கனத்த முலைகளை நான் என் முதுகில் உணர்ந்தேன். உடனே நான் அவளை திரும்பி தழுவிக் கொண்டேன். அவளுடைய கைகளும் கால்களும் என்னை இறுக்கிக் கொண்டன. அவள் என்னை ''நாயே நாயே'' என்று திட்டிக்கொண்டும் என் முதுகை தன் நகங்களால் பிராண்டிக்கொண்டும் இருந்தாள். கடைசியில் என் தோளில் அத்தனை பற்களும் பதிந்து ரத்தம் வரும் அளவுக்கு கடித்தாள்.

பின்னர் நாங்கள் இருவரும் ஓடையில் இறங்கிக் குளித்தோம். இலவம் பஞ்சு வெடித்ததுபோல சிறிய வெண்பற்கள் காட்டி அவள் சிரித்து என் மீது வண்டலை வாரி வீசினாள். நான் குளித்தபின் என்னுடைய காக்கி நிக்கரையே மீண்டும் அணிந்துகொண்டேன். எனக்கு ஒரே நிக்கர்தான் உண்டு. அவள் எழுந்து தன் உடைகளை அணிந்து கொண்டு சட்டியை எடுத்தாள். என்னிடம் ''பயிக்கிணா?'' என்றாள். எனக்குப் பசித்தது. ''ஆந்நே'' என்றேன்.

அவள் ஒரு தேக்கிலையை பறித்து பரப்பி அதில் குழம்பு கலந்த பழைய சோற்றை போட்டாள். நான் வேகமாக தின்றேன். ''தோனே வேணுமா?'' என்று கேட்டபோது தலையாட்டினேன். நானே எல்லா சோற்றையும் தின்றுவிட்டேன். அவள் சட்டியை ஓடையில் கழுவினாள். நான் ''நினக்கு நான் மானிறைச்சி தரும்'' என்றேன். ''எப்போ?'' என்றாள். ''நெலாவு கறுக்கும்போ... நாளையிலெ நான் ஆனை வேட்டைக்கு போகும்''

என்றேன். அவள் என்னைப் பார்த்தபடி கொஞ்ச நேரம் இருந்துவிட்டு ''காரிக்கொம்பனையா?'' என்றாள். ''ஓ'' என்றேன்.

சோதி ''காரிக்கொம்பனுக்கு மலதெய்வம் மாதி துணையுண்டு... தீயுண்டை அவன்டெ மேலே கொள்ளுகில்ல'' என்றாள். நான் மலைதெய்வங்கள் துரைகளைப் பார்த்தால் பயப்படும் என்றேன். மலைதெய்வங்களெல்லாம் இப்போது மலைதாண்டி பாண்டிநாட்டுக்கு போய்விட்டன என்று தோமா என்னிடம் சொன்னான். சத்திய வேத தெய்வம் மட்டும்தான் இனி மலைகளுக்கு தெய்வம். அது துரைகளுக்கு கட்டுப்பட்ட தெய்வம். அந்த தெய்வம் யானைகளுக்கு காப்பு அல்ல. ஆகவே காரிக்கொம்பனை துரை கண்டிப்பாகக் கொல்வார்.

சோதி பேசாமல் எழுந்து சட்டியுடன் நடந்தாள். நான் அவள் பின்னால் சென்றேன். அவளைப் பின்தொடர்ந்து சென்று சத்தியவேத தெய்வத்தைப்பற்றி தோமா சொன்னதைச் சொல்ல விரும்பினேன். சோதியின் குழந்தைகளுக்கு தேன் கொண்டு கொடுக்கவேண்டும் என்று நினைத்துக் கொண்டேன். அதன் பின்னர் நான் அந்த பழ உண்ணியைப் பற்றி நினைக்க ஆரம்பித்தேன்.

சோதியை விட்டுவிட்டு நான் திரும்பி வந்தேன். தோமா சமையல் அறைக்குள் வாயை திறந்து வைத்து கனத்த குறட்டை விட்டுக்கொண்டு தூங்கிக்கொண்டிருந்தான். நான் அவனைப்பார்த்தபின் மெல்ல உள்ளே போய் சட்டியைத் திறந்து மிஞ்சியிருந்த கோழிக்கறியின் துண்டுகளை எடுத்துத் தின்றேன். அதன்பின்னர் பங்களாவுக்கு வந்தேன். துரை உள்ளே குறட்டை விடும் ஒலி கேட்டது. நான் மெல்ல நடந்து உள்ளே சென்றேன்.

துரையின் மேஜைமீது நீலநிறமான வாத்துக்கழுத்து குப்பியில் சீமைச் சாராயம் இருந்தது. மெல்லிய கண்ணாடியால் ஆன கொக்குக்கால் கோப்பையில் கொஞ்சம் சாராயம் மிச்சம் இருந்தது. நான் சாராயத்தை ஊற்றி நாலைந்து முறை குடித்தேன். பின் அந்தக் குப்பியில் இருந்தும் கொஞ்சம் குடித்தேன். காட்டில் இம்மச்சிப்பலா அருகே பலாப்பழம் பழுத்து உதிர்ந்து அழுகி நாறுவது போல ஒரு இனிமையான குமட்டல் அதற்கு.

அதன் பின் மெல்ல உள் அறைக்குச் சென்றேன். அங்கே அந்த யானைத்துப்பாக்கி சுவரில் மாட்டப்பட்டு நின்றிருந்தது. அதைக் கையில் எடுத்துப் பார்த்தேன். பெண்ணின் கை போலவே மென்மையாக இருந்தது. அதன் குழாயில் என்னுடைய பிம்பம் சப்பிப்போய் தெரிந்தது. அதைத் திறந்து குழாய் வழியாக கண்ணை வைத்துப் பார்த்தேன். இரண்டு குண்டுகளை அதில் ஒரே சமயம் போட முடியும். குழாய்க்கு ஒரு குண்டு. அதன் வழியாக நான் ஜன்னலுக்கு அப்பால்

தெரிந்த காட்டைப் பார்த்தேன். எனக்கு பாட வேண்டும் போலிருந்தது. எனக்கு சின்ன வயதில் என் தாத்தா சொல்லித்தந்த பாட்டைப் பாடினேன்.

கன்னங்கறுத்திட்ட பாறையாணே -ஓளே

பென்னம் பரியொரு பாறையாணே

தும்பிக்கை உள்ளொரு பாறையாணே -ஓளே

அம்பரம் போலத்தே பாறையாணே...

2

மறுநாள் அதிகாலையில் நான் குளிருக்குள் எழுந்து தோமாவை எழுப்பினேன். அவன் என்னை ''புலையாடி மோனே'' என்று திட்டியபடி எழுந்து சிலுவை போட்டபின்பு போய் அடுப்பில் ஒரு சில்லாடையை பற்றவைத்து காப்பிக்கு தண்ணீர் போட்டான். நான் சென்று துரையின் சப்பாத்துகளை எடுத்து வைத்தேன். அவற்றை நேற்றே பாலீஷ் போட்டு வைத்திருந்தேன். வராண்டாவில் நான் காத்து நின்றபோது தோமா கையில் பெரிய வெள்ளைத்தகரக் கோப்பையில் சூடான காப்பியுடன் சென்று துரையை எழுப்பினான். துரை தலைக்குமேல் கம்பளியை இழுத்துப்போர்த்திக்கொண்டு தூங்கிக் கொண்டிருந்தான்.

அவனருகே நின்று தோமா ''குட்மானிங்! குட்மானிங்!'' என்று நிறைய தடவை சொன்னான். போர்வைக்குள் இருந்து துரை குழறலாக ஏதோ சொன்னான். தோமா அதற்கும் ''குட்மானிங்!'' என்றான். துரை போர்வையை விலக்கி எழுந்து அமர்ந்து தோமாவின் கன்னத்தில் அறைந்தான். ''டாமிட் ஸ்டுபிட்... கண்ரி ஃபூல்... ஃபக் யுவர் ஆஸ்'' என்று அவன் வழக்கமாக சொல்வதைச் சொன்னான். அடிபட்ட போதும் தோமா காபியை தளும்ப விடவில்லை. ''காபி சாய்பே'' என்று பவ்யமாக நீட்டினான்.

துரை ஒன்றும் சொல்லாமல் காபியை ஊதி ஊதி குடிக்க ஆரம்பித்தான். தோமா அதற்குள் பக்கத்து அறைக்கு ஓடினான். துரை டீ குடித்த பின்னர் நிர்வாணமாக எழுந்து பின்பக்க அறைக்குச் சென்றான். அங்கே ஒரு மர முக்காலியில் ஓட்டை போட்டு வைத்திருந்தான். அதன் கீழே தோமா நாலைந்து தேக்கிலைகளை பரப்பி வைத்திருந்தான். துரை முக்காலியில் அமர்ந்து மலம் கழிக்க ஆரம்பித்தான். அப்போது தோமா அவனுக்கு பனையோலை போலிருந்த மென்மையான கூரிய கத்தியால்

ஷேவ் செய்துவிட்டான். முகத்தை தைலம்போட்டு துடைத்து முடித்த பின்னர் துரையின் பின்பக்கத்தை ஒரு பெட்டியில் இருந்து எடுத்த இலவம்பஞ்சால் நன்றாக நாலைந்து முறை துடைத்தான்.

துரையை ஈரமான டவலால் தோமா துடைத்துவிடுவதை நான் பார்த்துக்கொண்டு நின்றேன். அந்த பங்களாவில் எல்லா கதவுகளும் மிக அகலமானவை. உயரமானவை. முன்வாசல் கதவை மட்டுமே இரவில் மூடுவார்கள். எல்லா அறையும் எல்லா இடத்திலும் தெரியும். துரை எழுந்து ஒரு மரத்தொட்டியில் தோமா கொண்டுவந்து வைத்த வெந்நீரால் தன் முகத்தையும் கைகளையும் அக்குளையும் கழுவிக் கொண்டான். அதன் பின் தோமா அவனை துடைத்தான்.

துரை தன் காக்கி கால்சட்டைக்குள் கால்களை நுழைத்து அதன் மீது நிறைய பைகள் தைத்த காக்கிச் சட்டையை அணிந்து உள்ளே செலுத்தினான். அப்போது அவன் ஒரு மரப்பொம்மை போல ஆகிவிட்டதாக எனக்கு தோன்றியது. முழங்கால்களுடன்கூடிய பெரிய ரப்பர் சப்பாத்துக்களைப் போட்டபின் யானைத்துப்பாக்கியை எடுத்தான். அதன் குழாயைத் திறந்து உள்ளே கண்விட்டு பார்த்தான். சுவர் அடுக்குப்பெட்டியில் இருந்து சிறிய அலுமினியப்பெட்டியை எடுத்து அதில் இருந்த சிறிய கரிய புட்டியை எடுத்து திறந்தபோது எரியும் தைலமணம் எழுந்தது. அந்த கரிய குழம்பை பஞ்சில் தேய்த்து குச்சியில் பொருத்தி உள்ளே விட்டு இழுத்தான். அதே எண்ணெய்க்குழம்பை துப்பாக்கியின் விரல்வளையத்துக்கு உள்ளே இருந்த இடைவெளி வழியாக விட்டு உள்ளே இருந்த சிறிய சக்கரங்களில் பூசினான்.

என்னிடம் ''இவள் ரொம்ப அழகி இல்லையா?'' என்று கேட்டு கண்ணைச் சிமிட்டினான். அப்போதுதான் துரை அந்த துப்பாக்கியை பெண்ணாக நினைப்பது எனக்கு புரிந்தது. அதை மெல்ல முத்தமிட்டு விட்டு ''அவள் வெடி நிறைந்தவள்...'' என்று என்னிடம் சொல்லி மடியில் கிடைமட்டமாக வைத்துக் கொண்டான். அதன் வளைவில் என் தோற்றம் ஒரு நிறமாக தெரிந்தது.

தோமா ரொட்டியும் பொரித்த கோழியும் பால் இல்லாத காபியும் கொண்டுவந்து பரிமாறிவிட்டு மணியை அடித்தான். துரை சாப்பிட ஆரம்பித்தபோது நான் பேசாமல் நின்றேன். துரை எனக்கு ஒரு ரொட்டித்துண்டை எடுத்து வீசினான். நான் அதைப்பொறுக்கி மண்போக ஊதிவிட்டு வேகமாக தின்றேன். அதற்குள் எனக்கு கோழித் தொடை ஒன்றை அவன் எறிந்தான். துரை சாப்பிட்டு எழுந்ததும் நான் வெளியே சென்றேன்.

எடை குறைவான பெரிய மரப்பெட்டியில் துரைக்கு தேவையான பொருட்கள் நான்குநாட்கள் முன்னரே எடுத்து வைக்கப்பட்டிருந்தன.

மென்மையான காகிதங்களில் சுற்றப்பட்ட நன்றாக வெயிலில் உலர்த்திய ரொட்டிகள். டப்பாக்களில் காற்று புகாமல் அடைக்கப்பட்ட வெண்ணெய். சாராயக்குப்பிகள். மாற்று உடைகள். இன்னும் ஒரு சப்பாத்து. கூடாரம் கட்டும் துணி என்று பலவகையான பொருட்கள். அவற்றை முறையாக உள்ளே அடுக்கவும் திருப்பி எடுக்கவும் என்னால் மட்டும்தான் முடியும்.

துரை தன் தோளில் மாட்டிய தோல்வார் கொண்ட கித்தான் பையில் வடக்குநோக்கி கருவி, பாட்டுப்பெட்டி ஆகியவற்றையும் துப்பாக்கிக் குரிய அலுமினியப்பெட்டியையும் புகையிலை டப்பாவையும் வைத்தான். தலையில் கட்டிக்கொள்ளும் விளக்குகள். கையில் பிடித்துக்கொள்ளும் விளக்கு ஆகியவையும் அவனிடம்தான் இருந்தன. என்னுடைய பெட்டிக்குள் பத்து பேட்டரிகள் மேலதிகமாக வைத்திருந்தேன். துரை ஒரு துவாலை பத்து கைக்குட்டைகள் ஆகிய வற்றையும் எடுத்துக்கொண்டான். கழுத்தில் தூரநோக்கி குழாயை தொங்கவிட்டான். துப்பாக்கி தோளில் குறுக்காக தொங்கியது. இடுப்பில் கட்டப்பட்ட தோல்பட்டையில் ஒருபக்கம் தோலுறைக்குள் சிறிய கைத்துப்பாக்கியும் இன்னொரு பக்கம் குடிநீர் பையும் தொங்கின. அலுமினியத்தால் ஆன ஊன்றுகம்பு. அதை விரித்து குத்திவிட்டு முக்காலிபோல உட்கார்ந்தும் கொள்ளலாம். துரை தயாரானதும் தோமா கொண்டுவந்த இன்னொரு காப்பியை சூடாகக் குடித்துவிட்டு தன்னுடைய காக்கி நிறமான சட்டித்தொப்பியையும் வைத்துக்கொண்டான்.

நான் பெட்டியை என் தோளில் வார்களைப் போட்டு பின்பக்கம் தூக்கிக்கொண்டதும் நாங்கள் கிளம்பினோம். நான் முந்தைய நாளே நன்றாக கூர் தீட்டி வைத்திருந்த என்னுடைய நீளமான கத்தியை எடுத்துக் கொண்டேன். துரை படிகளில் கால் வைத்ததும் ''ஜீஸஸ்!'' என்று சொல்லி சிலுவைக்குறி போட்டுக்கொண்டான். பங்களாவில் இருந்து இறங்கி இடுங்கலான பாதை வழியாக நாங்கள் காட்டுக்குள் நுழைந்தோம்.

காலைநேரத்தில் காடு தலைக்குமேல் பறவைகளின் ஒலியால் நிறைந்திருந்தது. இருட்டு விலகாத இலையடர்வின் உள்ளே இளமழை போல பனித்துளிகள் சொட்டின. நானும் துரையும் சில கணங்களி லேயே நன்றாக நனைந்து விட்டோம். குளிரில் என் உடம்பு சிலிர்த்து அசைந்தது. துரை இருபக்கமும் பார்த்தபடி தனக்குள் ஏதோ முனகியபடி நடந்துவந்தான். துரை அவ்வளவு எளிதில் மூச்சுவாங்குவதில்லை என்பதை நான் கவனித்திருக்கிறேன். ஊரில் வாழ்பவர்கள் என்றால் சீராக மேடேறிச் சென்றுகொண்டே இருக்கும் இந்த ஒற்றையடிப் பாதையில் இதற்குள் மூச்சு திணறி நின்றிருப்பார்கள்.

காட்டில் அப்பகுதி முழுக்க காட்டிலந்தை, சீலாந்தி, பெருநெல்லி, கொடுந்தை மரங்களும் தவிட்டைப் புதர்களும்தான். எவையுமே காயோ கனியோ கொட்டையோ தருவதில்லை. மேலே நெடுந் தூரத்துக்கு ஏறிய பின்பு காட்டுச்செடிகளின் அடர்த்திக்குள் சுழலிப் பாறை தெரிந்தது. பாறையின் வெடிப்பு வழியாக தண்ணீர் கசிந்து வழிந்தது. பாறையை அடைந்ததும் துரை மூச்சுவிட்டபடி சற்று அமர்ந்துகொண்டார். நான் பெட்டியை தரையில் வைத்துவிட்டு அமர்ந்து கொண்டேன். அப்போதெல்லாம் உடனடியாக தூங்கி விடுவேன். எனக்கு தெரியாத எங்கெல்லாமோ சென்றுகொண்டிருந்து விட்டு குரல் கேட்டதும் திரும்பி விடுவேன். அப்படி நான் போகும் இடங்களும் காடுகள்தான். ஆனால் நான் அங்கே நன்றாகவே ஆங்கிலம் பேசிக்கொண்டிருப்பேன்.

துரை ஒரு சுருட்டைப் பற்றவைத்தான். சில நிமிடங்கள் ஆழமாக இழுத்துவிட்டு உடனே அதை குத்தி அணைத்து திரும்பி தன் இடுப்புப் பைக்குள் வைத்துக் கொண்டபின் ‘‘நேற்று அந்த பெண்ணை நீயா கூட்டி வந்தாய்?’’ என்றான். நான் ‘‘அவள்தான் இருந்தாள்’’ என்றேன். ‘‘அவளுக்கு நோய் இருக்கிறது. அவளை வரக்கூடாது என்று நான் சொல்லியிருந்தேன்...’’ என்றான். நான் ஒன்றும் சொல்லாமல் பார்த்தேன். ‘‘பெருச்சாளி போல பார்க்காதே... இந்திய கறுப்பு பெருச்சாளி...’’ என்று சொல்லி துரை என் மீது ஒரு கல்லை எடுத்து எறிந்தான். ‘‘கரடி போல நாற்றமடிக்கிறாள் அந்த வேசி... அவளை இனிமேல் கூட்டிவந்தால் உன்னையும் அவளையும் சுட்டுவிடுவேன்.’’ துரை என் கண்களைப் பார்த்து ‘‘டாமிட்’’ என்றான்.

மீண்டும் நாங்கள் கிளம்பி பாறைக்கு அப்பால் சரிந்து இறங்கும் காட்டுச்சாலையில் சென்றோம். அது யானைப்பாதை. அவ்வப்போது தேனெடுக்கும் காணிகளும் சென்றிருக்கலாம். மழைபெய்துகொண்டே இருப்பதனால் இலைகள் வளர்ந்து வழியை மூடியிருந்தன. சில இடங்களில் காட்டு ஈஞ்சையும் துடலியும் முள்கொடிகளை நீட்டியிருந்தன. அவற்றை வெட்டித்தள்ளி துரை வருவதற்கு வழி செய்துகொடுத்தேன். துரை ஒரு செடியில் இருந்து பச்சைப்பாம்பு ஒன்றை சட்டென்று பிடித்தான். மிகவும் சின்னப் பாம்பு. பச்சைநிறமான அரக்கால் செய்தது போல இருந்தது.

‘‘பார் பச்சைகண்ணாடிக் குழாய் போல இருக்கிறது...’’ என்றான் துரை. அது அவன் பிடியில் நின்று நெளிந்து நாக்கை பறக்கச் செய்தது. அவனது முழங்கையில் வாலைச்சுற்றி வைத்துக்கொண்டது. நான் முன்னால் சென்றபோது பின்பக்கம் அந்தப் பாம்புடன் துரை மெல்ல ஏதோ சொன்னபடியே வந்து கொண்டிருந்தான். எனக்கு அந்தக் குரலை

விட்டு கவனத்தை நீக்கவே முடியவில்லை. மெல்லமெல்ல என் பதற்றம் அதிகரித்தது. ஒரு கட்டத்தில் நான் அவன் கையில் நெளியும் பாம்பைப்பற்றி மட்டுமே எண்ணிக் கொண்டிருந்தேன்.

காட்டுக்குள் ஈரம் உலர்ந்து நீராவி எழ ஆரம்பித்தது. எனக்கு வியர்த்துக் கொட்டியது. நான் நவரப்பச்சிலைகளைப் பறித்து மென்று சாற்றைக் குடித்து சக்கையை உமிழ்ந்து தாகத்தை தணித்துக்கொண்டு நடந்தேன். துரை தன் புட்டியில் இருந்து தண்ணீர் குடித்துக் கொண்டான். பாதையைக் கடந்து சென்ற கொடி காட்டுகும்பளம் என்று கண்டதும் நான் அதைத் தொடர்ந்துசென்று ஒரு கும்பளக்காயைப் பறித்தேன். அதன் சாற்றைக் குடித்து முடித்ததும் என்னுடைய தாகம் முழுமையாக நீங்கியது.

நாங்கள் மீண்டும் அமர்ந்தபோது துரை என்னிடம் ‘‘இவள் நல்ல நடனக்காரி இல்லையா?’’ என்றான். பச்சைப்பாம்பு அதன் வாயைத் திறந்து மூச்சுக்காக ஏங்கியபடி எரியும் கயிறு போல முறுகியது. துரை அதை கீழே போட்டு தன் சப்பாத்தால் அதன் தலையை அழுத்தி தேய்த்தான். அதன் வால் தீயின் நாக்கு போல துடிதுடித்து சப்பாத்தின் பக்கவாட்டு ரப்பரில் அறைந்தபின் மெல்ல சொடுக்கிச் சொடுக்கி அசைவிழந்தது. துரை மீண்டும் அந்த எஞ்சிய சுருட்டை பற்றவைத்து இழுத்தான்.

நாங்கள் மீண்டும் கிளம்பி சுண்டுமலை நோக்கிச் சென்றோம். காட்டுக்குள் வெயில் கண்ணாடிக்குழாய்கள் போலவும், திரைச் சீலைகள் போலவும், காட்டருவி போலவும், பெரிய அடிமரங்கள் போலவும், சில இடங்களில் வெள்ளைச் சுவர் போலவும் விழுந்து கிடந்தது. வெயில் காற்றில் ஆடுவதை காட்டில்தான் காணமுடியும். இலைகள் மீது விழுந்த பச்சைநிற ஒளிவட்டங்கள் காற்றில் குளத்து நீரின் ஆம்பல் இலைகள் போல அலையடித்தன. வெயில் எங்கள்மீது அடிக்கவில்லை என்றாலும் நன்றாக புழுங்கியது. குளிர்ந்த காற்று மேலே பட்டபோது மெல்ல புல்லரித்தது.

மதிய உணவுக்கு என்று துரை ஒரு சிறிய ஓடையின் கரையில் நின்றான். ஓடையில் தெளிந்த நீர் பாசிபடிந்த உருளைப்பாறைகள் நடுவே சத்தமேதும் இல்லாமல் சாரைப்பாம்பு போல வழுக்கிச் சென்று கொண்டிருந்தது. தண்ணீர் தேடி வந்த காட்டுச்செடிகள் நீரை நோக்கி அடர்ந்து வரம்பிட்டிருந்தன. பாறைகள் நடுவே கொக்குக்கால் விரல்கள் போல ஏராளமான வேர்கள் தெரிந்தன. துரை ஒரு பாறை மேல் அமர்ந்து கொண்டான்.

நான் என் வாளுடன் காட்டுக்குள் புகுந்தேன். ஒரு நீளமான மூங்கிலை வெட்டி நுனியைச் செதுக்கி அதன் மீது என் இடுப்பில் இருந்து கூரிய

ஈட்டிநுனியை எடுத்து ஒருமுறை பாறையில் தேய்த்துவிட்டு இறுகப்பொருத்தினேன். ஈட்டியுடன் தழைகள் நடுவே மெல்ல மெல்ல ஊர்ந்துசென்றேன். என்னை ஒரு சிறுத்தையாகக் கற்பனை செய்து கொண்டேன். சிறுத்தை செல்லும்போது மண் அதிரக்கூடாது. புல் அலையக்கூடாது. சிறுத்தை, மீன் நீரில் செல்வது போல காட்டுப் புதருக்குள் செல்லக்கூடியது.

புதருக்குள் என் எதிரே நான் ஒரு மானைக்கண்டேன். கொம்பு விரியாத கேழைமான். அது படுத்திருந்த இடத்தில் இருந்தே என்னுடைய வாசனையைக் கேட்டு காதுகளை என்பக்கமாக குவித்து முன்னங்காலை தூக்கி வைத்தது. என்னை அது பார்த்து உடல்சிலிர்த்து எழுவதற்குள் நான் ஈட்டியை எறிந்தேன். ஈட்டியுடன் அது பாய்ந்து ஒரு மரத்தில் முட்டி விழுந்து குளம்புகளை உதைத்துக் கொண்டது. நான் ஓடிச்சென்று அதை நெருங்கி ஈட்டியைப் பிடுங்கி அதன் இதயத்தைப் பார்த்து இருமுறை குத்தினேன். உடைந்த கருங்கல்சில்லு போல ஈரம் மின்னிய கரிய கண்களால் அது என்னைப் பார்த்தது. நேற்று நான் சோதியின் மேலே முரட்டுத்தனமாக இயங்கிக்கொண்டிருந்தபோது அவள் கண்கள் அப்படித்தான் இருந்தன என்று தோன்றியது. அவளுக்கு உச்சம் வந்தபோது அந்த மானைப்போலத்தான் உலுக்கிக் கொண்டு தொண்டை கமறும் ஒலியை எழுப்பினாள். அதன் பின் அவள் கண்கள் அப்படித்தான் மெல்ல இமை மூடின.

நான் அந்த மானை அங்கேயே போட்டு என் வாளால் அதன் தோலை உரித்தேன். சதையில் இளஞ்சூடும் துடிப்பும் இருந்துகொண்டே இருந்தது. தொடை நரம்பை வெட்டியதும் ரத்தம் என் கைகளை நனைத்தது. இதயத்தை வெட்டி எடுத்தபோது ஊற்றுபோல ரத்தம் என் மீது பீரிட்டு அடித்தது. தொடைச்சதைகளையும் மார்புச்சதைகளையும் எலும்பு இல்லாமல் போதிய அளவு வெட்டி எடுத்து பரப்பிய தேக்கிலை மீது வைத்திவிட்டு கீழே கிடந்த கமுகுப்பாளை ஒன்றை எடுத்து பையாகக் கோட்டி அதில் இறைச்சியை நிறைத்து எடுத்துக்கொண்டு ஓடைக்கரைக்கு வந்தேன்.

காட்டில் எப்போதும் ஓடைக்கரையில்தான் காய்ந்த விறகு கிடைக்கும். ஓடைவழியாகச் சென்றபோது பாறைகள் ஓடையை திசை திருப்பிய இடத்தில் நீரில் வந்து மட்கி உலர்ந்த சுள்ளிகளும் மரங்களும் சிக்கி இருந்தன. உலர்ந்த மரங்களைப் பொறுக்கிக் கொண்டுவந்து குவித்தேன். தேக்கிலையில் மான்கறியை நன்றாக பொட்டலங்களாகக் கட்டி அதை ஓடையில் எடுத்த களிமண்ணில் பொதிந்து உருட்டி உருளைகளை அடுக்கி விறகு போட்டு தீயை மூட்டினேன். காட்டுக்குள் சென்று இலைகளை ஆராய்ந்து காய்ச்சிலைக் கண்டுபிடித்து, அதன்

கொடியை தூக்கி வேரைக் கண்டுபிடித்து, கிழங்கை தோண்டி எடுத்துக் கொண்டுவந்து தீயில் போட்டேன்.

தீயருகே அமர்ந்துகொண்டு கிழங்குகளையும் இறைச்சி உருண்டைகளையும் புரட்டிப்போட்டு சுட்டேன். களிமண் சிவந்து கருகியதும் உருட்டி எடுத்து ஓரமாக வைத்தேன். மூன்று உருண்டைகளைக் கொண்டுசென்று துரை அருகே தேக்கிலையில் வைத்தேன். துரை அதை சிறிய கல்லால் உடைத்தான். உள்ளிருந்து வெந்த வாசனையுடன் மானின் நெய் வழிந்தது. கறி உருகி வெந்து வெண்மை கொண்டிருந்தது. துரைக்கு என் பெட்டியில் இருந்து உலர்ந்த ரொட்டி வில்லைகளையும் சாராயக்குப்பியையும் எடுத்துக் கொண்டு சென்று வைத்தேன். அவன் மானிறைச்சியின் நெய்யில் உலர்ந்த ரொட்டியை தோய்த்து கடித்து மென்று தின்ன ஆரம்பித்தான். நடுநடுவே சாராயத்தையும் ஓரிரு வாய் குடித்தான்.

துரைக்கு உப்பில்லாத கறி பிடிக்கும். எனக்கு கொஞ்சம் உப்பும் மிளகாயும் தேவைப்படும். வரும் வழியிலேயே காந்தாரி மிளகாய் பறித்து வைத்திருந்தேன். என்னிடம் எப்போதுமே உப்பு இருக்கும். மிளகாயையும் உப்பையும் சேர்த்து பாறையில் வைத்து இடித்து பசையாக ஆக்கி வைத்துக் கொண்டேன். காய்ச்சில்கிழங்கை உடைத்து சூடாக பிய்த்து எடுத்து மான்கறியில் கலந்து பிசைந்து உப்புமிளகாயில் தொட்டுக்கொண்டு தின்றேன். என்னால் இரண்டு இறைச்சி உருளைகளை மட்டுமே தின்ன முடிந்தது. துரை இன்னும் ஒரு இறைச்சி உருளை கேட்டான்.

துரை சுருட்டை தீயில் மீண்டும் பற்றவைத்து இழுத்தான். நான் தண்ணீர் விட்டு அதை அணைத்துவிட்டு ஓடையில் தண்ணீர் அள்ளிக் குடித்து விட்டு புறப்பட ஆயத்தமாக என் பெட்டியை நன்றாக மூடிக் கட்டி அதன் வார்களை தோளில் மாட்டியபடி அமர்ந்திருந்தேன். மிஞ்சிய எட்டு இறைச்சி உருளைகளை பாளைப்பையில் போட்டு கையில் எடுத்துக் கொண்டேன். துரை ஏப்பம் விட்டு துப்பியபடி எழுந்ததும் நானும் பெட்டியுடன் எழுந்துகொண்டேன்.

நாங்கள் மெல்லமெல்ல இறங்கி சென்றுகொண்டே இருந்தோம். சுண்டுமலையின் உச்சி மரங்களுக்கு மேல் சாய்ந்த வெயிலில் ஒளிவிட்ட மடம்புகள் மடக்குகளுடன் தெரிந்தது. அதன் ஒருபக்கம் மழைநீர் வழிந்த கரிய தடம். மேலே நீல வானத்தில் இரண்டு மேகப்பொதிகள் மாபெரும் வெண்முயல்கள் போல நின்றன. முயல்களின் காதுகளைக் கூட பார்க்க முடிந்தது.

மலையை நோக்கிச் சென்றுகொண்டே இருந்தோம். மலை நாங்கள் எத்தனை நடந்தாலும் அதை பொருட்படுத்தாமல் அங்கேயே இருந்தது.

காட்டுக்குள் மெல்லமெல்ல வெளிச்சம் அணைய ஆரம்பித்தது. பறவைகளின் ஒலிகள் கனத்து ஒலித்தன. வானத்தில் கூட்டம் கூட்டமாக கொக்குகள் மேற்கு நோக்கிச் சென்றன. குளத்தில் பரல்மீன்கூட்டம் செல்வதுபோல் இருந்தது. கொசுக்கள் புகைப்படலம் போல பறந்துவந்து எங்கள் முகங்களில் அப்பின. துரை துப்பிக்கொண்டே இருந்தான்.

காட்டுக்குள் இருட்டு கனத்துக்கொண்டே வந்தது. அப்போதும் சுண்டுமலை தூரத்தில்தான் இருந்தது. அதன் மேல் இன்னொரு பெரிய மேகம் வந்து படிந்து தன் சிறகுகளைத் தாழ்த்தி அமர்ந்திருந்ததைக் கண்டேன். வவ்வால்கள் கலைந்து, சிவந்த ஒளி பரவிய வானத்தில் பறக்க ஆரம்பித்தன. பலவகையான பறவைகள் பெரிய கலவர ஒலியுடன் கூடணைந்த மாபெரும் அயனி மரம் ஒன்றை தாண்டிச்சென்றோம். அதன் கீழே பறவை எச்சத்தின் காரவாசனை நிறைந்திருந்தது.

காட்டுக்குள் ஒரு தட்டையான பாறையைக் கண்டதும் துரை அங்கே தங்கலாம் என்று சொன்னான். நான் மேலே ஏறி இடம் பார்த்தேன். பெட்டியில் இருந்து கூடாரத்துணியையும் கயிறுகளையும் ஆணி களையும் எடுத்தேன். பாறை இடுக்குகளில் ஆணியை கல் வைத்து அறைந்து இறுக்கியபின்னர் அவற்றில் கயிறு கட்டி இறுக்கி கூடாரக்காம்பை நிறுத்தினேன். கூடாரத்துணியை விரித்து அந்தக் காம்புகளில் இறுகக் கட்டி இழுத்து கூடாரத்தை நிற்கச்செய்தேன். உள்ளே மெத்தைவிரிப்பை போட்டு பக்கவாட்டு துணிகளையும் தொங்கவிட்டேன். ஊரும் பூச்சிகள் உள்ளே செல்லாமலிருக்க பக்கவாட்டு கித்தானை நன்றாக மடித்து உள்ளே செருகினேன். கூடாரம் தயாராகும் வரை துரை பாறைமேல் மல்லாந்து படுத்திருந்தான். அவனருகே யானைத்துப்பாக்கி படுத்திருந்தது.

துரை கூடாரத்துக்குள் சென்று பார்த்துவிட்டு தன்னுடைய உறக்கப்பையை எடுத்து உள்ளே போட்டுக்கொண்டான். நான் காட்டுக்குள் போய் பெரிய உலர்ந்த மரங்களை தூக்கி வந்து போட்டு தீ பொருத்தினேன். காட்டுக்குள் இருந்து இருட்டு வந்து எங்களை சூழ்ந்துகொண்டது. இருட்டுக்குள் தீ புலியின் நாக்கு போல சிவப்பாக எரிந்து புகை விட்டு வெடித்து கங்குகளை மேல் நோக்கி உமிழ்ந்து நெளிந்தது. பெட்டியில் இருந்து மெல்லிய கம்பியை எடுத்து தீயின் இருபக்கமும் நட்ட மரத்துண்டுகளில் கட்டி அதில் அலுமினிய கெட்டிலை தொங்கவிட்டேன்.

துரை வந்து தீயருகே அமர்ந்துகொண்டான். நான் என்னிடமிருந்த இறைச்சி உருளைகளை அவனுக்குகொடுத்தேன். அவன் அதை வாங்கி உடைத்து அதில் உலர் ரொட்டியைத் தோய்த்து தின்றான். புட்டியில் இருந்த சாராயத்தை தீயில் லேசாக காட்டி அதனுள் இருந்து ஆவி கிளம்பியதும் அந்த ஆவியுடன் சேர்த்தே குடித்தான். நான் டீயை

வெள்ளைத் தகரப் போணியில் ஊற்றி கொடுத்ததும் சாராயத்தை அந்த டீயில் விட்டு ஊதி ஊதிக் குடித்தான்.

நான் உட்கார்ந்தபடியே தூங்க ஆரம்பித்தபோது துரை ஏதோ கேட்டான். நான் விழித்து புன்னகைசெய்தேன். ''நீ அந்த வேசியை கொண்டு சென்று அவள் கிராமத்தில் விட்டாய் அல்லவா?'' என துரை கேட்டான். நான் அதற்கு பேசாமல் பார்த்தேன். சட்டென்று துரை எழுந்து என்னை ஓங்கி உதைத்தான். ''நீ அவளை அனுபவித்தாய்... நீ அவளை அனுபவித்தாய்... நீ என் நாய்... நீ என் நாய்'' என்று கூவியபடி நாலைந்து முறை உதைத்தான்.

நான் பக்கவாட்டில் சரிந்து விழுந்து அந்த உதைகளை என் விலாவிலும் தோளிலுமாக வாங்கிக்கொண்டேன். துரை என் மீது துப்பிவிட்டு திரும்பி கூடாரத்துக்குள் சென்றுவிட்டான். நான் எழுந்து தீயை நன்றாக தூண்டி விட்டுக்கொண்டேன். தீயருகே என் உடலைக் காட்டிக் கொண்டு அமர்ந்தேன். வானில் கரிய பரப்பில் நட்சத்திரங்கள் மொட்டுகள் போல தெரிந்தன. அவற்றில் இருந்து நுண்மையான மழைபோல குளிர் என் மீது கொட்டியது. என் முதுகில் குளிரும் மார்பில் கனலும் இருந்தன. நான் தீயையே பார்த்துக்கொண்டிருந்துவிட்டு தூங்கிவிட்டேன்.

3

மறுநாள் காலை நான் இருட்டுக்குள்ளேயே எழுந்து கங்குவிட்டிருந்த தீயைத் தூண்டி எரியவிட்டுவிட்டு கெட்டிலுடன் பக்கத்துகோடைக்குச் சென்று குச்சி ஒடித்து பல்தேய்த்து மலம்கழித்துவிட்டு கெட்டிலில் தண்ணீர் அள்ளி வந்து தீயில் தொங்கவிட்டுவிட்டு கூடாரத்துக்குள் சென்று துரையை எழுப்பினேன். எழுந்ததுமே அவன் என்னை அடிப்பான் என எண்ணி நான் காத்து நின்றாலும் அவன் என்னை வெறித்துப் பார்த்துவிட்டு பற்களைக் காட்டி ''குட்மானிங்'' என்றான். நான் அவனை பேசாமல் பார்த்தேன். ''நீ ஒரு மிருகம்...'' என்று அவன் சொன்னான். நான் அதற்கும் ஒன்றும் சொல்லவில்லை. ''டீ இருக்கிறதா?'' என்றான். நான் ஆமாம் என்றேன்.

துரை எழுந்து வெளியே வந்து சோம்பல் முறித்தான். இரு முறை கொட்டாவி விட்டபின் நேராகச் சென்று தீயருகே அமர்ந்துகொண்டான். நான் அவனுக்கு டீ கலந்து கொடுத்தேன். ''என் பிராந்தியை எடுத்துவா'' என்று அவன் சொன்னான். அதில் கொஞ்சத்தை டீயில் விட்டு குடித்தான். பின்னர் எழுந்து யானைத் துப்பாக்கியை மட்டும் எடுத்துக்கொண்டு அவனே நடந்து காட்டுக்குள் சென்றான் நான் அவன் பின்னால் சென்றேன். அவன் துப்பாக்கியை தரையில் வைத்துவிட்டு ஒரு சிறிய

பாறைமீது ஏறி அமர்ந்து மலம் கழித்தான். என்னைப்பார்த்து கண் சிமிட்டினான். நான் அவனுக்கு துடைத்துவிட்டதும் அவன் எழுந்து ஓடையில் இறங்கி வாயைக் கொப்பளித்து கழுத்தையும் முகத்தையும் கழுவிக்கொண்டான்.

தலைக்குமேல் பறவைகள் கலைந்து கூச்சலிட்டுக்கொண்டிருந்த காலையில் மங்கலான ஒளியில் காட்டுச்செடிகளின் இலைகள் எல்லாம் தெளிவான பச்சை நிறம் கொண்டிருந்தன. எங்களைத் தாண்டி ஒரு பெரிய மிளா உடல்முழுக்க சருகுகள் ஒட்டியிருக்க திமிர் தெரியும் தசையசைவுகளுடன் சென்றது. துரை அதை நோக்கி துப்பாக்கியைக் குறி வைத்தான். சுடுவதற்காக அல்ல என்று தெரிந்தது. சாய்வாக காட்டுக்குள் விழுந்த இளவெயிலில் காடு தூள்பாசியும் நூல்பாசியும் நிறைந்த நீர் கொண்ட ஒரு பச்சைநிறத் தடாகம் போல தெரிந்தது. உள்ளே இறங்கிய வெயிலில் இலைகள் பளபளவென அசைவதை நான் கனவுகளிலும் கண்டிருக்கிறேன்.

ஒருமுறை அமர்ந்து சுருட்டு பிடித்துவிட்டு எழுந்து மீண்டும் நடந்தோம். துரை ஒரு நவர இலையைப் பறித்து ''இதை நான் சாப்பிட முடியுமா?'' என்றான். ''இதை சாறு மட்டும்தான் குடிக்கவேண்டும். சக்கையைத் தின்றால் பேதி போகும்'' என்றேன். ''உனக்கு ஆங்கிலம் பேச வருகிறதே'' என்றான். நான் ஒன்றும் சொல்லவில்லை.

சுண்டுமலை அருகே தெரிய ஆரம்பித்தது. அதன் சிகரத்துக்கு விலாவில் இருந்த காடு அதன் மடக்குகளுக்குள் கசிந்து பசுமையாக இறங்கி யிருந்ததையும் மரங்கள் சிறிய புற்பூண்டுகள் போல தெரிவதையும் கண்டேன். கூர்ந்து கவனித்தபோது மலைப்பாறையில் ஒரு மடிப்பு வழியாக தலைவகிட்டில் பேன்கள் செல்வது போல வரையாடுகள் செல்வதைக் கண்டேன். துரை என்னிடம் ''என்ன?'' என்றான். நான் வரையாடுகளைச் சுட்டிக் காட்டினேன். துரை தன் துப்பாக்கியை தூக்கி அந்த ஆடுகளை விளையாட்டாகக் குறி வைத்தபின் என்னை நோக்கி கண்களைச் சிமிட்டினான்.

நாங்கள் பாதை இல்லாதபடி வளர்ந்து கிடந்த யானைப்புல் பரப்பை வந்தடைந்தோம். உள்ளே செல்லவேண்டுமானால் புல்லை சரித்து பாதையை உருவாக்க வேண்டும். நான் ஒரு பெரிய குச்சியை எடுத்து புல்லை அடித்து சரித்து வகிடு எடுத்து அதன் வழியாக சென்றேன். காலில் சதுப்புச்சேறு மிதிபட்டது. யானைப்புல்லின் விளிம்பு பட்டு என்னுடைய உடலெங்கும் கீறல்கள் விழுந்தன. சில கீறல்களில் ரத்தம் கசிந்து எரிந்தது.

நான் முதலில் வாசனையை உணர்ந்தேன். துரைக்கு கையைக் காட்டினேன். துரை அப்படியே சிலை மாதிரி நின்றான். மிகமெல்ல

துப்பாக்கியைத் திருப்பி அதன் கட்டையை தன் அக்குள் சதைமேல் வைத்துக்கொண்டு விசையில் விரலை நுழைத்தான். தரையில் மண்டியிட்டு முன்னால்சென்று நான் யானைப்பிண்டத்தைக் கண்டடைந்தேன். சிலமணி நேரம் முந்திய பிண்டம் அது. சக்கையின்மீது இருக்கும் சாணிப்பசை உலர ஆரம்பித்துவிட்டிருந்தது. இன்னும் சிலமணி நேரத்தில் அதில் வண்டுகள் துளைபோட்டு முட்டை போட்டிருக்கும். பிண்டத்தின் அருகே இருந்த யானையின் காலடித் தடங்களைப் பார்த்தேன்.

துரை அருகே வந்து ''அதுதானா?'' என்றான். நான் சைகையால் ஆமாம் என்றேன். அந்த அளவுக்கு அகலமான இடைவெளியுள்ள யானைக் காலடித்தடம் காட்டுக்குள் வேறு இல்லை. துரை அருகே வந்து அந்த காலடித்தடத்தை கூர்ந்து நோக்கினான். நான் அந்த பிண்டத்தை காலால் புரட்டிப்பார்த்தேன். ஈஞ்சைச்சக்கையாக இருந்தது. சுண்டுமலையின் தென்புறம் ஈஞ்சைக்காடு அடர்ந்திருக்கும். இரவு அங்கே தங்கிவிட்டு காலையில் அங்கிருந்து இங்கே வந்திருக்கிறது. வெயில் ஏறிவிட்டதனால் திரும்பி ஈஞ்சைக்காட்டுக்கே சென்றிருக்கும். நான் அந்த புல்லடர்வு முழுக்க ஊடுருவி வேறு பிண்டங்கள் கிடக்கின்றனவா என்று பார்த்தேன். கொம்பன் ஒற்றை யானை. அது இருக்கும் இடத்தில் பிற யானைகள் வராது. மதம் கொண்டு இளகும் போது மட்டுமே அது பிடியானைகளைத் தேடி பிற யானைப் பற்றங்களுக்குச் செல்லும்.

''இப்போது எங்கே இருக்கும் அது?'' என்று துரை கேட்டான். ''ஈஞ்சைக்காடு...'' என்று நான் சொன்னேன். ''அங்கே முள் அடர்ந்திருக்கும். இங்கே திறந்த வெளி இருக்கிறது. இங்கேயே தங்குவோம். காலையில் இங்கே வரும்...'' என்று துரை சொன்னான். ஆனால் அங்கே மரங்கள் ஏதும் இல்லை. நேரடியாக வெட்டவெளியில் நின்று யானையை எதிர்கொள்வது சிரமம். நான் அதைச் சொல்ல வில்லை. துரையே ஊகித்துக்கொண்டு தன் துப்பாக்கியைக் காட்டி கண்களைச் சிமிட்டினான்.

கொம்பனின் பிண்டத்தை அள்ளி சதுப்புக்குழியில் இருந்த நீரில் கலக்கி உடல்மீது தெளித்துக் கொண்டோம். சுருட்டு பிடிக்கக்கூடாது. சாராயம் குடிக்கக்கூடாது, ரொட்டி இறைச்சியை தின்பதும்கூட சரியில்லைதான். ஆனால் நான் எஞ்சிய இறைச்சி உருண்டையை உடைத்து கொடுத்தேன். நான் இரண்டு உருண்டை தின்றேன். துரை மிஞ்சிய நான்கு உருண்டைகளைத் தின்றான்.

நாங்கள் புல்நடுவே அமர்ந்துகொண்டோம். எங்கள்மேல் தவளைகள் எம்பிப் பாய்ந்தன. கண்ணாடிவிரியன் இருக்கக்கூடும் என்று நான்

மோப்பம் பிடித்துக்கொண்டே இருந்தேன். கொசுக்கள் எங்கள் மேல் பரவி போர்வை போல ஒட்டிக்கொண்டன. துரை துப்பிக்கொண்டே இருந்தான். துவாலையால் முகத்தை மூடி அவை மூக்குக்குள் போவதை தடுத்தான்.

இருட்டிக்கொண்டே வந்தது. நட்சத்திரங்கள் கொஞ்சம் கொஞ்சமாக தெரிய ஆரம்பித்தன. மேற்குவானில் சரிபாதி பிறைநிலவு எழுந்து வந்தது. ஒரு தும்மல் ஒலியை அருகே கேட்டேன். பெரிய மிளா ஒன்று என்னருகே நின்று என்னை உற்றுப் பார்த்தது. அதன் கண்களின் மெல்லிய மினுமினுப்பைக் கண்டேன். அது மீண்டும் தும்மியது. துரை ''முட்டாள் மிருகம்'' என்று சொன்னான். மிருகங்களில் முட்டாளே இல்லை.

துரை அமர்ந்தவாறே தூங்க ஆரம்பித்து பின்னர் முழங்காலைக் கூட்டி வைத்து நன்றாகவே தூங்கிவிட்டான். அவன்மேல் கொசுக்கள் ரீங்காரமிட்டன. நான் தூங்காமல் நிலவையும் நட்சத்திரங்களையும் பார்த்துக்கொண்டு நிறைய விஷயங்களை நினைத்துக்கொண்டு அமர்ந்திருந்தேன். என்னுடைய அம்மாவைப் பற்றியும் என் ஊரான நெடுங்காட்டைப்பற்றியும் நினைத்தேன். சிறு வயதில் அம்மா ஃப்ளெட்சர் துரையின் வீட்டில் சமையல் செய்தாள். அப்போதுதான் நான் பிறந்தேன். என்னை சிறு வயதில் என் மலைக்குடியில் காட்டுப் பூனை என்று அழைத்தார்கள். அப்போது என் கண்கள் நீலமாகவும் என்னுடைய தோல் கறுப்பாகவும் இருந்தது. பிறகு என் கண்கள் ஓநாயின் கண்கள் போல ஆகிவிட்டன.

என் அம்மாவுக்கு சீக்கு வந்து உடம்பெல்லாம் புண் ஆகியபோது நான் அம்மா சொன்னதைக்கேட்டு ஃப்ளெட்சர் துரையிடம் பணம் கேட்கச் சென்றேன். அவர் என்னை ''போ போ'' என்று சொல்லி திட்டி குடையை என் மீது எறிந்தார். அம்மா செத்துப்போனபிறகு நான் சிம்ஸன் தோட்டத்தில் வேலைக்குச் சென்றேன். அங்கே நான் காட்டி லேயே இருந்தேன். என்னுடன் எவருமே பேசுவதில்லை. செந்நாய் கண்கள் கொண்டவன் தீய தெய்வங்களுக்கு நெருக்கமானவன் என்று சொன்னார்கள். நான் தீய தெய்வங்களைக் கண்டதேயில்லை.

முதல்முறையாக நான் செந்நாயைக் கண்டபோது அது என்னை அடையாளம் கண்டுகொள்ளும் என்று எதிர்பார்த்தேன். முப்பத்திரண்டு வருடம் முன்பு காரிமலைக் காட்டுக்குள் நான் புதருக்குள் குந்தியமர்ந்து தூங்கிக்கொண்டிருந்தபோது அது என்னருகே மிக நெருங்கி வந்திருந்தது. நான் அதன் சீறல் கேட்டு கண்விழித்தேன். மாலைநேர மஞ்சள் வெளிச்சத்தில் அதன் தேங்காய் நிறமான பிடரிமுடி சிலிர்த்து நிற்பதைக் கண்டேன். கண்கள் என்னை விழித்துப்பார்த்தன. வாயைத் திறந்து கரிய ஈறுகளில் வெண்ணிறப்பற்கள் தெரிய 'ர்ர்ர்' என்றது. நான்

மெல்ல கையை என் இடுப்பில் இருந்த கத்தியை நோக்கிக் கொண்டு சென்றேன். அது பாய்ந்து ஓடி புதருக்குள் வால் சுழற்றி தாவி மறைந்தது. புதருக்குள் இருந்த மேலும் பல செந்நாய்கள் அதைத்தொடர்ந்து ஓடின.

காலையில் நன்றாக குளிர ஆரம்பித்தது. நான் கைகளை என் வெற்றுடல் மேல் கட்டி இறுக்கிக் கொண்டேன். வானத்தில் நட்சத்திரங்கள் இடம் மாறிவிட்டிருந்தன. கீழ்வானில் வெள்ளி தெரிந்தது. எனக்கு நன்றாகவே பசித்தது. ஆனால் அப்போது எதையாவது உண்பதைப் போல முட்டாள்தனம் ஏதுமில்லை. அப்போது நான் நிலம் அதிர்வதை உணர்ந்தேன். காற்று மறு திசைநோக்கி வீசியதனால் மோப்பம் கிடைக்கவில்லை. ஆனால் அது நல்லதுதான் எங்கள் மோப்பமும் அதற்கு கிடைக்காது.

நிலம் அதிர்வது நெருங்கி வந்தது. நான் எழுந்து பார்த்தபோது இருளுக்குள் கொம்பனின் உயரமான மத்தகத்தைப் பார்த்தேன். செம்மண் மீது கொன்றைப்பூக்கள் உதிர்ந்து கிடந்தன. துதிக்கை மடிப்புகளில் மண் வரியடித்து உலர்ந்த சேறு வெடித்தது போல் இருந்தது. தோணி போன்ற இரு பெரும் தந்தங்களும் கீழ் நோக்கி சரிந்திருந்தன. துரையை மெல்ல உலுக்கினேன். அக்கணமே அவன் விழித்துக்கொண்டு தோளில் சரிந்த துப்பாக்கியை சரியாகப்பிடித்துக் கொண்டு மெல்ல எழுந்தான். இருவரும் யானையைப் பார்த்தபடி அசையாமல் நின்றோம்.

துரை துப்பாக்கியை யானையின் மத்தகத்தை நோக்கி நீட்டி குறி வைத்தான். அந்தக் கணங்கள் மிகமெல்ல அடிவயிற்றை தரையில் ஒட்டி தவழ்ந்து முன்னேறும் புலி போல நீண்டன. என்ன செய்கிறான் என்று நான் வியந்தேன். அவன் மீண்டும் மீண்டும் குறி பார்த்தால், கண்முன் நிற்கும் யானையைச் சுடுவதற்கு ஏன் கிளையில் அமர்ந்த பறவையைச் சுடுவதற்கு பார்ப்பதுபோல் குறியை தீட்டிக் கொள்கிறான்? அவன் விரல்கள் துப்பாக்கிக் கட்டையில் நடுங்கியபடி பற்றியிருப் பதைக் கண்டேன். அவன் மனம் பதறுகிறது என்று ஊகித்தேன்.

மலைதெய்வமான மாதி காட்டுக்குள்ளேயே மிகவும் தலையெடுப்பு மிக்க யானைமீது அமர்ந்திருப்பாள் என்று குடிகளில் சொல்வார்கள். சின்னஞ்சிறு குழந்தைகள் மட்டுமே அவளைப் பார்க்க முடியும். மாதி துரையின் கைகளைப் பிடிக்கிறாளா? துரை இதயம் உடைந்து விழுந்து ரத்தம் கக்கி செத்துப்போகப்போகிறானா? நான் அவனையே பார்த்தேன். என் இதயம் துடித்து வாய்க்குள் அதன் அதிர்வு தெரிந்தது.

துரையின் விரல் விசையை அழுத்தியதும் துப்பாக்கியின் பூட்டு விடுவித்துக்கொண்டு 'லிலிக்' என்றது. அந்த ஒலியிலேயே கொம்பனின் காதுகள் நின்றன. அதன் மத்தகம் திரும்பி எங்களைப்

பார்த்தது. கண்களை சந்திக்க முடியவில்லை. காதுகளை அசையாமல் நிறுத்தி அது எங்களைப் பார்த்தது. ஒரு பெரும் காட்டுப்பாறை உயிர் கொண்டு என்னைப் பார்ப்பது போல உணர்ந்தேன். பல்லாயிரம் கோடி வருடங்களுக்கு முன்பே இருந்து கொண்டிருக்கும் பாறை. தெய்வங்கள் பிறப்பதற்கு முந்திய பாறை.

ஆனால் கொம்பன் அசையவில்லை. முன்னால் வரவும் இல்லை. துரை சில அடிகள் பின்னால் நகர்ந்தான். அவன் முதுகில் சட்டை வியர்வையில் ஒட்டியிருந்தது. கன்னங்களில் வியர்வை வழிந்தது. நெற்றியில் நீல நரம்பு புடைத்தது. கொம்பன் மீண்டும் காதுகளை ஆட்டிக்கொண்டு புல்லைப் பிடுங்கி சுழற்றி தன் முன்வலதுகாலில் அடித்து மண் களைந்து, வாழைப்பூ போல தொங்கிய வாய்க்குள் போட்டு மெல்ல ஆரம்பித்தது.

துரை பெருமூச்சு விட்டான். பின்னர் ஒரு அடி முன்னால் வைத்தான். நான் யானையையே பார்த்துக்கொண்டிருந்ததனால் என்னருகே யானைத்துப்பாக்கி செவி பிளக்க வெடித்த ஒலியில் திடுக்கிட்டு அதிர்ந்தேன். என் செவிகளில் தேனீ ரீங்காரம் ஒலித்தது. யானை திகைத்து நின்றது. அதன் முன்காலுக்கு மேல் குண்டுபட்ட இடத்தில் சிவந்த குழி உருவானதைக் கண்டேன். பாறை பிளக்கும் ஒலியுடன் பிளிறியபடி கொம்பன் எங்களை நோக்கி ஓடி வந்தது.

நான் துரையை நோக்கி ''ஓடுங்கள்...'' என்று கூவியபடி யானையை நோக்கி ஓடினேன். துரை பின்பக்கமாக விலகி ஓடினான். நான் யானையை நோக்கிச் சென்று அதனிடம் ''ஹோ!'' என்று கை நீட்டி ஆர்ப்பரித்தபின் வலப்பக்கமாக திரும்பி புல்லை ஊடுருவி வெறி பிடித்தவன் போல ஓடினேன். கொம்பன் பிளிறியபடி என்னை துரத்தி வந்தது.

யானையை மனிதன் ஓடி வெல்லமுடியாது. இன்னும் சில கணங்களில் எனக்கு ஒரு மரம் கிடைத்தாக வேண்டும். மரம் மரம் மரம் என்று என்னுடைய மனம் எண்ணிக்கொண்டிருக்க நான் ஓடிக்கொண்டே இருந்தேன். ஒரு பெரிய பலா மரம் என்னை நோக்கி வந்தது. அதில் கனத்த கொடிவள்ளிகள் அடர்ந்து பின்னி மேலேறியிருந்தன. நான் போனவேகத்திலேயே அதைப்பற்றி மேலேறி மூன்றாமடுக்கு கிளைக்குச் சென்றுவிட்டேன். என் உடலெங்கும் புல்கீறல்களும் முள்காயங்களுமாக ரத்தம் கசிந்தது. என் உடலில் வியர்வை ஆவி பறந்தது. நான் வாயாலும் மூக்காலும் காதுகளாலும் மூச்சு விட்டேன். என் நெஞ்சு உடைந்துவிடுவது போலிருந்தது.

யானை மரத்தருகே வந்து ஆவேசமாக மரத்தில் மத்தகத்தால் முட்டிய போது மரம் அதிர்ந்து மேலிருந்து சருகுகள் அதன் மேல் உதிர்ந்தன.

அதன் வலதுகால் முழுக்க ரத்தம் சேறாக குமிழிகளுடன் வழிந்திருப்பதைக் கண்டேன். மறுபக்கம் துரை ஒரு பாறை மீது கைகளை ஊன்றி ஏற முயன்றுகொண்டிருந்தான். துப்பாக்கியுடன் அவன் ஓடியதனால் ஏற முடியவில்லை. துப்பாக்கியை உதறிவிட்டு ஓட அக்கணம் அவனால் எண்ண முடியவில்லை.

என்னைப்பிடிக்க முடியாது என யானை புரிந்துகொண்ட வேகம் என்னை ஆச்சரியம் கொள்ளச்செய்தது. நானறிந்து எந்த யானையும் அப்படி சிந்தனை செய்ததில்லை. அது திரும்பி புல்கூட்டத்தை மிதித்து ஒரு பிளவை உருவாக்கியபடி துரையை நோக்கிச் சென்றது. துரையை பிடித்துவிடுமென தெரிந்ததும் நான் கூவியபடி பலாமரத்தில் இருந்து குதித்து கீழே கிடந்த கற்களை எடுத்து யானைமேல் வீசினேன். யானை நின்று வால் சுழலத் திரும்பி வெறியுடன் என்னை நோக்கி வந்தது.

நான் மீண்டும் பலா மரத்தில் ஏறிக்கொண்டேன். யானை என் மரத்தின் அடியில் வந்து நின்றபோது வெம்மையான குருதி வீச்சத்தை நான் உணர்ந்தேன். யானை மரத்தில் சாய்ந்து அடிபட்ட காலைத் தூக்கியபடி நின்றது. துதிக்கை மலைப்பாம்பு போல மாபெரும் தந்தங்கள் மேல் ஏறி சறுக்கியது. அந்த தந்தங்களுக்காகத்தான் துரை வந்திருக்கிறான். தென்திருவிதாங்கூரிலேயே பெரிய தந்தங்களாக அவை இருக்கும். துரையின் யானை இல்லாத நாட்டில் ஏதோ சீமாட்டியின் பெரிய நிலைக் கண்ணாடியின் இருபக்கமும் அது இருக்கும். இரண்டு வெள்ளைக்கார வேலைக்காரர்களைப்போல.

நான் மூச்சு அடங்கி என் உடல் எரிச்சலை உணர்ந்தபடி யானையைப் பார்த்துக்கொண்டிருந்தேன். அது மெல்ல எழுந்து மேலே துதிக்கை நீட்டி என்னை பிடிக்க முயல்வது போல அல்லது என்னிடம் எதையோ சொல்ல முயல்வது போல நுனியை அசைத்தது. கைக்குழந்தையின் சிவந்த வாய் போன்ற துதிக்கை முனை.

கொம்பன் மெல்ல திரும்பி வாலைச் சுழற்றியபடி புல்லுக்குள் சென்று மறைந்தது. அது போன பாதை புல்லில் தெரிந்தது. மேலே மரக்கிளைகள் விரிந்த இருண்ட காட்டுக்குள் சென்றதும் அது 'ப்பாய்ய்ங்' என்ற ஒலியை எழுப்பியது. காட்டிலெங்கோ ஒரு பாறை அதை எதிரொலி செய்தது. சற்று தள்ளி மீண்டும் அந்தப் பிளிறல் எழுந்தது.

துரை பாறை மேல் இருந்து கைகாட்டி என்னை அழைத்தான் ''ஊமைச் செந்நாயே...'' நான் கையைத் தூக்கிக் காட்டியபடி இறங்கி அவனை நோக்கிச் சென்றேன். யானை எங்கள் பெட்டியை எதுவும் செய்யவில்லை. துரையும் இறங்கி என்னை நோக்கி வந்தான். ''மிருகம்... தப்பிவிட்டது...'' என்றான் துரை. ''பூட்டின் ஒலியை கேட்டு அது திரும்பாவிட்டால் இந்நேரம் மண்டை பிளந்திருக்கும்.''

துப்பாக்கியைப்போட்டுவிட்டு அவன் பெட்டியிலிருந்து சாராயத்தை எடுத்து நேரடியாகவே மடமடவென குடித்தான். ஏப்பம்விட்டு தலையைக் குனிந்தான். இருமுறை ஆவியை உமிழ்ந்தான். ''ஜீஸஸ்!'' என்று தலையை உலுக்கினான். நான் பெட்டியை மூடி நன்றாகக் கட்டினேன்.

''அதை விடக்கூடாது. அது அதிக தூரம் போயிருக்காது. சீக்கிரமே அதன் ரத்தம் தீர்ந்துவிடும்...'' என்றான் துரை. ''அது சிந்திக்கிறது...'' என்றேன். ''டாமிட்'' என்றான் துரை. ''நாம் அதை பின்தொடர்ந்து செல்கிறோம்... ரத்தத்தைப்பார்த்தே அது போனவழியை கண்டுபிடிக்க முடியும்...''

நான் ஒன்றும் சொல்லாமல் பெட்டியை எடுத்துக்கொண்டேன்.

4

நாங்கள் சென்ற வழி முழுக்க சிறிய கட்டிகளாக ரத்தம் கையேந்தி நின்ற இலைகள் மீது கொட்டியிருந்தது. ரத்த வாசனையை வைத்தே தடம் பார்த்துச் செல்ல முடிந்தது. ஒரு நுணா மரத்தில் கொம்பன் சாய்ந்து நின்றிருக்க வேண்டும். அந்த மரத்தடியில் ரத்தம் கொட்டி தாமரையிலைகளின் வடிவில் கிடக்க அதன் மேல் படலம் உருவாகி சிறிய பூச்சிகள் வந்து சுற்றிப் பறந்துகொண்டிருந்தன.

''அது எவ்வளவு முடியுமோ அவ்வளவு தூரம் ஓடும்... எப்போது அதன் ரத்தம் வற்றி உடல் தளர்கிறதோ அப்போது விழுந்து கிடக்கும்...'' என்றான் துரை. நான் அவனைப் பார்த்துவிட்டு முன்னால் சென்றேன். அந்த யானை வெறும் மிருகம் அல்ல என்றும் அதற்கு நாங்கள் பின் தொடர்ந்து வருவோம் என்றும் தெரியும் என்றும் சொல்ல விரும்பினேன். அந்த யானை இந்நேரம் எங்களை எதிர்பார்த்து அதற்கு மிக வசதியான இடத்தில் நின்றிருக்கும். ஆனால் நான் சொல்ல வில்லை. என் சொற்கள் பெரும்பாலும் உதடுகளுக்கு வருவதில்லை.

''நீ ஒரு ஆங்கிலேயனைப்போன்ற இயல்புகொண்டவன்...'' என்றான் துரை. நான் திரும்பி அவனைப் பார்த்தேன். ''நீ எப்போதும் எதையும் சொல்வதில்லை. ஆனால் நீ நினைப்பது என் கண்ணுக்கே தெரிகிறது.''

அவன் சொல்ல வருவதென்ன என்று எனக்குப் புரியவில்லை. துரை, ''நீ இரவில் என் துப்பாக்கியை எடுத்து பார்த்தாய்... அதை நான் கண்டேன் என்பதை இப்போதுதான் நினைவுகூர்ந்தேன். அது கனவு போல் இருந்தது... இப்போது நான் சுடும்போது நீ என் துப்பாக்கியை பார்த்ததை எண்ணிப்பார்த்தேன். உன்னால் ஒரே பார்வையிலேயே என்

துப்பாக்கியின் விசையைபற்றியும் குண்டுபோடும் முறையைபற்றியும் புரிந்துகொள்ள முடிந்திருக்கிறது என்று தெரிந்தது... உன் அம்மாவைபுணர்ந்த அந்த வெள்ளையன் உனக்குள் அந்த அறிவை அளித்திருக்கிறான்.''

நான் பேசாமல் நடந்தேன். துரை பேசியபடியே என் பின்னால் வந்தான். ''ஆனால் நீ ஒரு நாய்... ஆங்கிலேயன் ஒருபோதும் அடிமையாக இருப்பதில்லை. அதை நீ மறந்துவிட்டாய். நீ என் காலை நக்கும் ஒரு நாய் மட்டும்தான். உன்னுடைய செந்நாய்க்கண்களை பார்க்கும் போதெல்லாம் உன் தலையை குண்டுகளால் சிதறடிக்க எனக்கு வெறி வருகிறது...'' துரை மூச்சிரைத்தான். ''நீ ஆங்கிலேயரை உன் இருப்பின் மூலமே அவமானம் செய்கிறாய்... கடவுளே! உன்னைகொல்ல நான் எத்தனை தூரம் விரும்புகிறேன் தெரியுமா?''

நான் அவன் ஏறி வருவதற்காக காத்து நின்றேன். ''இந்த துப்பாக்கியை நீ தொடக்கூடாது... இனி இந்த துப்பாக்கி மேல் உன் கைபட்டால் நான் உன் மூளையை சிதறடிப்பேன்... கண்டிப்பாக அதை செய்வேன்'' என்றான். மேலே ஏற நான் கை கொடுத்தேன். ''நீ வெள்ளைப் பெண்ணை எப்போதாவது புணர்ந்தாயா?'' நான் ஒன்றும் சொல்ல வில்லை. ''சொல்லித்தொலை ஊமைச்செந்நாயே... உன்னை கொல்லும் படிசெய்யாதே.'' நான் இல்லை என்றேன். ''உன் கண்களைபார்த்தால் அவர்கள் கூப்பிடுவார்கள். நீ எப்போதாவது வெள்ளைப்பெண்ணுடன் படுத்தாய் என்று தெரிந்தால் நான் உன்னை தேடிவந்து கொல்வேன்...''

பெரிய வேங்கைமரத்து வேர்கள் பரவி சிறிய இறக்கத்தில் மௌனமாக இறங்கினேன். பள்ளத்தில் நின்று கூர்ந்து பார்த்தேன். ரத்தம் சொட்டி யிருந்தது குறைந்திருந்தது. ஆங்காங்கே சில இலைகளில் கருஞ்சிவப்பு முத்துக்கள் மட்டுமே தென்பட்டன. ''நீ எனக்கு தேவைப்படுகிறாய்... இல்லையேல் உன்னைக்கொல்வதே எனக்கு கொண்டாட்டம்'' என்றான் துரை. நான் வாயில் கைவைத்து காட்டினேன். அவன் துப்பாக்கியை தோளில் ஏற்றிக்கொண்டான். ''நீ மனதுக்குள் ஆங்கிலத்தில் பேசிக்கொள்கிறாய். அதை எங்களிடமிருந்து மறைக்கவே நீ பேசுவதே இல்லை... முட்டாள். முட்டாள்தனமான ஊமைச்செந்நாய்'' என்று பல்லைக் கடித்தபடி அவன் கிசுகிசுத்தான்.

நான் என் கைகளை ஊன்றி கிட்டத்தட்ட தவழ்ந்து முன்னே சென்றேன். புதர்களுக்கு அப்பால் மண் மீண்டும் மேலேறிச்சென்றது. மேட்டில் இரு பாறைகள் இணைந்து நிற்கும் யானைகள் போல் நின்றன. அதற்கு அப்பால்தான் என்று எனக்கு தெளிவாகப் புரிந்தது. நான் மெல்லமெல்ல காலடி எடுத்து வைத்து பின்னால் வந்தேன். கைநீட்டி ''அங்கே'' என்றேன்.

''எங்கே?'' என்று துரை கிசுகிசுத்தான். ''அந்த இரு பாறைகளுக்கு நடுவே...'' என்றேன். அவன் உடனே அதைப் புரிந்துகொண்டான். ''அது ஒரு சாத்தான்... சாத்தான்தான் மிருக வடிவில் வந்திருக்கிறது... மிருகங்கள் ஒருபோதும் இப்படிசிந்திப்பதில்லை!'' என்றான். துப்பாக்கியின் எட்டும் தொலைவுக்குள் எங்கே சென்றாலும் மேட்டில் இருந்து யானை வேகமாக கீழே பாய்ந்துவந்து தாக்கமுடியும். நாங்கள் பின்வாங்க வேண்டுமென்றால் எங்களுக்குப் பின்னால் உள்ள மேட்டில் ஏற வேண்டும். அதற்குள் அது எங்களைப் பிடித்துவிடும்.

''மேலே ஏறிக்கொள்வோம்...'' என்றபடி துரை பின்பக்க மேட்டில் ஏறிக்கொண்டான். ''இப்போது செய்யக்கூடியது ஒன்றுதான்... பொறுமைச் சீட்டாட்டம்...'' என்றான் துரை. ''வா... வேசிமகனே... வா விளையாடுவோம்'' என்று பாறைக்கு அப்பால் நின்ற கொம்பனை நோக்கிச் சொல்லிவிட்டு வேர்மீது ஏறி அமர்ந்துகொண்டான். துப்பாக்கியை தோள்மேல் ஏந்திக்கொண்டான்.

துப்பாக்கிக்குண்டுத் தொலைவுக்கு அப்பால் இரு பாறைகளும் மிக அமைதியாக காத்து நின்றன. இப்பால் துரை மெல்லிய குரலில் வைதுகொண்டும் துப்பிக்கொண்டும் காத்திருந்தான். நேரம் சென்று கொண்டே இருந்தது. பொறுமை விளையாட்டில் மிருகங்களை வெல்ல எந்த மனிதனாலும் முடியாது என்று சொல்ல நான் விரும்பினேன்.

துரை துப்பாக்கியை தோள்மாற்றினான். ''உன்னை ஏன் உன் குடிப்பெண்கள் மணந்துகொள்வதில்லை?'' என்றான். நான் பாறையையே பார்த்துக்கொண்டிருந்தேன். ''உன் கண்களை கண்டு அவர்கள் அஞ்சுகிறார்கள் அல்லவா?'' நான் பாறையை விட்டு கண்களை எடுக்கவில்லை.

நெடுநேரம் கழித்து துரை ''ஜீஸஸ்... இது என்னை கொல்கிறது'' என்றான். ''என் பிராந்தியை எடு.'' நான் பிராந்தியுடன் ரொட்டியையும் அவனுக்கு கொடுத்தேன். அவன் ரொட்டியைத் தின்று பிராந்தியைக் குடித்தான். அவன் முகம் வெந்த சீனிக்கிழங்கு போல சிவந்தது. மூக்கு காரட்கிழங்கு போலிருந்தது.

இரவுக்கு முன்னால் யானை வெளியே வந்தாக வேண்டும். இருளில் யானைக்கு ஆயிரம் கண்கள். இருட்டிவிட்டதென்றால் மரங்களில் ஏறி அமர்ந்து இரவைக் கழிக்க வேண்டியதுதான். உணவும் மதுவும் எல்லாம் இன்னும் மூன்றுநாட்களுக்கு இருந்தன. இத்தனை சீக்கிரம் கொம்பனைக் காண்போமென நான் எதிர்பார்க்கவில்லை. சுண்டுமலைக்கு அப்பால் தெற்குக்காட்டில் பலாமரங்கள் அதிகம். அங்கேதான் இருக்கும் என்று எண்ணியிருந்தேன்.

காட்டுக்குள் ஒலிகள் மாறுபட ஆரம்பித்தன. நிழல்கள் எங்களை நோக்கி சரிந்து வந்தன. ''சாத்தானுக்கு பொறுமை அதிகம்...'' என்றான் துரை. துப்பிவிட்டு கைகளை உரசிக்கொண்டு மீண்டும் துப்பாக்கியை எடுத்தான். ''சரி, இப்போது ஒரே வழிதான். நீ முன்னால் செல்... அதை கூப்பிடு'' என்றான்.

கீழே உருளைக்கற்களும் சருகுகளும் நிறைந்த பள்ளம். அது மழைக்காலத்தைய ஓடைகளில் ஒன்றாக இருக்கலாம். அதில் நான் ஓடித் தப்ப முடியாது. நான் துரையை கூர்ந்து நோக்கினேன். துரை என்னை நோக்கி துப்பாக்கியை திருப்பினான் ''போ... இல்லாவிட்டால் உன்னை சுடுவேன்... கண்டிப்பாக சுடுவேன்...''

நான் அவனுடைய கண்களைப் பார்த்து ஒரு கணம் நின்றபின் மெல்ல பள்ளத்தில் இறங்கினேன். பாறைகளில் என் கால்கள் இடறின. கொடிகளில் பாதங்கள் பின்னிக்கொண்டன. நான் ஒவ்வொரு உறுப்பாலும் மேலே நின்ற யானையைப் பார்த்தபடி முன்னால் சென்றேன். துப்பாக்கியின் எல்லை வரும்வரை என் பின்னால் வந்தபின் துரை நின்றுகொண்டான். ''ம்ம் போ'' என்றான். நான் மேலும் முன்னகர்ந்தேன். என் கால்கள் மிகமிகக் கனமாக இருந்தன.

நான் பக்கவாட்டில் ஓடி தப்பிவிட்டாலென்ன என்று எண்ணியதுமே துரை ''ஓடினால் உன்னை சுடுவேன்... நீ தப்பிவிட்டாலும்கூட எல்லா காட்டுக்கும் ஆளனுப்பி உன்னை பிடித்துவந்து சுடுவேன்...'' என்றான்.

நான் மெல்லமெல்ல முன்னேறினேன். பாறைக்கு அப்பால் ஒரு அசைவு நிகழ்வதை என் காது கேட்கவில்லை, சருமம் கேட்டறிந்தது. ''ம்ம்... போ... மேலே போ'' என்றான் துரை. நான் மேலும் முன்னால் சென்றேன். எனக்குப் பின்னால் துரை துப்பாக்கியின் பூட்டை விடுவித்தான். அப்பால் யானையின் காதுகள் நிலைக்கின்றன என்று அறிந்தேன்.

நான் எதிர்பார்த்து நின்ற அக்கணத்தில் காட்டுமரம் சரியும் ஓலம் போல பிளிறியபடி கொம்பன் துதிக்கையை தூக்கிச் சுழற்றிப் பாய்ந்து என்னை நோக்கி வந்தது. நான் உறைந்து போய் அது வருவதை அணு அணுவாகப் பார்த்தபடி நின்றிருந்தேன். பின்னர் என் உடல் தசைகள் எல்லாம் துடிக்க திரும்பி ஓட முயலவும் கூழாங்கல்லில் கால் தடுக்கி விழுந்து விட்டேன். அதே கணத்தில் துப்பாக்கி வெடித்து காட்டுக்குள் பல இடங்களில் எதிரொலி முழங்கியது.

யானை பிளிறியபடி அதே வேகத்தில் வந்து முன்காலை மடித்து முன்னால் விழப்போயிற்று. கனத்த கொம்புகள் நிலத்தில் ஊன்றின. துரை மீண்டும் சுட்டான். யானை பக்கவாட்டில் சரிந்து விலா மண்ணில்

அழுந்தி மறுபக்கம் வயிறு புடைத்தெழ விழுந்து துதிக்கையையும் இரு கால்களையும் உதைத்துக்கொண்டது.

நான் எழுந்து யானையை நெருங்கினேன். அது என்னைக் கண்டதும் பிளிறியது. துதிக்கை அடிபட்ட மலைப்பாம்பு போல புழுதியில் புரண்டு நெளிந்தது. பின்னங்கால் மட்டும் நீண்டு அதிர்ந்து கொண்டிருந்தது. கொம்பனின் கண்களில் இருந்து கண்ணீர் வழிந்து அதன் மத்தகம் வழியாக மண்ணில் சொட்டியது. அதன் அசைவுகள் அடங்குவதையே பார்த்துக்கொண்டிருந்தேன்.

பின்பக்கம் ''செந்நாயே...'' என்று துரையின் குரல் கேட்டது. கையில் துப்பாக்கியுடன் கோணலான புன்னகையுடன் துரை நெருங்கி வந்தான். ''பயமுறுத்தப்பட்டால் நீ மிகவும் தைரியமாக செயல்படுகிறாய்...'' என்றான். யானையை நெருங்கி அதன் மீது தன் சப்பாத்துக்காலைத் தூக்கி வைத்தான். யானையின் வயிற்றிலும் துதிக்கை நுனியிலும் மெல்லிய அசைவு மிச்சமிருந்தது. அதன் கண்கள் மெல்ல மூடிக்கொண்டிருந்தன, அந்த விழிகள் கரிய உடலுக்குள் மெல்ல மெல்ல புதைந்து மறைவதுபோல் உணர்ந்தேன்.

துரை அதன் தந்தங்களை துப்பாக்கியால் தட்டிப்பார்த்தான். ''அனேகமாக இதுதான் இந்தியாவிலேயே பெரிய யானைத்தந்தம்'' என்றான். ''ஆப்ரிக்க யானைகளின் அளவுக்கே பெரியது... ஆமாம், இது ஒரு மன்னன். யானைகளில் ஒரு மன்னன்'' என்றான். யானையின் முன்னங்கால் மேல் அமர்ந்துகொண்டு தன் ஒரு சப்பாத்தைக் கழற்றினான்.

''மிகப்பெரியது... கன்ன எலும்பைப் பார்த்தால் எண்பது வயதுகூட சொல்லலாம். மூத்தவர்'' என்றான் துரை என்னிடம். நான் அவன் கண்களிலும் புன்னகையிலும் மகிழ்ச்சியே இல்லாததைக் கவனித்தேன். அதை என்னால் புரிந்துகொள்ள முடிந்தது. பெரிய வேட்டையை கொன்றதும் ஏமாற்றம் வந்துவிடுகிறது. ஏனென்றால் அதற்குமேல் வேட்டையாட ஏதுமில்லை. ஆனால் அது மட்டுமல்ல. மிருகம் எப்போதுமே சாவின்மூலம் மனிதனை வென்றுவிடுகிறது. வேறு ஒரு உலகைச்சார்ந்ததாக ஆகிவிடுகிறது. அதை மகத்தான தாகவும் பெருந்தன்மை மிக்கதாகவும் நாம் நினைக்க ஆரம்பித்து விடுகிறோம் என்று சிம்ப்ஸன் பெரிய துரை ஒருமுறை சொன்னார். புலி ஒன்றைக் கொன்றபின் அவர் அதனருகே நின்று பிரார்த்தனை செய்துகொண்டே கண்ணீர் விட்டார்.

துரை என்னிடம் ''நான் புதருக்குள் விழுந்துவிட்டேன். என் தொப்பியை எடுத்துவா'' என்றான். என் உடம்பெங்கும் முள். நான் புதரை நோக்கிச்சென்றேன். துடலிமுள் அடர்ந்த குட்டையான புதருக்குள் துரையின் தொப்பி கிடந்தது. அதை எடுக்கச்சென்றபோது

என் மூக்கு அதிர்ந்தது. கையை பின்னுக்கு இழுத்துக்கொண்டு துரையை நோக்கி திரும்பினேன்.

துரை யானைமீதிருந்து எழுந்து கையை ஆட்டி ஏதோ சொல்ல முயன்றான். துப்பாக்கி நழுவி கீழே விழுந்தது. அவன் வாய் இழுத்துக் கொண்டது. அவன் கழுத்து அறுபட்ட கோழி போல நடந்து, சில அடி தூரம் முன்னால் வந்து, குப்புற விழுந்தான். நான் அவனை நோக்கி ஓடி அவன் சப்பாத்துகளை உருவி எடுத்தேன். அவன் சப்பாத்துக்கு சற்றுமேல் கண்ணாடிவிரியனின் கடித்தடம் இருந்தது.

நான் இடையில் வைத்திருந்த ஈட்டி நுனியால் அந்த இடத்தை கிழித்தேன். பிளந்து ரத்தம் கொட்டிய காயத்தை அழுத்திப்பிழிந்த பின்னர் காட்டுக்குள் ஓடினேன். இலைகளுக்குள் முழந்தாளிட்டு துழாவியபடி வெறியுடன் அலைந்தேன். கைநீலி செடியைக் கண்டுபிடித்ததுமே கைநிறைய இலைகளைப் பறித்துக்கொண்டு வேகமாக ஓடிவந்தேன். அந்த இலைகளில் ஒரு தளிரை வாயிலிட்டு பார்த்தேன். என் குடல்கள் வரை கடும் கசப்பு பரவி உடல் அதிர்ந்தது.

பச்சிலையைக் கசக்கி வெட்டுக்காயத்தில் சாற்றைச் சொட்டினேன். பலா இலையைக் கோட்டி அதில் பச்சிலையைச் சாறு பிழிந்தேன். கிட்டித்துவிட்டிருந்த துரையின் வாயை ஈட்டி நுனியால் நெம்பித்திறந்து உள்ளே சாற்றை செலுத்தி வாயில் வாய் வைத்து ஊதி உள்ளே புகுத்தினேன். கண்களிலும் மூக்கிலும் காதுகளிலும் பச்சிலைச்சாற்றை செலுத்தியபின் துரையை திருப்பிப்போட்டு எஞ்சிய சக்கையை அவன் குதத்துக்குள் செருகினேன்.

துரையின் ரத்தம் கெட்டிப்படாமலிருக்க அவன் கைகால்களை மடக்கி நீட்டியபடி இருந்தேன். கைகால்கள் இறுகியபடியே வந்தன. பின்னர் மெல்ல அவை இலகுவாயின. துரையின் மூக்கு வழியாக கொஞ்சம் கரிய ரத்தம் வந்தது. வெட்டுக்காயத்தில் வழிந்த ரத்தம் கரிய பசையாகவும் தெளிந்த நீராகவும் பிரிந்து வெட்டுக்காயம் மாங்காய் பிளந்தது போல வெளிறி தெரிந்தது. மீண்டும் பச்சிலை கொண்டுவந்து துரைக்கு கொடுத்தேன்.

மெல்ல துரையின் இமைகளில் அசைவை உணர்ந்தேன். அது பிரமையா என்ற எண்ணம் எனக்கு ஏற்பட்டது. ஆனால் இமை மெல்ல மெல்ல துடித்து பிளவு விட்டு வெண் விழிகாட்டி பின்பு திறந்துகொண்டது. ''தண்ணீர்... தண்ணீருக்குள்... ஆழம்'' என்றார் துரை. அவன் பார்வை தண்ணீருக்குள் இருப்பது போல அலையடிக்கிறது என்று தெரிந்து கொண்டேன். மீண்டும் கண்களில் இரு சொட்டு பச்சிலையை விட்டேன். துரை ''கப்பலில்... ஒரு ஸீகல்... கப்பல்... ஆனால் நீ என்னை...'' என்றான். அவன் உதடுகள் துடித்துக்கொண்டே இருந்தன.

''நான் வந்துவிடுவேன்... பெரியம்மை ஜீஸஸ்'' என்று உளறிக் கொண்டிருந்தான்.

சட்டென்று தீபட்டவன்போல துடித்தெழுந்து தன் துப்பாக்கிக்காக கை நீட்டினான். நான் துப்பாக்கியை ஏற்கெனவே எடுத்து அகற்றியிருந்தேன். அவன் என்னிடம் ''நான் உன்னை கொல்வேன் ஊமைச்செந்நாயே...'' என்றான். வறண்ட வாயில் நான் மீண்டும் சாற்றை பிழிந்தேன்... ''இது மிகவும் தித்திப்பானது'' என்று நக்கினான். கண்களை மூடிக்கொண்டான்.

இரு சடலங்கள் போல யானையும் துரையும் மண்ணில் கிடந்தார்கள். யானையின் ரணத்தில் சிறிய பூச்சிகள் வர ஆரம்பித்து விட்டிருந்தன. நான் பெட்டியில் இருந்து துணியை எடுத்து யானை ரத்தத்தில் தோய்த்தபின் சிறிய கிழிசல்களாக ஆக்கிக்கொண்டேன்.

துரை மீண்டும் கண்விழித்தபோது சோர்வாகவும் தெளிவாகவும் இருந்தான். மெல்லிய குரலில் ''எந்த இடம்?'' என்றான். ''காடு'' என்றேன். அவன் கையை ஊன்றி எழுந்து கொண்டான். தலை சுழன்றதனால் மீண்டும் படுத்தான் ''எனக்கு மிகவும் தாகமாக இருக்கிறது...'' என்றான். நான் அவனுக்கு பச்சிலைச்சாறு பிழிந்து சேர்த்த தண்ணீர் கொடுத்தேன். ''இனிக்கிறதா?'' என்றேன்.

''கொஞ்சம்...'' என்றான். ''இன்னும் விஷம் போகவில்லை...'' என்றேன். துரை ''என் தலை சுழல்கிறது'' என்றான். ''உங்கள் ரத்தத்தில் பாதி நீராக மாறிவிட்டது... இனி நீங்கள் நன்றாக ஆவதற்கு ஒரு வருடம்கூட ஆகும்...'' என்றேன்.

துரை முழுபலத்தாலும் எழுந்து அமர்ந்துவிட்டான். ''இங்கே இருக்கமுடியாது... இன்னும் சற்று நேரத்தில் செந்நாய்களும் நரிகளும் வந்துவிடும்.'' நான் ''ஆம்'' என்றேன். ''என்னை பிடித்துக்கொண்டு மெல்ல நடந்தால் போய்விடலாம்...''

''கிளம்புவோம்'' என்றான் துரை. பெட்டியை நான் சுமக்க முடியாது என்பதனால் அதை நன்றாக மூடி தூக்கி ஒரு மரத்தடியில் வைத்தேன். துரைக்கு ஒரு கம்பு வெட்டி ஊன்றிக்கொள்ளக் கொடுத்துவிட்டு யானைத்துப்பாக்கியை எடுத்துக்கொண்டு நடந்தேன். துரை ஒரு கையை என் தோளில் வைத்து மறுகையில் குச்சி ஊன்றி மெல்ல நடந்தான்.

''நாம் அதிக தூரம் வந்துவிடவில்லை, நல்ல வேளை...'' என்றேன். யானை ரத்தம் தோய்ந்த கிழிசல்துணிகளை செடிகளில் கட்டியபடி நடந்தேன். சிலநாட்களுக்குப் பின்னர் ஒரு வேட்டைநாய் துணையுடன் வேலையாட்களுடன் வந்து தந்தங்களை எடுத்துக்கொண்டு

போகலாம். அழுகிய சதையில் இருந்து தந்தங்களை வெட்டி எடுப்பது எளிது. யானையின் உடலில் சிறு பகுதிதான் அப்போது மிஞ்சியிருக்கும்.

5

இரவாகும் வரை நாங்கள் நடந்தோம். துரை ஒன்றும் பேசாமல் உரக்க மூச்சுவிட்டபடி, அவ்வப்போது ''ஜீஸஸ்!'' என்று குரலெழுப்பி அழுதபடி, என் தோளில் எடையை அளித்து தள்ளாடி வந்தான். நான்கு இடங்களில் அமர்ந்து ஓய்வெடுத்துக்கொண்டு எஞ்சிய மதுவைக் குடித்தான். இரவு ரீங்காரத்துடன் வானில் இருந்து பொழிந்து காட்டை மூடியது. துரைக்கு நான் மீண்டும் மீண்டும் பச்சிலைச் சாற்றைக் கொடுத்தேன். அதன் இனிப்பு குறைந்து வந்தது. கசப்பு தெரிய ஒரு வாரம்கூட ஆகும்.

''நாம் ஏதாவது மரத்தின்மேல் ஏறிக்கொள்ளலாம்'' என்றேன். துரை ''என்னால் மரமேற முடியாது... பாறை மீது தங்குவோம்'' என்றான். ''இன்றிரவு இங்கே நிறைய செந்நாய்களும் நரிகளும் திரண்டு வரும்...'' என்றேன். ஒரு யானையின் சடலம் அவற்றுக்கு பலநாள் உணவாகும். துரை பெருமூச்சு விட்டான்.

நான் அவனை அமரச்செய்துவிட்டு மரத்தில் ஏறி கொடிகளை வெட்டி கயிறாக்கி தொங்கவிட்டேன். அவன் பலத்த முனகல்களுடன் மெல்ல மெல்ல ஏறிவந்தான். அவனை என் பலத்தால் தூக்கி மரக்கிளையில் அமரச்செய்தேன். அதன்பின் காட்டுக்கொடிகளால் அவனை கிளைகளுடன் சேர்த்துக் கட்டினேன். ''நீங்கள் தூங்கினாலும் பிரச்சினை இல்லை. நான் விழித்திருப்பேன்'' என்றேன்.

துரை மெல்ல ''ஜீஸஸ்'' என்றான். நான் இன்னொரு கிளையில் அமர்ந்து என் தோளை அடிமரத்தில் சாய்த்துக்கொண்டேன். காட்டுக்குள் பன்றிக்கூட்டம் ஒன்று செல்லும் உறுமல்தொகைகள் கேட்டன. சில்வண்டுகளின் ரீங்காரத்துடன் காற்று செல்லும் ஓசையும் இணைந்துகொண்டது. நான் காட்டுக்கு மேல் இலைக்கூரைக்கு அப்பால் கரியவானில் மின்னியபடி விரிந்திருக்கும் நட்சத்திரங்களை எண்ணிக்கொண்டேன். துரை தூங்கிவிட்டானா என்று தெரியவில்லை.

துரை அசையும் ஒலி கேட்டு நான் ''ம்?'' என்றேன்.

துரை ''ஊமைச்செந்நாயே'' என்றான். ''நீ என்னை ஏன் காப்பாற்றினாய்?'' நான் இருட்டுக்குள் பேசாமல் இருந்தேன். ''நீ என்னை விட்டுவிட்டு போயிருக்கலாமே.'' நான் ஒன்றும் சொல்ல வில்லை.

துரை சற்றுநேரம் பேசவில்லை. பின்பு ''என்னைப்பற்றி நீ என்ன நினைக்கிறாய்?'' என்றான். நான் அதற்கும் பதில் சொல்லவில்லை. ''சொல்.'' நான் மெல்ல கனைத்ததுடன் சரி. ''நீ சொல்ல மாட்டாய் என தெரியும்'' என்றான் துரை. ''ஆனால் நீ ஒன்று தெரிந்துகொள்ளவேண்டு மென நான் விரும்புகிறேன்... நான் கெட்டவன் அல்ல. ஆணவம் பிடித்தவனாக இருக்கலாம். இனவெறியனாக இருக்கலாம். ஆனால் நான் உள்ளூர கெட்டவன் அல்ல...''

அவன் நான் ஏதேனும் சொல்லக்கூடுமென எதிர்பார்த்தான். பின்னர் தொடர்ந்தான். ''ஊமைச்செந்நாயே, நாடுவிட்டு இந்த வெப்ப நாட்டுக்கு வந்திருக்கும் நானும் என்னைப்போன்றவர்களும் எங்கள் சமூகத்தில் உன்னைப்போலவே கடைப்பட்டவர்கள். எங்களை எவரும் மனிதர்களாக மதிப்பதில்லை. ஒரு நல்ல குடும்பத்துப்பெண் எங்களை ஏறிட்டும் பார்க்கமாட்டாள். ஒரு சாதாரண விருந்தில்கூட நாங்கள் கலந்துகொள்ள முடியாது. எங்கள் கழுத்துக்குட்டைகளையும் காலுறை களையும் தொப்பிகளையும் பார்த்து அவர்கள் சிரிப்பார்கள். அவர்கள் சிரிக்கும்தோறும் நாங்கள் மேலும் கோமாளிகள் ஆவோம்... நாங்கள் எங்கள் சமூகத்தில் உள்ள புழுப்பூச்சிகள் தெரியுமா?''

பேச ஆரம்பித்ததும் அவனுக்கு பேச்சு வந்தது. ''எல்லாவற்றையும் உதறிவிட்டு இந்த வெயில் காடுகளுக்குள் வந்து பதுங்கிக்கொள்கிறோம். எங்களை வெறுப்பவர்களை நாங்கள் வெறுக்க முடியாது. அவர்கள் எங்கள் எஜமானர்கள். ஆகவே உங்களை வெறுக்கிறோம். சாட்டையால் அடிக்கிறோம். அவமானப்படுத்துகிறோம். நீயே பார்த்திருப்பாய், அடிமைகள் அனைவருமே நாய் வைத்திருப்பார்கள்.''

நெடுநேரம் இருவர் நடுவே இருள் மட்டும் இருந்தது. பின்பு துரை ''நீ அசாதாரணமான மனிதன். என்னைவிட நீ எத்தனையோ பெரியவன். நான் சாதாரணமானவன்... ஆனால் நான் உனக்கு ஏதாவது தரவேண்டும்... பதிலுக்கு நான் ஏதாவது செய்ய வேண்டும். உனக்கு என்ன வேண்டும்?'' அவன் என்னை நோக்கி கை நீட்டி என் முழங்காலை தொட்டான். அவன் கை சூடாக நடுங்கிக் கொண்டிருந்தது. ''சொல்... உனக்கு நான் என்ன செய்ய வேண்டும்?''

நான் ஒன்றும் சொல்லாமலேயே இருந்தேன். என் முழங்காலைப் பிடித்து அவன் உலுக்கினான். ''சொல்... நிறைய பணம் தருகிறேன். கீழே கிராமத்துக்கு போய் ஒரு பெண்ணை கல்யாணம் செய்துகொண்டு நிலம் வாங்கி வீடுகட்டி விவசாயம் செய்...'' அவன் மேலும் உலுக்கினான். ''சொல் என்ன வேண்டும் உனக்கு? அந்த சோதியை திருமணம் செய்துகொள்கிறாயா? அவளை கட்டாயப்படுத்தி உன்னை மணக்கச் செய்கிறேன்...''

நான் பேசாமலிருந்ததும் அவன் வெறிகொண்டான். ''சொல், முட்டாளே, சொல்... ஊமைச்செந்நாயே... உனக்கு நான் என்ன செய்ய வேண்டும்? சொல். வாயைத்திறந்து சொல்... ஏன் பேசாமலிருக்கிறாய்?''

நான் மெல்ல ''ஏனென்றால் நான் ஒரு ஊமைச்செந்நாய்'' என்றேன். அவன் தளர்ந்து மெல்ல சாய்ந்துகொண்டான். ''நான் உன்னிடம் சொல்வதெல்லாம் இவ்வளவுதான். நீ என் நண்பன். என் சகோதரன். என் வாழ்நாளெல்லாம் நான் உன்னை நினைத்திருப்பேன்... ஒருநாளும் உன் நினைவை நான் இழக்க மாட்டேன்.'' அவன் குரல் தழு தழுத்திருந்தது.

அதன்பின் அவன் பேசவில்லை. ஆனால் அவன் இரவெல்லாம் தூங்கவில்லை. பெருமூச்சு விட்டபடியும் நெளிந்தபடியும்தான் இருந்தான். இருமுறை தண்ணீர் கேட்டான். விடியற்காலையில் அவன் சற்று தூங்கிவிட்டிருந்தான்.

தலைக்குமேல் பறவைகளின் ஒலி கேட்டபோது நான் எழுந்து அவனை எழுப்பி அவன் கட்டுகளை அவிழ்த்தேன். அவன் முகம் தெளிவாக இருந்தது. அது தூங்கியதனால் இருக்கலாம். அல்லது இரவு அவன் பேசியதனாலும் இருக்கலாம். என்னிடம்'' இன்று நானே நடப்பேன் என்று நினைக்கிறேன்'' என்றான். நான் புன்னகை செய்தேன்.

காட்டுக்குள் இறங்கி இருவரும் சென்றோம். அவன் சற்று திடமாகவே நடந்தான். ஏற்றங்களில் மட்டும் நான் சற்று பிடிக்க வேண்டியிருந்தது. மலைப்பாதை பெரிய குன்றின் விலாவில் வளைந்து சென்றது. கீழே மிக ஆழத்தில் பாம்புச்சட்டை போல ஆறு ஓடும் பள்ளம் தெரிந்தது. ''அது காரோடையா?'' என்றான். நான் ஆம் என தலையசைத்தேன்.

அவனை மரத்தடியில் நிறுத்திவிட்டு நான் காட்டுக்குள் சென்றேன். பாதையோரத்தில் சிறிய பாறை ஒன்றின் இடுக்கில் ஊற்று கசிந்து அப்பால் பள்ளம் இறங்குவதைக் கண்டேன். நீரை அள்ளிச்செல்ல ஒரு கமுகுப்பாளை எடுத்து கோட்டிக்கொண்டிருந்தபோது சீறல் ஒலியைக் கேட்டேன். என் முன்னால் மாங்கொட்டை நிறத்து உடலுடன் ஒரு செந்நாய் நின்றது. அதன் பழுப்புக்கண்களை பார்த்துக்கொண்டே நான் காலை தூக்கி பின்னால் வைத்தேன்.

புதர்களுக்குள் மெல்லிய அசைவுகளாக நான் செந்நாய்களைக் கண்டேன். எந்த திசை நோக்கி விலகுவது என நான் கண்களை மட்டும் திருப்பிப் பார்ப்பதற்குள் செந்நாய் ஒன்று என் விலாப்பக்கமிருந்து என்னைத்தாக்கியது. யானைரத்தம் தோய்ந்த துணி அங்கே இருந்தது. அதை முகர்ந்து பின்னால் வந்த கூட்டம் அது. நான் என்

இடுப்புத்துணியை உருவிவிட்டுக்கொண்டு பாய்ந்து அந்தப்பாறையில் ஏறினேன். என் அலறல் கேட்டு துரை திரும்பிப்பார்த்து ''ஜீஸஸ்!'' என்றபடி தன் கைத்துப்பாக்கியை உருவி இருமுறை சுட்டான்.

காடே ஒலியில் அதிர செந்நாய்கள் வால் சுழற்றி எம்பிப்பாய்ந்து புதர்களுக்குள் விலகி ஓட துரை என்னை நோக்கி வருவதைப்பார்த்திருந்த போது காட்சி சற்றே ஆடுவதை உணர்ந்தேன். அதைப் புரிந்துகொள்ளும் சில கணங்களுக்குள் நான் நின்றிருந்த சிறிய பாறை மண்ணுடன் பெயர்ந்து சரிவில் இறங்கியது.

நான் அதிலிருந்து குதித்து ஒரு தவிட்டைச்செடியைப் பற்றினேன். பாறை பெயர்ந்து உருண்டு வேகம் கொண்டு 'தம்ம்ம்' என்ற ஒலியுடன் ஆழத்துக் காட்டை அடைந்தது. தவிட்டைச்செடி என் எடையை தாங்காமல் பிடுங்கப்பட்டு வந்தது. நான் பல்வேறு செடிகளைப் பிடிக்க முயன்று ஈரமண்ணில் வழுக்கி வழுக்கி கீழிறங்கி செங்குத்தான சரிவின் விளிம்பில் நின்ற ஒரு வேரைப்பற்றிக்கொண்டு தொங்கினேன். மண்ணில் ஊன்ற முயன்று வழுக்கிய என் கால்களுக்குக் கீழே ஆழத்தை பார்க்காமலேயே உணர்ந்தேன்.

துரை ஓடிவந்து மேலே குப்புறப் படுத்துக்கொண்டு ''பயப்படாதே... பயப்படாதே... ஒரு நிமிடம்...'' என்று கூவினான். தன் இடுப்பில் இருந்து பெல்ட்டை உருவி அதன் ஒரு நுனியை தன் கையில் சுற்றிப் பிடித்துக்கொண்டு அதை நீட்டினான்.

பெல்ட் என் முகத்தருகே வந்தது. என் வலக்கையை நீட்டி அதைப் பிடித்தபடி மேலே பார்த்தேன். ''பிடித்துக்கொள்... நான் இழுக்கிறேன்'' என்று அவன் கூவினான்.

நான் ''நரகத்துக்குப் போ!'' என்று அவன் கண்களைப் பார்த்துச் சொல்லி காறித் துப்பிவிட்டு என் பிடிகளை விட்டேன். அடியாழத்தில் விரிந்திருந்த பசுமையான காடு பொங்கி என்னை நோக்கி வர ஆரம்பித்தது.

நவம்பர், 2008

மத்தகம்

“ஓம்மாணை அண்ணா, ஒருநாள் இல்லெங்கி ஒருநாள் இந்தச் சவத்தையும் வெஷம் வச்சு கொன்னுட்டு நானும் சாவேன். பாத்துக்கிட்டே இரும்...'' என்றான் சுப்புக்கண். நான் ஓரக்கண்ணால் ஆற்று நீரில் கிடந்த கேசவனைப் பார்த்து விட்டு ''சும்மா கெடந்நு செலைக்காம வந்து சோலிமயிரைப் பாருடே...'' என்றேன்.

''பின்ன அல்லாம, அண்ணா, நானும் ஒரு மனியனாக்குமே...'' என்றான் சுப்புக்கண் ''ஒரு வாய்ச் சோத்துக்கு ஊம்பி நடந்தாலும் மனுசன் மனுசனுல்லா...'' நான் அவன் மண்டையை ஓங்கித் தட்டி ''எந்திரிச்சு வாலே... ஏமான் கண்டா இன்னைக்கு உனக்க தலை ஆத்துமணலிலே கெடந்து உருளும் பாத்துக்க. வாறியா, இல்லியா?'' என்றேன்.

சுப்புக்கண் லேசாக விசும்பி முகத்தைத் துடைத்தபிறகு எழுந்து வந்தான். கேசவன் கரும்பாறைகள் நடுவே பாறை போல ஆற்று நீரில் படுத்துக்கிடந்தது. அருகே மூத்த பாப்பான் எலவள்ளி சீதரன் நாயர் ஒரு பாறை மீது அமர்ந்து கால்கள் நடுவே வெள்ளிப்பூண் கட்டிய கட்டெறும்புநிற பிரம்பை வைத்துக்கொண்டு பார்த்துக் கொண்டிருந்தார். கேசவனின் துதிக்கை நீருக்குள் இருந்து மலைப்பாம்பு போல வளைந்து எழுந்து 'புஸ்ஸ்' என்று சீறியது. அவனுடைய காதுகள் படகுத்துடுப்புப் பட்டைகள் போல நீரோட்டத்தை அளைந்தன. வயிறு பம் என்று எழுந்து தோல்வரிகளில் நீர் வழிய நீரோட்டத்தை சுழித்து கலகலக்கச் செய்தபடி தெரிந்தது. சீதரன் நாயர் வாயில்

நிறைந்த தாம்பூலத்தை எட்டி நீரிலேயே துப்பிவிட்டு ''எழிச்சி வேகம் வரீனெடா நாயிகளே'' என்று சொன்னார்.

''பலபட்டற எரப்பாளி. அவனுக்க மத்த காலையும் ஆனை சவிட்டட்டு'' என்று தலைகுனிந்து முணுமுணுத்தபடி சுப்புக்கண் என்னுடன் வந்தான். சீதரன் நாயரை ஏழு வருடம் முன்பு கேசவன் தூக்கிச் சுழற்றிப் போட்டு அவரது இடதுகாலின் மீது தன்னுடைய காலை மெதுவாகத் தூக்கி வைத்துவிட்டு எடுத்தான். மூங்கில் ஒடியும் ஒலி. கேசவன் ஒரு கணம் செவியாட்டலை நிறுத்திவிட்டு தலையை குலுக்கி பின்னடைந்தான். கீழே கிடந்த சீதரன் நாயர் ஒடிந்த இடது காலை நீட்டிப் பிடித்தபடி இரு கைகளையும் வலதுகாலையும் ஊன்றிக் கொண்டு ''கொந்நே, என்னை ஆனை கொந்நே... டே அருணாச்சலம்... பெரமு ஓடிவாடா... ஓடிவாடா'' என்று கதறியபடி விலகி எழுவதற்கு முயன்றார். கேசவன் அவர் விலகுவதைக் காதசையாமல் பார்த்துவிட்டு துதிக்கை நீட்டி அவரைத் தூக்கி தன் முன்கால்களுக்கு கீழே போட்டுக் கொண்டது. நானும் சுப்புவும் அருணாச்சலமும் நாலு பக்கத்தில் இருந்தும் ஓடிவந்தோம். என்ன செய்வதென்று தெரியாமல் ''ஆசானே ஆசானே'' என்று கூவினோம்.

கேசவன் சாதாரணமாக காதுகளை அசைத்துக்கொண்டு ஒரு ஓலையை எடுத்து மெல்லப் பிய்த்து மண்போக முன்னங்காலில் தட்டி விட்டு சுருட்டி நாலைந்து முறை வாய்க்குள் நுழைப்பது போல பாவனை காட்டி பின்பு உள்ளே செருகி, கன்ன எலும்புகள் கரிய தோலுக்குள் அசைய, மென்று தின்ன ஆரம்பித்தது. ஆசான் கைநீட்டி ''பட்டிகளே... ஓடிவந்து என்னெ தூக்கெடா... பட்டிகளே... நந்நி இல்லா நாய்களே'' என்று கூவினார். நான் ஓடி முன்னால் சென்றேன். கேசவன் இரு செவிகளையும் முன்னால் தள்ளி நிலைநிறுத்தி துதிக்கை தூக்கி மணம் பிடித்தபின் கொம்பும் தலையும் குலுக்கி அலறினான். நான் பாய்ந்து பின்னால் வந்து கல்தூணில் முட்டிக் கொண்டேன்.

அதற்குள் திருவட்டாறு கோயில் வட்டமே அங்கு கூடிவிட்டது. மறைக்குடை பிடித்த இரண்டு அகத்தம்மார் முகமெல்லாம் மூடுகோடியால் மூடிக்கொண்டு நின்று வாயில் கைவைத்து வேடிக்கை பார்த்தார்கள். அவர்களுக்கு அகம்படி வந்த அச்சிமார் தளர்ந்த முலைகளுக்குமேல் வெள்ளிமணிமாலையும் உச்சிக் கொண்டையில் கோயில் பிரசாதமான பிச்சிப்பூவும் சூடி திறந்த வாயுடன் பார்த்தனர். கோயில் வேலைக்காரர்களும் காவல்காரர்களும் வந்து சேர்ந்து நின்று காக்காய் கூட்டம்போல சளசளவென்று பேசிக்கொண்டார்கள். ''ஒற்ற சவிட்டு, நின்னானை அம்மாச்சா! அவனுடெ கூம்பு சம்மந்தி ஆயிட்டுண்டாவும்.'' ''கேசவன் கொந்நால் அவனு மோட்சமெடே.'' ''ஒருபாடு நாள் கொண்டுள்ள பகையாக்கும்.''

ஸ்ரீகாரியம் ராவுண்ணிமேனன் படி இறங்கி வந்தார். ''எந்தருடே பரமா எந்து காரியம்?'' என்றார். ''ஆனை... ஆசானை...'' என்று சுட்டிக் காட்டினேன். அவர் யானையின் கால்கீழே கிடந்த ஆசானைப் பார்த்தபடி கடைவாயில் ஊறிக்கிடந்த பாக்கை நாவால் நெருடி எடுத்தார். பிறகு ''டே, ஒரு நல்ல முளை கொண்டு வந்து அவனை நீக்கி எடுடே'' என்றார். ''வேண்டா, வேண்டா. ஆனைக்கு கோபம் வரும்...'' என்று ஆசான் கதறினார். ''பின்ன? வலிய எஜமான் தரிசனத்தினு வருந்ந சமயம். ஆனை அவனை கொந்நால் கொல்லட்டே. சவத்தை எடுத்து குழீச்சு இடாம்...'' என்றபின் மேனோன் பின்பக்கமாக நடந்தார். அவரைக் கண்டதும் கூடிநின்ற கும்பலில் இருந்த கோயில் வேலைக்காரர்கள் ஏற்கெனவே கலைந்து சென்றிருந்தார்கள். என்ன செய்வதென்று தெரியவில்லை. தூரத்தில் நின்ற ஸ்ரீகாரியம் மேனோன் உரக்க ''டேய் மயிராண்டி, நீ எந்து செய்யும் எந்து எனக்கு அறியுக வேண்ட. சவமோ ஆளோ இப்பம் அவன எடுத்து மாற்றணும்...'' என்றார்.

நான் யானையை மெதுவாக நெருங்கினேன். ''வாடா வாடா...'' என்று ஆசான் என்னை நோக்கிக் கதறினார். நான் என் முழு பலத்தையும் கால்களுக்குக் கொண்டுபோனாலும் என்னால் இம்மியிம்மியாகத்தான் நகரமுடிந்தது. என் வாயும் தொண்டையும் உலர்ந்திருக்க மொத்தக் குடலும் சுருண்டு ஒரு பந்தாக வந்து மூச்சை இறுக்கிக்கொண்டது.

நான் நெருங்கி வருவதைக் கண்ட கேசவன் வயிறு அதிர 'பம்ம்' என்ற ஒலி எழுப்பியது. கோயிலின் பெருமுரசு மீது கோலால் வருடுவது போன்ற ஒலி. எனக்கு அதன் பொருள் தெரியும். கேசவன் ஆசானை துதிக்கையால் தூக்கியது. ஆசான் ''பகவதீ என்றெ பகவதீ!'' என்று உடைந்த குரலில் கூவினார். ''ரெட்சிக்கணே பகவதீ...'' என்று அவர் கூவியபோது குரல் தேய்ந்து அடைத்துக்கொண்டது. தாறுமாறாக கைகால்கள் உதைத்துக் கொண்டன. யானை அவரைத் தூக்கி தன் நான்கு கால்கள் நடுவே போட்டுக் கொண்டது. தரையில் விழுந்ததும் அவர் வலி தாளாமல் ''பகவதீ'' என்று கம்மிய குரலில் கூவிவிட்டு எழுந்து அமர்ந்தார். தனக்குச் சுற்றும் நின்ற நான்கு கரிய கால்களையும் பீதியுடன் பார்த்து சிறுகுழந்தைகள் பயத்தில் செய்வதுபோல ''வேண்டா வேண்டா...'' என்று கண்ணீர் வழிய கெஞ்சிக் கையை ஆட்டினார். அந்தக் கால்களிடமே அவர் பேசுவது போல இருந்தது.

நான் யானையைப் பார்த்தபடி நின்றேன். அதன் கண்கள் கரும்பாறையின் வெடிப்புக்குள் இரு ஆழமான துளைகளில் தண்ணீர் நிரம்பி நிற்பவை போல இருந்தன. வரி வெடித்த துதிக்கை மெல்ல முன்னும் பின்னும் ஊசலாடியது. ராட்சதக் குழந்தை ஒன்றின் பல்வரிசை போல பெரிய நகங்கள் பரவிய தூண்கால்களில் ஒன்று சற்று

முன்னகர்ந்து நின்றது. நான் கண்களை மூடிக்கொண்டு கைகளைக் கூப்பிக்கொண்டேன். ''கேசவா... உடய தம்புரானே, எஜமானே! என்னை காப்பாத்து மகாராஜாவே...'' என்று உரக்கக் கூவியபடி நேராக யானையை நோக்கிப் பாய்ந்தேன். ஆனால் என் அகவேகம் கால்களை அடையாததனால் மிக மெல்லத்தான் என்னால் செல்ல முடிந்தது. யானையை நெருங்கியபின் நான் கண்களைத் திறந்தேன். என்னுடைய பார்வையை முழுக்க நிரப்பியபடி கரிய உடல். உயிரில்லாத பாறை அல்லது இரும்பு போல ஒரு பரப்பு.

யானை அசைவில்லாது நின்றது. நான் அப்போதும் உயிரோடிருப்பதை என்மனம் நம்ப மறுத்தது. இரு வெண் தந்தங்களும் பல்லக்குப் பிடிகள் போல என்னை நோக்கி நீண்டிருந்தன. எத்தனை ரத்தம் தோய்ந்து உலர்ந்த கொம்புகள். காயங்குளம் மூன்றாம்நாள் போர் முடிந்து திரும்பியபோது கேசவனை மகாராஜாவே வந்து தழுவிக்கொண்டு மத்தகத்தில் குத்தி அறைந்து சிரித்தார். கேசவனை குளிப்பாட்டலாம், ஆனால் கொம்புகளில் பூசியிருந்த ரத்தம் மட்டும் அப்படியே இருக்க வேண்டும் என்றார். அரண்மனைக் குளக்கரையில் கேசவனை நிறுத்தி வைத்து குடம் குடமாக நீரள்ளி விட்டுக் கழுவினோம். கரிய உடலில் இருந்து ரத்தம் நீரில் கலந்து தரையெங்கும் சிவப்பாக ஓடியது. அடிவயிற்றில் குடல்கள் தொங்குவதுபோல ரத்தநீர் சிவப்பாக வழிந்தது. ரத்தம் வந்துகொண்டே இருப்பதைப் பார்த்து கேசவனுக்குத் தான் ஏதேனும் அடியா என்று ஆசான் ஓடிப்போய் வைத்தியர் அரசுமூட்டில் பார்க்கவன் தம்பியைக் கூட்டி வந்தார். கேசவனுக்கு பெரிய காயம் ஏதுமில்லை. பத்துநாளாக கொம்பில் ரத்தம் அப்படியே இருந்தது. கரிய தோல் மாதிரி பிறகு உரிந்து வந்தது. ஒவ்வொரு நாளும் மகாராஜா வந்து பார்த்தார்.

பெரிய தந்தங்கள் ஆட கேசவன் தலையைக் குலுக்கி மெல்ல பின்னால் நகர்ந்தது. கொம்பு குலுக்கி பின்னால் நகர்ந்த யானை என்பது ஏற்கெனவே அம்பைத் தொடுத்துவிட்ட வில் போன்றது. ஆனால் கேசவன் ஆசானை தன் கால்களுக்குப் பின்னாலிருந்து தூக்கி ஒருமுறை தன் மத்தகத்துக்குக் கொண்டுபோய் ஆட்டிவிட்டு கொம்புகள் மீது படுக்க வைத்துக் கொண்டது. நான் அதன் கண்களைப் பார்த்தேன். ஒரு சிறிய சிரிப்பு, மோதிரக் கல்லுக்குள் வெளிச்சம் தெரிவதுபோல, தெரிந்தது போல் உணர்ந்தேன். முன்னால் சென்று கொம்புகளை அணுகி துணிந்து ஆசானை என்தோளில் தூக்கிக் கொண்டு பின்னால் திரும்பி ஓடினேன். கரிய நதி துரத்தி வருவதுபோல என்னைப் பிடிக்க கேசவனின் தும்பிக்கை வருகிறது. இருட்டு வருவதுபோல சத்தமில்லாமல் கேசவனே வருகிறான். எல்லாம் பிரமைகள். நான் ஆசானுடன் வெளியே வந்துவிட்டேன். சுப்புக்கண் என்னையும்

ஆசானையும் சேர்த்துப் பிடித்துக் கொண்டான். அருணாச்சலம் என்னைப் பிடித்துக் கொள்ள நான் அவர் கைகளில் தளர்ந்து விழுந்தேன்.

திரும்பிப் பார்த்தேன். தூரத்தில் கேசவன் சாதாரணமாக ஓலை மென்று கொண்டிருந்தான். எல்லாம் கனவா என்று பட்டது. விக்ரமார்க்கன் கதையில் அவன் பாதாள லோகம் சென்று நாககன்னிகைகளைக் கல்யாணம் செய்துகொண்டு ஆயிரம் வருடம் வாழ்ந்து நூற்றியெட்டு குழந்தைகளையும் பெற்றுக்கொண்டு பிரிந்து திரும்பிவரும்போது பூமியில் ஒரு நொடிதான் ஆகியிருக்கும். அதுபோல ஒரு மாய அனுபவம். ஒரு சில கணங்களே ஆகியிருந்தன. என் இடுப்பு வேட்டி என் மூத்திரத்தால் நனைந்திருந்தது. உடல் வியர்வை வழிந்து குளிர்ந்திருந்தது.

''பரமண்ணா, நீ ஆசானை காப்பாத்திட்டே'' என்று சுப்புக்கண் குதித்தான். ''ஆஹா அஹ்ஹஹா'' என்று நடனமாடினான். ''சும்மா கெடலே சவத்தெளவுக்கு பெறந்த பயலே... என்னமோ அந்த பூதத்துக்க அப்புடி தோணியிருக்கு எளவு சீவன் கெடக்கணும்னு நம்ம தலையெழுத்து'' என்றேன். சுப்புக்கண் திரும்பிப் பார்த்து ''அண்ணா, நீரு அவனை ராஜாவேன்னுல்லா விளிச்சேரு? அதாக்கும் அவன் உன்னை விட்டது'' என்றான். திரும்பி யானையைப் பார்த்தேன். ஒரு இருண்ட அறை. கண்ணுக்குத் தெரியாத ஒரு கோயிலின் கருவறையின் இருட்டு மட்டும் தனியாக நிற்கிறது. அதற்குள் நாம் அறியாத ஒரு வினோதமான தெய்வம் குடியிருக்கிறது. மலைத்தெய்வம். தீராத வன்மமும் அருளும் கொண்டது.

நான் ஆற்றுக்குள் இறங்கி அருகே சென்றதும் பாறையில் இருந்த ஆசான் என்னிடம் ''என்னடே சொல்லுகான் அவன்?'' என்றார். ''ஒண்ணுமில்ல ஆசானே, பயலுக்கு ஒரு செறிய காய்ச்சலு... காய்ச்சலுன்னு சொன்னா உள்காய்ச்சலு. கை நடுக்கம். வாதமுன்னு தோணுது.'' ஆசான் உதட்டைக் கோணலாக்கி ''வாதப் பனியா?'' என்றார். ''ஆமா ஆசானே.'' ''டேய் ஆனைக்க காலுக்குள்ள நூந்து கொண்டு வாறதாக்கும் வாதப்பனிக்கு கை கண்ட மருந்து. வரச்சொல்லுடே அவனை'' என்றார். ''ஆசானே...'' என்று நான் மெல்ல இழுத்தேன். ஆசான் சுப்புக்கண்ணிடம் ''வாடே... வந்து வெள்ளம் கோரி ஆனை மேல விடுடே'' என்றார்.

ஆசானின் ஒடிந்தகால் சூம்பிப் போய் பிள்ளைவாதக்கால் போல ஆகி எண்ணெய் பூசிப்பூசிக் கறுத்து கருவேலங்குச்சியாக ஆகி பாறை மீது தூக்கி வைக்கப்பட்டிருந்தது. யானையின் கழுத்தில் வெள்ளாரங் கல்லால் தேய்த்துக் கொண்டிருந்த அருணாச்சலம் சுப்புவைப் பார்த்து புன்னகை செய்தான். ''எறங்கி சோலி செய்யுடே...'' என்றார் ஆசான்.

நானும் வெள்ளாரங்கல்லை எடுத்துக்கொண்டு ஆற்றில் இறங்கினேன். சுப்பு நடுங்கியபடி கைகளை மார்பில் வைத்துக்கொண்டு மெல்ல அலைநாக்குகள் ததும்பிய நீர் விளிம்புவரை வந்தான். அவன் நீரில் கால் வைக்கவும் கேசவன் பயங்கரமாகப் பிளிறியபடி எழுந்தான். நீரலைகள் எழுந்து மணல் விளிம்பை நக்கின. சுப்பு ''எக்கப்போ...'' என்று அலறியபடி திரும்பி ஓடினான்.

''பிடிலே அவன... ஏல பிடிலே அவனை'' என்றார் ஆசான். நான் பேசாமல் நின்றேன். ''டேய் சுப்பு, இப்ப இங்க நீ வரணும். வரலேன்னா நீ எங்கபோனாலும் உன்னைய ஆளுவச்சு பிடிச்சு கொண்டு வருவேன்...'' என்றார் ஆசான். ''ஆசானே தயவு காட்டணும். பெத்த மகனா நினைச்சு கருணை காட்டணும்...'' ''வாடே கிட்ட... வரப்போறியா இல்லியா?'' ''ஆசானே அடியனை கொல்லப்பிடாது. பாவமாக்கும். கொல்லப்பிடாது ஆசானே...'' சுப்பு முழந்தாளிட்டு, மார்பில் கைகூப்பி, முகம் கோண, கதறி அழுதான். ''டேய் வாடே'' என்றார் ஆசான்.

குளிர்ந்த நீரில் குளிக்கப் போகிறவன் போல சுப்பு குனிந்து நடுநடுங்கி அழுதபடி வந்தான். நீரை நெருங்காமல் நின்று ''ஆசானே... ஆனை என்னை கொன்னு போடும். என்னை கொன்னு போடும் ஆசானே. வயசான அம்மை இருக்கா ஆசானே'' என்று கெஞ்சி அழுதான். நான் கேசவனைப் பார்த்தேன். பக்கவாட்டில் நன்றாக மல்லாந்து கிடந்தான். பக்கவாட்டு நெற்றிக்குழியில் நீர் தேங்கியிருந்தது. சிறிய கண்களைச் சுற்றி சருமம் சுருங்கி விரிந்தது. அவனுடைய உடலே சுப்புக்கண்ணை கவனிக்கிறது என்று எனக்குத் தெரியும். சுப்புக்கண்ணின் கால்கள் நீரைத் தொட்ட அந்தக் கணமே யானை பிளிறி எழும்.

''அப்பம் கதை அதாக்கும் இல்லியா? என்னைக்கு முதல் இந்த கத நடக்குது?'' ''ஒரு வாரமாட்டு ஆசானே... அதுக்கு மின்ன நான் அதுக்க அடிமயாட்டுல்லா இருந்தேன். ஒரு வாரமாட்டு என்னை அவன் அடுக்க விடுறானில்லை.'' ஆசான் என்னிடம் ''நீ என்னலே சொன்னே, மயிராண்டி, அவனுக்கு குளிர் காய்ச்சல் இல்லியா? லே, ஒரு வாரமா இவன் ஆனைக்க பக்கத்தில் போறதில்லை. அதை நானும் பாத்துட்டு தான் இருக்கேன். பிண்டம் அள்ளுதான், ஓலை கொண்டுவந்து போடுதான். ஆனைக்கு எட்டுத தூரத்துக்குள்ள போறதில்ல. இன்னைக்கு பாத்திடுவோம்னாக்கும் வந்தேன். இவன் தண்ணியில காலு வச்சதுமே ஆனை அலறிச்சு பாத்தியா, அப்பமே எனக்கு சங்கதி பிடிகிட்டிப் போச்சு'' என்றார். சுப்புக்கண் அப்படியே கரையில் குந்தி அமர்ந்துவிட்டான்.

''என்னவாக்கும் நீ செய்த காரியம்?'' என்றார் ஆசான். ''ஒண்ணும் இல்ல ஆசானே... சத்தியமாட்டு ஒண்ணும் இல்ல...'' ''சொல்லுலே. வந்தா

சேத்து வெட்டிப்பிடுவேன் பாத்துக்க.'' சுப்பு, ''ஆசானே, ஓலை வைக்குத நேரத்தில பங்கி வந்தா. ஒரு நாலு நல்ல சொல்லு சொல்லிட்டு நின்னேன் ஆசானே. மூணு வட்டம் உறுமிக்காட்டினான். நான் கவனிக்கல்ல. நாலாம் வட்டம் உறுமினப்ப நான் ஓடிப் போனேன். அப்பிடியே ஒரு தட்டு தட்டினான். எந்திரிச்சு ஓடிப்போயிட்டேன். அப்பிடி ஒரு கொல விளி. அதுக்கும்பிறகு அருவத்தில போக விடுறான் இல்லை. நான் போனா கெம்பு குலுக்கி ஒரு விளி. ஆசானே அவன் என்னை கொன்னு போட்டிருவான் ஆசானே... என்னை விட்டா நான் எங்கிணயாம் போயி மண்ணு சுமந்து ஜீவிப்பேன் ஆசானே.''

ஆசான் எங்களைப் பார்த்து ''சோலி மயிரை பாருங்கலே. இங்க என்ன பார்வ?'' என்றார். நாங்கள் இருவரும் வேகமாக யாயைத் தேய்க்க ஆரம்பித்தோம். நான் ஒன்பது வருடங்களாக கேசவனைக் குளிப்பாட்டு கிறேன். அருணாச்சலம் அண்ணன் பதினேழு வருடங்களாக கூடவே இருக்கிறார். ஆசான் நாற்பது வருடங்களாக. எல்லாருக்கும் கேசவனை நன்றாகவே தெரியும். பிற யானைகளுக்குப் போல 'காலெடுத்தானே' 'கையெடுத்தானே' 'வலத்தானே' 'இடத்தானே' என்றெல்லாம் கத்தக் கூடாது, சொல்லக்கூடாது. துரட்டியும் குத்துக்கம்பும் எடுப்பதைப் பற்றி கற்பனைகூட செய்ய முடியாது. சொல்லப்போனால் ஆசானிடமும் எங்களிடமும் துரட்டி, குத்துக்கம்பு, கத்தி, மடக்குவாள் எதுவுமே இல்லை. ஆசானின் வெள்ளிப்பூணிட்ட பிரம்பு மட்டும்தான். அதை வைத்து கேசவனை லேசாகத் தட்டலாம். அவன் வேறு எதையாவது பார்த்து நின்றிருந்தான் என்றால் கூப்பிடுவதற்காக. கேசவனே கைகளையும் கால்களையும் தூக்கிக் காட்டுவான். புரண்டு படுப்பான். அங்கெல்லாம் தேய்க்க வேண்டியதுதான்.

கேசவன் எழுந்து நீர் வழிய மழைக்காலப் பாறை போல கன்னங் கரேலென நின்றான். வெளுத்த பெண்ணின் பெருந்தொடை போன்று பெரிய கொம்புகள் என் தலைக்கு மேல் இருந்தன. தரை தொட்டபிறகும் கால் பங்கு மிஞ்சியிருக்கும் துதிக்கை. நெற்றியிலும் காதிலும் பரவிய சிவப்பு மாம்பூத் தேமல். காதுகள் வீசியபோது தண்ணீர் தெறித்தது. யானை எழுந்து மெல்ல கரை நோக்கிச் சென்றதும் சுப்புக்கண் எழுந்து ஓடி இலஞ்சி மரத்தடியில் பதுங்கினான். யானை கரையில் கிடந்த அதன் கட்டுச்சங்கிலியை எடுத்து நீரில் அலம்பி கையில் வைத்துக் கொண்டது. வெறும் வாயை மென்றபடி மெதுவாக காலெடுத்து வைத்து கரைக்கு வந்தது.

ஆசான் ''எங்கல அவன்?'' என்று தேடி, சுப்புவை பார்த்ததும் ''எலெ, வந்து மகராஜன் காலில விழுந்து மன்னிப்பு கேளுலே...'' என்றார். ''ஆசானே'' என்று சுப்புக்கண் அலறினான். ''லே, இனி உன் கதிய

தீருமானிக்க வேண்டியது ஆனையாக்கும். காலில வந்து விழு... கொல்லணுமா வளக்கணுமான்னு அவன் சொல்லட்டு.'' ''ஆசானே ஆசானே ஆசானே...'' என்று கதறியபடி சுப்புக்கண் அப்படியே தரையில் அமர்ந்து அவனை யாரோ பிடித்து இழுப்பது போல மரத்தைப் பிடித்துக்கொண்டான்.

''லே மயிராண்டி, நான் சொன்ன சொல்லை கேட்டேன்னாக்க உனக்கு ஒரு ஜீவிதம் உண்டு. இல்லேன்னா இன்னைக்கே உனக்கு கட்டையும் தீயுமாக்கும்'' என்றார் ஆசான். பேசுவதெல்லாம் புரிந்துகொண்டு நிற்பது போல யானை ஆற்று மணல்வெளியைச் சற்று இருட்டாக்கியபடி அப்படியே நின்றது. ஆசான் ''வாறியா, இல்ல, ஆனைய போகச் சொல்லவா?'' என்றார். சுப்புக்கண் எழுந்து ஒரு அடி எடுத்து வைத்து உடனே கால்களில் பலமில்லாமல் விழுந்துவிட்டான். மீண்டும் எழுந்து பிரமையில் நடந்து வந்தான். அவன் கண்களைப் பார்க்க கிறுக்கனின் கண்கள் போலிருந்தன. இரு கைகளையும் கூப்பியபடி அப்படியே தரையில் அமர்ந்துகொண்டான்.

ஆசான் ''போக்கு'' என்றார். யானை மெல்ல காலெடுத்தது. பாறைக்குள் அசைவுகள் பரவின. கனத்த கால்கள் மணலில் கிருகிருவென பள்ளம் செய்ய மெதுவாக நடந்து சுப்புக்கண்ணை நோக்கிச் சென்றது. சுப்புக்கண் அப்படியே தரையோடு தரையாக விழுந்து கிடந்தான். நான் கண்களை மூடிக் கொண்டேன். யானை சாதாரணமாக அப்படியே நடந்து, பெரும் கால்களை தூக்கி வைத்து கற்படிகளை நோக்கிச் சென்றது. அது மிக நிதானமாக பஞ்சுமூட்டைகள் போல கால்களை வைத்துச் செல்வதுபோலிருந்தது. நான் சுப்புக்கண்ணை நோக்கி ஓடினேன். அவன் உடலில் யானைக்காலிலிருந்து விழுந்த மணல் பரவியிருந்தது. ''சுப்பு எந்திரிலே... லே சுப்பு எந்திரி... உன்னை ஆனை விட்டுப்போட்டு... லே.''

சுப்பு எழுந்து ''ஆரு? ஆரு அண்ணா?'' என்று கிறுக்குக் கண்களால் கேட்டான். ''லே... நீ சாவல்ல. உன் கணக்கு தீந்து போச்சு.'' ''ஆ!'' என்று வாய் பிளந்த சுப்புக்கண் திரும்பி யானையைப் பார்த்தான். படிக்கட்டுக்கு பக்கவாட்டில் சரிவான யானைப்பாதை கற்களை அடுக்கி கட்டப்பட்டிருந்தது. அதில் மெதுவாக கேசவன் ஏறிச் சென்று கொண்டிருந்தான். ஆசான் மெதுவாக ஒற்றைக்காலை ஊன்றி மறுகாலுக்கு பிரம்பை ஊன்று கொடுத்து படிகளில் ஏறினார். கேசவனின் இடது கொம்பைப் பிடித்தபடி சென்ற அருணாச்சலம் திரும்பி என்னைப் பார்த்தார்.

சுப்புக்கண் ''ஹீஹீஹீ...'' என்று சிரிக்க ஆரம்பித்தான். ''அண்ணா... வே அண்ணா...'' என்றபடி என்னைத் தழுவிக்கொண்டான். அவன் உடலின்

மணல் என் சருமத்தை உரசியது. ''அண்ணா... பரமண்ணா... அண்ணா...'' என்று கூவி என்னைப் பிடித்து உலுக்கினான். சிரித்தபடியே எழுந்து இரு கைகளையும் தூக்கி கூச்சலிட்டபடி குதித்தான். குதித்து மணலில் விழுந்து கதறி அழுதான். என் உடலில் நாற்றம் அடித்தது. கீழே மணலில் சுப்புக்கண் பேதி போயிருந்தான்.

அன்று சந்தியாகால பூஜையும் ஸ்ரீபலியும் முடிந்தபிறகு கேசவனை கொட்டில் தூணில் தளைத்தபின்பு நான் ஆசானின் அருகே சென்றேன். கொட்டைப் பாக்கை பாக்கு வெட்டியால் தோல் சீவியபடி ஆசான் ''எங்கல அவன்?'' என்றார். ''அம்மைய பாக்கப் போனான்...'' என்றேன். அருணாச்சலமும் சுப்புக்கண்ணும் சிரித்தபடி வந்தார்கள். ''என்னல சிரிப்பு?'' என்றார் ஆசான். ''ஆசானே இவனுக்க மேல ஆனை கேறினப்ப இவனுக்கு மலமூத்திரம் மட்டும் போகல்ல...'' என்றார் அருணாச்சலம். ''பின்ன?'' என்றேன். ''நம்ம வடக்கமூட்டு கல்யாணி இவன் மேல ஏறி எறங்கினப்ப போனதெல்லாம் போச்சாம்.'' ஆசான் பாக்கை வாயில் போடப்போனவர் பொக்கை வாய்திறந்து அக்அக்அக் என்று தவளைபோல சிரித்தார்.

''போவும் மக்களே. சகலதும் போவும். அவன் இப்பம் ஈரேழு லோகமும் கண்டு வந்த விக்கரமார்க்கனாக்குமே...'' என்றார் ஆசான். ''ஒண்ணு சொல்லுகேன், கேட்டுக்கோ. இது ஆனையில்ல, இது நம்ம மகாராஜாவு பொன்னுதம்புரானுக்க கண்கண்ட ரூபம். ஏதொருத்தனுக்கும் அவனுக்க தொழிலாக்கும் மகாராஜாவு. செக்காலைக்கு செக்கு சிவலிங்கம்னு சொல்லுதது மாதிரி... ஏலே, வடக்குமூட்டு கல்யாணிக்கு மூணு சக்கரத்தோட அவகிட்ட சாயங்காலம் வாறவனாக்கும் மகாராஜாவு...'' என்றார் ஆசான். ''ராஜசேவுகம்னா சும்மா இல்ல. ராஜா நம்ம தெய்வம். தெய்வம் உன்னை கொல்லுவாரு, வளத்துவாரு. உனக்கு அதில ஒரு பங்கும் இல்ல கேட்டியா. ராஜாவே இனி இந்த ஜீவனும் தேகமும் உனக்காக்கும்னு காணிக்க வச்சு விழுந்து போட்டேன்னா நீ ரெட்சப்பட்டே.''

தலை குனிந்தபடி சுப்புக்கண் அமர்ந்து கொண்டான். ''கௌவிய பாத்தியாடே?'' ''ம்.'' ''என்ன சொன்னா?'' ''இதொண்ணும் சொல்லலல்லை.'' ''அது நல்லதாக்கும். இம்மாதிரி காரியங்களை வீட்டாளுகளிட்ட சொல்லப்பிடாது. அதுகளுக்கு என்ன தெரியும்?'' ஆசான் பாக்கை அமுத்தி மென்றார். ''நீ சொன்னேல்லடே, பெத்த மகனை மாதிரி நெனைக்கணும்னு உன்னை எனக்க கையில தாரப்ப உனக்க அம்மையும் அதாக்கும் சொன்னா. அதுக்கு ஒரு கணக்கு உண்டு. இந்தப் பாடத்தப் படிக்காம ஆனைப் பாப்பானால சீவிக்க முடியாது. அன்னைக்கு நான் குனிஞ்சு சங்கிலி அவுக்கும்பம் தும்பிக்கையால

என்னை தட்டினான். முகம்போயி கல்லில உரசினப்ப 'நாசம் பிடிச்சது'ன்னு ஒரு சொல் எனக்க வாயில வந்துபோட்டு. அதுக்காக்கும் அந்தக் கெதி எனக்கு... முப்பது நாளு நான் கெடந்தேன்லா, ஒலக்கோட்டு வைத்தியருக்க குடிலிலே, காலு ஊணி நடந்த அன்னைக்கு நேராட்டு வந்து கேசவனுக்க கால நோக்கிப் போனேன். 'உள்ளது தான். மனசில ஒரு வெறுப்பு இருந்தது. அது வாயில வந்து போட்டு... இப்பம் அது இல்ல. நீயாக்கும் எனக்க உடைய தம்புரான். பொறுக்கணும். பொறுக்கல்லன்னா கொல்லணும் உடயதே'ன்னு சொல்லிட்டு காலடியில இருந்தேன். ஒண்ணும் சொல்லாம நிக்கான். அதாக்கும் ஆனை. ஆனை மாதிரி கருணையும் இல்ல. ஆனை மாதிரி கொடுமையும் இல்ல. ஆனை ஆளு மாதிரி இல்லடே. அது மனுஷனுக்கு நூறு எரட்டியாக்கும். அப்ப கருணையும் வெறுப்பும் நூறு எரட்டி. அதாக்கும் கணக்கு. மனுஷனுக்கு தெய்வம் நாடாளும் தம்புரான். மிருகங்களுக்கு தெய்வம் காடாளும் ஆனை. ஆனையும் ஒரு பொன்னு தம்புரான் திருமேனியாக்கும். கேட்டியாடே பரமா?'' .''உள்ளதாக்கும் ஆசானே'' என்றேன்.

2

கேசவன் என்னைவிட இருபத்திரண்டு வருடம் மூத்தவன். ஆசானை விட பத்து வருடம் இளையவன். ஆசான் அவரது அப்பா ராமன் நாயருடன் ஒருநாள் ஆனைக்கடவுக்கு வந்தபோது முக்குருணி மலையில் வாரிக்குழியில் விழுந்த பெண்யானை ஒன்று உள்ளேயே பிரசவித்துவிட்டது என்ற தகவல் வந்தது. அப்பாவும் மூன்று பாகர்களும் காட்டுக்கு விரைந்ததை ஆசான் பலமுறை சொல்லி யிருக்கிறார். அங்கே குழியைச் சுற்றி நூற்றுக்கணக்கான காட்டு யானைகள் கூடி மரங்களை சாய்த்தும் கொம்புகளால் மண்ணைக் குத்திக் கிளறியும் வெறியில் ஒன்றுடன் ஒன்று முட்டிக் கொண்டும் பெரும் ரகளை செய்திருக்கின்றன. ஊரில் இருந்து தலைச்சுமையாக நிறைய கரிமருந்து கொண்டுவந்து வெடிக்க வைத்து யானைக்கூட்டங்களை விரட்டியிருக்கிறார்கள். வாரிக்குழியில் பெண்யானை செத்துக் கிடந்தது. கொம்பன் குட்டி அந்தப் பிணத்திலிருந்து பால் குடித்து மேலேயே ஏறி சறுக்கி விளையாடிக்கொண்டிருந்தது.

குட்டியை பதினாறு நாள் காட்டில் வைத்து பசும்பாலும் கதளிப்பழமும் கொடுத்து வளர்த்தார்கள். யானை வைத்தியர் சொன்னதன்படி தினமும் ஒரு நாழி தேனும் ஊட்டப்பட்டது. தேறும் என்று உறுதியாக வைத்தியர் கூறிய பிறகு வைக்கோல் பரப்பிய வண்டியில் ஏற்றி அதை திருவட்டாறுக்குக் கொண்டு வந்தார்கள். அப்போது சிறிய தம்புரான் அவிட்டம் திருநாள் உதயமார்த்தாண்ட வர்மா மகாராஜா திருவட்டாறு

கொட்டாரத்தில் ஒரு மண்டலம் 'குளிச்சு தொழலு'க்காக வந்து தங்கியிருந்தார். அவருக்கு அப்போது பன்னிரண்டு வயது. கடுமையான இழுவைநோயும் வயிற்றுக் கடுப்பும் இருந்தது. சிறு குழந்தையாக இருக்கும்போது யாரோ விஷம் கொடுத்து கொல்லப்பார்த்ததன் விளைவு. மூத்த வைத்தியர் பாகலூர் அச்சுதன் கர்த்தா கூடவே வந்து தங்கியிருந்து வைத்தியம் பார்த்துக் கொண்டிருந்தார். இளைய தம்புரான் அப்போது பெரும்பாலும் படுக்கையில்தான் இருப்பார். படுக்கையோடு தூக்கிக் கொண்டுவந்து திண்ணையில் வெயிலில் காயவைப்பார்கள். அவருடைய மெல்லிய உடல் கூட்டில் மூச்சு மட்டும் ஓடிக் கொண்டிருக்க கண்கள் அங்குமிங்கும் உருளும். பிறகு மீண்டும் அறைக்குள் கொண்டுபோய் வைப்பார்கள். அடுத்த கிரீட அவகாசி என்று இளையதம்புரான் சொல்லப்பட்டாலும் பெரிய தம்புரான் சதயம் திருநாள் மகாராஜா ராமவர்ம தம்புரான் திருமனசு நாடு நீங்கும்வரைகூட இளையதம்புரான் உயிரோடிருக்க வாய்ப்பில்லை என்றே அரண்மனையிலும் ஆசிரிதர் வட்டாரத்திலும் பேசப்பட்டது.

கொம்பன் குட்டியை நேரடியாக அரண்மனைக்கே கொண்டு செல்லும் படி உத்தரவிடப்பட்டது. கோயில் வட்டத்தில் ஏராளமானவர்கள் வந்தும் போயும் இருப்பதனால் கொம்பனுக்கு கண்படக்கூடும் என்று அந்த ஏற்பாடு. அரண்மனையில் ஏழு யானைக் கொட்டில்கள் காலியாகத்தான் கிடந்தன. அங்கே பெரியதம்புரான் வந்து தங்குவதே இல்லை. கோயிலுக்கு ஆறாட்டுக்குக் குளித்து தொழ வரும்போது நேராக கேசவபுரம் அச்சி வீட்டுக்குப் போய் அங்கிருந்து வருவதையே வழக்கமாகக் கொண்டிருந்தார். கேசவபுரம் அச்சிவீடு பெரிய அரண்மனையாக, கோட்டையும் கொடியும் ஆனைக்கொட்டிலும் குதிரை லாயமும் பட்டு மஞ்சளும் பரிவட்டமுமாகப் பொலிந்தது. இளையராஜா வந்த அன்று அம்மவீட்டுக் காரணவர் கொச்சு கிருஷ்ண பிள்ளை ஒரு மரியாதைக்காக வந்து பார்த்துவிட்டுப் போனதுடன் சரி. அதற்கு முக்கியமான காரணம் பேஷ்கார் திவாகரன் தம்பி இளைய தம்புரானையும் அரண்மனையையும் கவனித்துக் கொண்டிருந்தார். மிகவும் கண்டிப்பானவர் என்று பெயர் பெற்றிருந்த திவாகரன் தம்பிக்கு சம்பந்தக் குடும்பங்கள் அந்த எல்லையை மீறக்கூடாது என்ற உறுதியான எண்ணம் இருந்தது.

யானைக் கொட்டிலில் நன்றாகப் பனம்தட்டி கட்டி மூடிய அறையில் குட்டிக் கொம்பன் விடப்பட்டான். நெற்றியால் எதிர்ப்படும் அனைத்தையும் முட்டித்தள்ளியபடி பன்றி போல வால் சுழற்றி குறுகுறுவென்று நீளமூக்கு நீட்டி அலைந்த குட்டிக்கொம்பனை பேஷ்கார் திவாகரன் தம்பி மார்போடு அணைத்துக் கொண்டு ''இப்பம் நோக்கிக்கோடா, இது ஐஸ்வரியத்தின்டெ வரவாணு. இவன்

வந்நிட்டுள்ளது லட்சுமியும் கொண்டாணு'' என்றார், கொம்பனைப் பார்த்துக்கொள்ள ஒரு யானை வைத்தியரும் எட்டுப் பாகர்களும் நியமிக்கப்பட்டார்கள். இரவும்பகலும் கூடவே ஆள் இருக்க வேண்டும் என்று ஆணையிட்டார்.

மேலும் இருபது நாளில் கொம்பன்குட்டி நன்றாகத் தேறி பாய்த்தட்டியை பிய்த்துக் கொண்டு வெளியேறி அரண்மனை முற்றத்தில் உருண்டு உருண்டு ஓடி எல்லா மரங்களையும் முட்டிப் பார்த்து, நின்ற இடத்திலேயே திரும்பி, அரண்மனைக் கற்படிகளில் ஏறி உள்ளே வர முயன்று முடியாமல் அலறல் ஒலி எழுப்பியது. வடக்கு முற்றத்தில் அப்போது இளைய தம்புரானுக்கு வைத்தியர்கள் நவரஸ உழிச்சில் செய்து கொண்டிருந்தார்கள். அப்போது நாலைந்து வெண்கல உருளிகளைத் தட்டித் தள்ளிவிட்டு உற்சாகமாகப் பாய்ந்து வந்த கொம்பன் வைத்தியர் பார்கவக் கைமளை பின்னாலிருந்து முட்டி எண்ணெய் மேல் விழ வைத்துவிட்டு முற்றத்தில் திகைத்து நின்று மேற்கொண்டு என்ன செய்வது என்று யோசித்தது.

''கணியாரே... இது எந்தா?'' என்றார் திடுக்கிட்டு எழுந்து அமர்ந்து உடல் நடுங்கிய இளைய தம்புரான். நாட்கணக்கில் இளையதம்புரான் பேசுவதில்லையாதலால் அவரது குரலே வைத்தியர்களை திடுக்கிடச் செய்தது. ஒருவர் யானைக்குட்டியை துரத்த ஓட இன்னொருவர் ''அடியன், தம்புரான் மாப்பாக்கணும்'' என்றார். ''இது எந்தா மிருகம்?'' என்றார் இளைய தம்புரான் பதற்றத்தால் மூச்சிளைப்புடன். ''அடியன். தம்புரானே இது ஆனை... ஆனைக்குட்டி.'' ''ஆனையோ?'' என்றதுமே இளையதம்ரானுக்கு சிரிப்பு வெடித்து அவரால் அடக்கவே முடியவில்லை. சிரித்துச் சிரித்து சிரிப்பு புரைக்கேறியது. அதற்குள் கொம்பன்குட்டி ஒரு குட்டுவத்திற்குள் தலையை விட்டு, உள்ளே புக முயன்று இரு கால்களையும் மேலே தூக்கியமையால் சமநிலை இழந்து குட்டுவத்துடன் உருண்டது. தம்புரான் வயிற்றைப் பிடித்துக்கொண்டு சிரித்து கண்ணீர் வழிந்தார். என்ன நடந்தது என்று தெரியாமல் உடல் முழுக்க சந்தனாதி தைலத்துடன் நின்ற கொம்பன் குட்டி எண்ணெய் சிதறித் தெறிக்க ஓடி திரும்பி நின்று தன்னைப் பார்த்துச் சிரித்த தம்புரானைப் பார்த்தது.

குட்டியை விரட்டப்போன வைத்தியரை தடுத்த பேஷ்கார் ஒரு கதளிப்பழம் கொண்டுவந்து இளைய மகாராஜா கையில் கொடுத்து குட்டிக்கு நீட்டச் சொன்னார். பழத்தைப் பார்த்ததுமே ஆவலுடன் பாய்ந்து வந்து கட்டிலை நெருங்கி குட்டி மூக்கை விலக்கி வாய் பிளந்து சிவந்த உட்பகுதியை காட்டி ஊட்டி விடப்படுவதற்காக நின்றது கொம்பன். ஊட்டப்பட்டதும் மேலும் பழம் கேட்டு உறுமியது. இளையதம்புரான் ஏழெட்டுப் பழங்களை ஊட்டினார். கொம்பனின்

நெற்றி, மயிரடர்ந்த பிடரி எல்லாவற்றையும் தடவிக் கொடுத்தார். அவரது கட்டிலுக்குக் கீழே போனால் என்ன ஆகும் என்று தெரிந்து கொள்ள கொம்பன் முயன்றபோது இளையதம்புரான் கவிழ்ந்து கீழே விழுந்தார். பேஷ்கார் பிடிக்க வந்தபோது கையசைத்து உரக்கச் சிரித்தார். அன்று பகல் முழுக்க தம்புரான் அங்கேயே இருந்தார்.

அதன்பின் காலையில் கண்விழிப்பது முதல் இரவு தூங்குவதுவரை இளையதம்புரான் கொம்பனின் அருகிலேயே இருந்தார். கொம்பன் குட்டிக்கு தங்கத்தில் மணிமாலையும் காதுகளில் தங்கக் குண்டலங்களும் போடப்பட்டன. அரண்மனைக்குள் கொம்பன் குட்டி ஏறிச்செல்ல மரத்தால் சரிவுப்பாதை அமைக்கப்பட்டது. அரண்மனையின் அறைகளில் ஓடி தூண்களையும் சுவரையும் முட்டி உள் அறைகளில் எல்லாம் பிண்டம் போட்டு மூத்திரம் பெய்து அதகளம் செய்தது கொம்பன். இளையதம்புரானின் கட்டிலுக்கு அருகேயே கவிழ்த்த இரும்புக்குண்டான் போல படுத்து கண்வளரும். விழித்த மறுகணமே பால் கேட்டு ஒரு கதறல் விடுக்கும். அரண்மனையின் எல்லா மூலைகளில் இருந்தும் பால் குடத்துடன் அதை நோக்கி சேவகர்கள் ஓடுவார்கள். கதளிப்பழத்தை தோல் உரித்து தின்னக்கூடிய ஒரே யானை அதுதான் என்றார்கள். வெல்லம் போடாவிட்டால் சோறு சாப்பிடாதாம்.

இரண்டே மாதத்தில் யானை மீதேறி தோட்டத்தில் உலவும் அளவுக்கு இளையதம்புரான் தேறினார். அதன்பின் அவர் திருவனந்தபுரம் போனபோது கூடவே கேசவனையும் கூட்டிச் சென்றார். கேசவன் என்று பெயரிட்டதும் அவர்தான். யானைக்கு பத்து வயதாகும் வரை திருவனந்தபுரம் அரண்மனையில்தான் அது வளர்ந்தது. மகாராஜாவும் அதுவும் இணைபிரியாத தோழர்களாக இருந்தார்கள். கொம்பனையும் பள்ளிக்கூடத்துக்கு அனுப்புகிறார்கள் என்று யாரோ கிளப்பிய கிண்டல் கிராமங்களில் பரவி பலரும் அதை நம்பினார்களாம். ''குட்டிக்கொம்பன் பாலும் பழமும் திந்நு கொட்டாரத்தில் சயன கிருஹத்தில் சப்பரமஞ் சத்தில உறங்கும் எந்நாக்கும் டே அந்நுள்ள பேச்சு'' என்றார் ஆசான்.

கொம்பு கனத்து தலையெடுப்பு வந்தபோது கேசவனின் ஜாதகத்தை வைத்து பலன் பார்த்து அவனை திருவட்டாறு ஆதிகேசவனுக்கே நடைக்கு இருத்துவதாக முடிவெடுத்தார்கள். அப்போது மகாராஜா காசிக்கு பெரிய படிப்பு படிப்பதற்காகச் சென்றிருந்தார். அதன்பின்பு அவர் திரும்பி வந்தபோது முதலில் கேட்ட கேள்வியே ''கேசவன் எவிடெ?'' என்றுதானாம். குதிரை வண்டியில் ஏறி நேராக திருவட்டாறுக்கு வந்துவிட்டார். அப்போது ஆசான் கேசவனுக்கு பாகனாக ஆகிவிட்டிருந்தார். அலங்காரவண்டி வந்து கோயில் முற்றத்திலேயே நின்றதைக் கண்டதும் நான்கு பக்கமிருந்தும் காவல்காரர்களும் கோயில் சேவகர்களும் கூடினார்கள். ''எவிடெ

கேசவன்?'' என்று இளைய தம்புரான் இறங்கியபடியே கேட்டார். முதலில் அவரை யாருக்கும் தெரியவில்லை. ஆனால் உடையைப் பார்த்ததும் ஸ்ரீகாரியம் நம்பீசனுக்கு புரிந்துவிட்டது. அவர் கொச்சிக்காரர். மகாராஜாவை திருவனந்தபுரத்தில் முகம் காட்டக் கூடியவர். ஆனாலும் அவருக்கு வாய் எழவில்லை. ''கேட்டது காதில விழுந்ததாடா? எங்கே கேசவன்?'' அப்போதுதான் அச்சி காளிக் குட்டிக்கு எல்லாம் புரிந்தது. ''கேசவன் ஆனைய இப்பம்தான் நாயரு ஆத்துக்கு கூட்டிட்டுப் போனாரு...'' என்றாள்.

இளையதம்புரான் கையில் வடிவாளுடன் வேகமாக ஆற்றை நோக்கிச் சென்றார். சட்டென்று தேனிக்கூட்டம் கலைந்ததுபோல ஒலி எழுந்தது. ''அய்யோ அது எளைய தம்புரானாக்குமே.'' ''ஆனையவா கேக்குதாரு?'' ''தம்புரான் ஆனைய மறக்கல்ல கேட்டியா?'' ஸ்ரீகாரியம் நம்பீசன் ''எல்லாரும்போயி ஜோலிகளை பாருங்கடே... எடி காளி, நீலீ போடே எல்லாவரும்.... போடீ'' என்று கூவினார். பின்னர் இளையதம் புரானுக்குப் பின்னால் ஆணிக்கால் சரள்கல்லில் பட்டு வலிக்க எம்பி எம்பி பாய்ந்து சென்றார். ''வெட்டுக்கிளி போவுந்நே'' என்று அச்சிகளில் யாரோ சொல்ல ஒரே சிரிப்பு. மிகமெல்ல வேறு ஒரு அச்சி ஏதோ கூற அதற்கு இன்னும் பயங்கரமான சிரிப்பொலி எழுந்தது.

இளையதம்புரான் படிகளில் இறங்கி ஆற்றுக்குள் வந்தபோது யானையை நீரில் குளிப்பாட்டி அதன் மத்தகத்தின் மீது ஏறி அமர்ந்து வந்து கொண்டிருந்தார் ஆசான். கேசவன் அப்போதே பெரிய யானையாக் ஆகிவிட்டிருந்தது. யானைக்கொட்டிலில் கஜ கேஸரி என்று புகழ்பெற்ற கடுவாகுளம் நாராயணன் அப்போது இருந்தான். அவனுக்கு அப்போது எண்பது வயது. தலையெடுப்பில் அவனுக்கு இணை திருவிதாங்கூரிலேயே கிடையாது. கேசவன் நாராயணனைவிட அரைக்கோல் உயரம் குறைவு. அவன் கொட்டிலில் சற்றேனும் பயப்படுவதும் மதிப்பதும் நாராயணனை மட்டும்தான். திமிர் ஏறிப் பிளிறியபடி மரங்களைச் சுற்றிப்பிடித்து அசைத்தும் கொம்புகளால் ஈரமண்ணைக் குத்தி உழுது மறித்தும் அவன் இளகி நிற்கும்போது நாராயணன் 'ர்ர்ராங்?' என்ற ஓர் ஒலி எழுப்பினால்போதும், கேசவன் செவி கோட்டி கவனித்து துதிக்கைச் சுருள் விரித்து பின்னுக்கு நகர்ந்து விடுவான். ஆனால் பகையுடன் நாராயணனை அவனுடைய கண் கவனித்தபடிதான் இருக்கும். நாராயணன் இல்லாத இடத்தில் கேசவனின் நிற்பும் நடப்பும் தனித்திமிருடன் இருக்கும். கேசவனின் மேலே அமர்ந்து போகும்போது மேகங்களின் வழியாகச் செல்லும் கந்தர்வனைப்போல தோன்றும் என்று ஆசான் சொல்வார்.

இளையதம்புரானை வெகுதூரத்திலேயே கேசவன் பார்த்துவிட்டான். துதிக்கையைத் தூக்கி மூக்கு நுனியால் வாசனை பிடித்தபின் 'பாங்'

என்று ஒலியெழுப்பியபடி ஆற்றுப் படுகையில் நாணல்களையும் புற்களையும் பிளந்தபடி அவரை நோக்கி ஓடிவந்தான். என்ன ஏது என்று புரியாமல் ஆசான் மேலே இருந்து ''ஆனெ நில்கு... ஆனெ...'' என்று கூவி துரட்டியால் அதன் காதை கொளுவி இழுத்தார். யானை அதைப் பொருட்படுத்தவே இல்லை. நேராக வந்து துதிக்கையால் இளைய தம்புரானைச் சுற்றிப் பிடித்துத் தூக்கியது. அவரை அடையாளம் காணாத ஆசான் மேலே இருந்தபடி ''ஆனை... விடு... ஆனை விடு'' என்று கூவி அதன் மத்தகத்திலும் காதுகளிலும் மாறிமாறி வெறியுடன் அடித்தார். யானை வலிதாளாமல் தலையை ஆட்டியது.

இளையதம்புரான் யானையின் தந்தங்கள் மீது அமர்ந்து கொண்டு மேலே இருந்த ஆசானைப் பார்த்து கடும் கோபத்தில் சுளித்த முகத்துடன் கூவினார். ''நிறுத்தெடா நாயே...'' ஆசான் உறைந்துபோனார். அவருக்கு மெல்ல அது யார் என்று புரிந்தது. அவரால் வாயை அசைக்கக் கூட முடியவில்லை... ''எறங்குடா... எறங்குடா கீழே'' என்று இளைய தம்புரான் கத்தினார். ஆசான் கண்களை விழித்து அப்படியே அமர்ந்திருந்தார். ''சீ எறங்குடா நாயே'' எ ன்று கூவியபடி வடிவாளை உருவிக் கொண்டு இன்னொரு கொம்பில் கால் வைத்து எழுந்தார் இளையதம்புரான். ஆசான் கழுத்துக் கயிறில் இருந்த காலை விடுவித்துக் கொண்டு காதில் கால் வைத்து காது மடலைப் பிடித்துக் கொண்டு விழுவதுபோல இறங்கி கீழே குதித்து தடுமாறி மண்ணில் விழுந்தார்.

கொம்புகள் மீது அமர்ந்தபடி இளையதம்புரான் ஆணையிட்டார். ''இனி என் கேசவனுடெ மீதெ ஆதிகேசவனும் ஞானும் மாத்ரமே கேறுக பாடுள்ளு. வேறெ ஆரு கேறியாலும் கேறியவனுடைய தல வெட்டான் ஞான் இதா கல்பிக்குந்நு...'' இரு கைகளும் மார்புகளை மூடி வாய்பொத்தி, குனிந்து நின்று ஆசான் மிகமெல்லிய குரலில் ''அடியன். உத்தரவு'' என்றார். அதன்பிறகு ஆறாட்டு, எழுந்தருளல் இரண்டுக்கும் ஆதிகேசவனின் உற்சவத்திடம்புடன் குட்டிப்போத்திகள் மட்டும் கேசவன் மீது ஏறிக்கொள்வார்கள். நினைக்கும் போதெல்லாம் திருவனந்தபுரத்தில் இருந்து கேசவனைப்பார்க்க வரும் இளைய தம்புரான் ஏறிக்கொண்டு ஆற்றுப் படுகையில் அலைவார். வேறு யாரும் அவன்மீது ஏறியதே இல்லை.

அந்த உத்தரவு எப்படி கேசவனுக்குத் தெரிந்தது என்பதே ஆச்சரியம் தான். வேறு எவரையும் தன் மத்தகத்தின் மீது ஏறுவதற்கு கேசவன் அனுமதித்ததில்லை. கேசவபுரம் அம்ம வீட்டு பல்குனன் நாயர் ஒருமுறை திருவட்டாறுக்கு வந்தபோது கேசவனைப் பார்த்து வியந்து நின்று ''இவன் வளர்ந்து வடக்கன் குந்நு மாதிரி ஆயல்லோ'' என்றார்.

நேராக அருகே வந்து மேலாடையை இடுப்பில் கட்டியபடி ''எடே ஆனைய இருத்துக... ஒற்றி கேறி நோக்கட்டே'' என்றார். அவரிடம் எப்படிச் சொல்வது என்று தெரியாமல் ஆசான் விழித்தார். அவர் பெரிய தம்புரானுக்கு மிகவும் நெருக்கம் என்பது ஊருக்கே தெரியும். அவருடைய தங்கை கொச்சு காத்தியாயினித் தம்புராட்டிக்கு அப்போது பதினேழு வயது. பெரியதம்புரானுக்கு எழுபத்திரண்டு. ஆனால் காத்தியாயினி தம்புராட்டிக்கு அவர் புடவை கொடுத்திருந்தார். தம்புராட்டியை தூக்கி மடியில் வைத்துக்கொண்டு அவர் அம்மவீட்டுத் தோட்டத்தில் வலியமாமரத்தில் கட்டிய ஊஞ்சலில் அமர்ந்து ஆடுவார் என்று ஊரில் பேச்சு உண்டு.

பல்குனன் நாயர் உரக்க ''எந்தரெடா நிக்குந்நாய்? பந்தம் கண்ட பெருச்சாளி மாதிரி? எறக்குடா ஆனைய'' என்றார்.

ஒன்றும் பேசாமல் திரும்பி ஆசான் கேசவனிடம் ''ஆனை இருத்தே'' என்றார். கேசவனின் செவிகள் நிலைத்தன. ''ஆனை இருத்தானே'' என்றார் ஆசான். சட்டென்று பயங்கரமாக பிளிறியபடி கொம்பு குலுக்கிய கேசவன் ஓரடி பின்னால் வைத்தான். கோபம் கொண்ட பல்குனன் நாயர் தன் உடைவாளை உருவியபடி ''எந்தடா?'' என்று கேட்டபடி ஆசானை வெட்ட வருவதற்குள் கேசவன் மீண்டும் பிளிறியபடி துதிக்கையால் பல்குனன் நாயரை ஓங்கி ஒரு தட்டு தட்டினான். நாயர் தெறித்து பின்னாலிருந்த கல்தூணில் மண்டை அடித்து கீழே விழுந்து மூர்ச்சையானார். அவரைத் தூக்கிக் கொண்டு ஓடினார்கள் காவலர்கள். ஆனால் பல்லக்குக்கு அருகே போவதற்குள் ஒரு வலிப்பு வந்து உயிர் போய்விட்டது. கேசவன் ஒன்றும் நிகழாதது போல ஓலையை பிய்த்து மென்றான். ஆசான் மார்பில் அடித்துக் கதறியபடி தரையில் அமர்ந்து விட்டார். ஸ்ரீகாரியக்காரர்களும் கோயில் அதிகாரிகளும் ஓடிவந்தார்கள். ஆசானைப் பிடித்து தரதரவென்று இழுத்துப்போய் கல்தூணில் கட்டி வைத்தார்கள்.

ஆசானை பத்மநாபபுரம் ஜெயிலுக்குக் கொண்டுபோய் சங்கிலி போட்டு கட்டி வைத்தார்கள். தினம் ஒரு பட்டைச் சோறும் ஒரு குவளைத் தண்ணீரும் மட்டும்தான். தினம் தோறும் சாட்டை அடியும் உண்டு. பல்குனன் நாயரின் மாமா கேசவபுரம் கொச்சு கிருஷ்ணபிள்ளை திருவனந்தபுரம் அரண்மனைக்குப் போய் பெரிய தம்புரானைக் கண்டு வணங்கி தன் அனந்தரவன் கொல்லப்பட்டதைச் சொல்லி கதறி அழுதார். கோயில் யானைக்கு சீலமிருக்கும் என்று நம்பி ஏறப்போன தன் அனந்தரவன் மீது தவறே இல்லை என்றும் அவனை யானையும் பாகனுமாகச் சேர்ந்து கொன்றுவிட்டார்கள் என்றும் வாதாடினார். அவர் பேசுவதைக் கேட்ட மகாராஜா சிவந்து போய் உரக்க மூச்சுவிட்டு ''டேய்

நாணு...'' என்று பெரிய சர்வாதிக்காரரைக் கூப்பிட்டு 'போயி அந்த ஆனைய காட்டடிக்கு விட்டு ஆனைக்காரனையும் கழுவிலேற்றிட்டு வாடா'' என்று ஆணையிட்டார்.

ஆனால் சர்வாதிக்காரர் கிளம்புவதற்குள்ளேயே இளையதம்புரானுக்கு தகவல் போயிற்று. அவர் சர்வாதிக்காரரை தடுத்துவிட்டு நேராக தன் அம்மாவன் ஓய்வெடுத்த அறைக்குள் சென்றார். அங்கே அவரது அம்மா கிளிமானூர் கொட்டாரத்தில் ராணி சேது பகவதிபாய் தம்புராட்டியும் இருந்தாள். கோபமாக உள்ளே வந்த இளையதம்புரான் ''கேசவனுடே மீதெ திடம்பும் ஞானும் அல்லாதே ஆரும் கேறல் அருது எந்நு சொன்னது என்னுடெ ராஜ கல்பனை. அது கடந்நவன் ஆரெந்நாலும் மரணம் அவனுடெ விதி. ஆருக்குண்டு மறு வாக்கு? ம்ம்?'' என்றார். அந்த நாள்வரை மருமகனிடமிருந்து அப்படி ஒரு சொல்லும் பாவமும் கண்டிராத பெரிய தம்புரான் பொக்கை வாயை திறந்து அப்படியே அமர்ந்துவிட்டார்.

ராணி மட்டும் மகனிடம் ''குட்டா! நீ சொல்லுந்நது எந்நு? நோக்கிச் சொல்லெடுக்குக'' என்றாள். ''சொல்லும் பொருளும் அறிஞ்ஞு நான் சொல்லுந்நேன். கேசவன் நம்முடைய ஆனை. அவனுடெ மீதே நாம் அல்லாதே ஓராளும் கயறுக இல்ல'' என்றார். 'நான்' சட்டென்று 'நாம்' ஆகியிருப்பதை பெரியதம்புரான் கவனித்தார். ''குட்டா, நாம் கெயறியால் நீ எந்நு செய்யும்? நாம் திருவிதாங்கூரின் மகாராஜா அல்லயோ?'' என்றார். இளைய தம்புரான் சற்று நேரம் பார்த்தபடி நின்றுவிட்டு ராணியிடம் ''இனி இந்நாட்டில் நம்முடைய சொல்லினு எதிர்சொல் உண்டாவுக இல்ல. இந்நுமுதல்'' என்றார். ''குட்டா, நீ என்னெ ஜெயிலில் அடைக்குகயாணோ?'' என்று பெரிய தம்புரான் கூவியபடி எழுந்து நின்றார். ''எந்நால் அவ்விதம் நினைச்சு கொள்ளுக... இனி இந்தக் கொட்டாரம் விட்டு எங்கும் போகுக வேண்டா'' என்றபின் இளையதம்புரான் திரும்பி நடந்தார். மறுநாளே ஆசான் விடுதலை ஆகி திருவட்டாறுக்கு வந்து யானைக்குப் பாகனாக ஆனார். பிறகு எட்டு மாதம் கழித்துதான் நான் அவரிடம் வந்து சேர்ந்தேன். ஒன்பது மாதம் கழித்து பெரிய தம்புரான் நாடு நீங்கினார். இளையதம்புரான் கிரீடம் ஏற்றார்.

கிரீடதாரண சடங்குக்கு கேசவனைக் குளிப்பாட்டி பெரிய மலர்மாலை சூட்டி திருவட்டாறில் இருந்து நடக்கச் செய்து திருவனந்தபுரம் கொண்டு போனார்கள். போகும் வழிமுழுக்க ஆணும் பெண்ணுமாக பெரும் ஜனக்கூட்டம் இரு பக்கமும் கூடி நின்று கேசவனை தரிசனம் செய்தது. குழித்துறை, பாறசாலை, நெய்யாற்றின் கரை கோயில்களில் இரவு தங்கி நாலாவது நாள்தான் திருவனந்தபுரம் சென்று சேர

முடிந்தது. யானையைக் கண்ட மக்கள் ஆரவாரம் எழுப்பினார்கள். தரையில் விழுந்து அதை வணங்கினார்கள். நிறைய இடங்களில் கரும்பு, பழக்குலை, கருப்புக்கட்டி, வெல்லச்சோறு என்று அதற்கு காணிக்கை களுடன் வந்து நின்றார்கள். பொன்னுதம்புரானின் பட்டத்துயானை அது என்ற பேச்சு இருந்தது. எனக்கும் அந்த ஆசை இருந்தது. பட்டத்து யானையின் பாகனாக ஒருநாள் ஆகமுடியும் என்று கனவு கண்டேன்.

ஆனால் ஆசான்தான் அந்த எண்ணத்தைக் கலைத்தார். ''லே மயிராண்டி, மயிரு மாதிரி சிந்திக்குதான் பாரு. இவன் ஆதிகேசவனுக்க ஆனையில்லா. இவனை எப்பிடி தம்புரான் எடுத்துக்கிடுவாரு?'' அது உண்மைதான் என்று பட்டது. ஆனாலும் எங்கும் கேசவன் பட்டத்து யானையாகவே நடத்தப்பட்டான். நேமத்தில் கூடிய ஊர்மக்கள் செண்டை வெடி மேளம் மங்கலத்தாலம் பரிவட்டம் எல்லாம் கொண்டு எதிரே வந்து கேசவனை வரவேற்றார்கள். ஆசானுக்கும் எனக்கும் அருணாச்சலத்துக்கும் சால்வையும் பத்து சக்கரம் பணமும் தந்தார்கள். சிறிய ஊர்களில் யானைக்கு மாலையிடவோ வாழைக்குலை கொடுக் கவோ வந்தவர்களை ஆசான் ''வெலகுடே... டேய் வெலகு... ஆனைக்கு வழிவிடு'' என்று கூவி விரட்டினார். சுட்டிமுண்டும் கடுக்கனும் அணிந்த பெரிய நாயர் பிரமாணிகள்கூட ஆசானால் அதட்டப்பட்டதும் அஞ்சி விலகி நின்றார்கள். ஆசான் சிலரை நோக்கித் தன் கோலை ஓங்கவும் செய்தார்.

கேசவனுடைய கண்ணில் அவனுடைய கனத்த கரிய காலடிகளுக்குக் கீழே முட்டிமோதி ஓசையிட்ட பெருங்கூட்டம் பட்டதா இல்லையா என்றே தெரியவில்லை. அவன் தேர்போவதுபோல மெல்லக் குலுங்கி அசைந்து சென்றான். நிற்கத் தோன்றியபோது நின்றான். அவனுக்கு விருப்பமானதை வாங்கித் தின்றான். மத்தகத்தில் தெய்வத்தின் உற்சவத் திடம்பு ஏறியதும் யானைக்கு ஒரு போதை உருவாகும் என்று வாசுப்போத்தி கூறுவார். பிறகு அது ஒரு விலங்கு அல்ல. கந்தர்வனோ தேவனோ தான். விண்ணில் இருந்து கீழே வாழும் மனிதர்களைப் பார்க்கும் பாவனை அதற்கு கூடிவிடும். அதன் பின் பெருங்கூட்டம் அலையடித்தாலும் வெடிக்கட்டும் வாணக்கட்டும் அதிர்ந்தாலும் அது அவற்றை அறிவதேயில்லை. அப்படித்தான் இருந்தது கேசவன். அதன் மத்தகத்தின் மீது யாருமில்லை. அதன் முதுகில் பெரிய வீராளிப்பட்டு விரிக்கப்பட்டிருந்தது. விலாவில் அந்தப் பட்டின் பொன் முலாம் பூசப்பட்ட மணிக்குஞ்சலங்கள் கிலுகிலுங்கித் தொங்கி ஆடின. நெற்றியில் பொன் உருகி வழிந்தது போல நெற்றிப்பட்டம். அதன் பெரிய பூக்குஞ்சலம் துதிக்கை மீது தொங்கி யானை நடக்கும்போது மெல்லப் புரண்டது. கழுத்தில் பொன்முலாம் பூசப்பட்ட வெள்ளி மணிகளால் ஆன பெரிய மாலை. காதுகளில் அசைவில் ஒலிக்கும்

மணிக்குண்டல வரிசை. அதன் மத்தகத்தின் மீது பட்டு விரிப்பதற்குக் கூட மூங்கிலால் மேடை கட்டித்தான் ஏறுவோம்.

கேசவனின் வலதுபக்கத்து தந்தத்தைப் பிடித்தபடி கையில் வெள்ளிக் கோலுடன் நடந்து செல்வார் ஆசான். அவருக்குப் பின்னால் அருணாச்சலம் அண்ணன் செல்வார். நான் மறுபக்கம் பின்னங்காலை ஒட்டி நடந்து போவேன். யானையின் மருப்பின் மீது யாரோ இருப்பது போன்ற எண்ணம் எனக்கு எழுந்தபடியே இருக்கும். கூட்டத்தினருக்கும் இருப்பது போலவே எனக்குத் தோன்றும். கிழவிகளும் குழந்தைகளும் மேலே பார்த்து ''ஒடய தம்புரானே... ரெட்சிக்கணும் பொன்னு தம்புரானே...'' என்று கூவினார்கள். பிறகு எனக்கு ஒன்று தோன்றியது. கேசவனின் நடையும் பாவனையும்தான் அந்த எண்ணத்தை எல்லாரிடமும் உருவாக்குகின்றன என்று. கேசவன் மலையில் இருந்து ஒரு பெரும்பாறை மெல்ல சமவெளி நோக்கி உருள்வது போல திருவனந்தபுரம் நோக்கிச் சென்று கொண்டிருந்தான். சில இடங்களில் ஆர்ப்பும் குரவையும் மங்கலமுமாக ஊர்மக்கள் அவனை எதிர்கொண்ட போது அவர்களைப் பார்க்காதவன் போல நிற்காமல் நேராகச் சென்று ஊர்மாடம்பிகளும், பாதமங்கலத்து தாசிகளும், செண்டைக் காரர்களும், வாத்தியக்காரர்களும் சிதறி ஓடி விலகிய வழியில் வேகம் குன்றாமல் கடந்து சென்றான். பின்பக்கம் அவர்கள் ''தம்புரானே பொறுக்கணே... அடியங்ஙள் பிழை பொறுக்கணும். தம்புரானே...'' என்று கூவியபடி மண்ணில் கேசவனின் பாதம் பதிந்த தடங்களைத் தொட்டு கும்பிட்டார்கள்.

பட்டாபிஷேக சடங்குக்காக அனந்தபுரியே கல்யாணக் களை கொண்டிருந்தது. கரமனை ஆற்றில் இறங்கிய கேசவனை நானும் அருணாச்சலமும் சேர்ந்து வேகமாகக் குளிப்பாட்டினோம். அப்போது நன்றாக விடிந்து கரமனை கோயிலில் இருந்து செண்டையும் கொம்பும் முழங்கின. பட்டாபிஷேகத்துக்காக நூற்றெட்டு சிறப்பு பூஜைகள் இருந்ததனால் ஒரே பிராமணர் கூட்டமாக இருந்தது. பெரும்பாலும் பரதேசப் பிராமணர்கள். அவர்களில் பாதிப்பேர் யானை குளிப்பதைப் பார்க்க குளிக்கடவுக்கு வந்து கூடிவிட்டார்கள். ''இங்க ஆரும் நிக்கப்பிடாது... ம்ம். போங்க... போகணும் பட்டரே... பல தவணை சொல்லியாச்சுல்லா'' என்ற ஆசான் அவர்களை துரத்தியபடி யானையின் நகைகள் அருகே காவலிருந்தார். யானை குளித்து வந்ததும் அதை அருகே நின்ற புங்கமரத்தடியில் நிற்கச் செய்து நானும் அருணாச்சலம் அண்ணனுமாகச் சேர்ந்து அலங்காரம் செய்தோம். பொறுமையில்லாமல் காற்றில் திரைச்சீலை புடைத்து திமிறுவது போல கேசவன் திமிறினான். நெற்றிப்பட்டம் கட்டி முடிந்ததும் அதன் நிலைகொள்ளமையெல்லாம் மறைந்து கரும்பாறையின் அமைதி

உருவாகியது. அதுவரை பிள்ளைகுட்டிகளுடன் கூடிநின்று முண்டியடித்து யானையலங்காரம் பார்த்து சலபிலவென்று பேசிக் கொண்டிருந்த பரதேசப் பிராமணர்கள் அப்போது அப்படியே அமைதியாகி விட்டிருந்தார்கள். யானை மறைந்து அங்கே கந்தர்வன் தோன்றி விட்டிருந்தான்.

பட்டுத்துணிபோல தெருக்களில் வெயில் விழுந்து கிடந்தது. பட்டுக் கொடிகள் போல உயரத்தில் படபடத்து அலைபாய்ந்தது. சாலையெல்லாம் ஈரம். முந்தைய நாள் இரவு மழை பெய்தது என்றுதான் முதலில் நினைத்தேன். ஆனால் கட்டடங்களும் கூரைகளும் ஈரமாக இருக்கவில்லை. காலை முதலே ஆற்றில் குளித்து விட்டுச் சென்றவர்கள் உடைகளில் இருந்து சொட்டிய ஈரம் அது. எனக்கு புன்னகைதான் வந்தது. ராமர் பட்டாபிஷேகம் புராணவாசிப்பில்தான் அப்படிக் கேட்டிருக்கிறேன். தெருவில் சந்தனம் விழுந்து சேறாக மிதிபடும் என்று. தெருவில் கேசவனின் கொம்பைப் பிடித்து நடந்து சென்றபோது மெல்ல மெல்ல ஆசானின் தலை நிமிர்ந்தபடியே வந்தது. ஒரு கட்டத்தில் இடுப்பில் கட்டியிருந்த நேரிய சால்வையை எடுத்து தலையில் முண்டாசாகக் கட்டிக்கொண்டார்.

ஆரியசாலையை அடைந்தபோது யானைக்கு முன்னும் பின்னும் ஆள் சேர்ந்து ஒரு ஊர்வலமாகவே ஆகிவிட்டிருந்தது. செட்டிகள் அனைவரும் தெருவில் இறங்கி வேடிக்கை பார்த்தார்கள். அந்த நகரில் அன்று பலநூறு யானைகள் முகப்பட்டம் ஒளிர பட்டு குலுங்க சென்றிருக்கும். முத்துப்பல்லக்கில் ஏறி தம்புராட்டிகள் சென்றிருப்பார்கள். ஏன் காயங்குளம், கொல்லம், சிறயின்கீழ், கிளிமானூர் அரண்மனை யானைகள்கூட அவ்வழியாகச் சென்றிருக்கலாம். ஆனால் தன் நடையிலேயே தன்னை நிறுவிக்கொண்டான் கேசவன்.

பட்டத்துயானை பட்டாபிஷேகக் கொலுவுக்கு பூரண அலங்காரத்துடன் செல்வதைப் போலிருந்தது அந்த ஊர்வலம். நாங்கள் நேராக கிழக்கே கோட்டை முகப்புக்குப் போனோம். பொதுவாக அரசப்பிரதிநிதிகள் போன்றவர்களே நேரடியாக கிழக்கே கோட்டைக்குள் நுழைவார்கள். பிறர் மேற்கு வாசலில் நுழைந்து தெருக்கள் சுற்றி அரண்மனையின் வடக்குவாசல் முற்றத்திற்குதான் செல்ல வேண்டும். அங்குதான் பிரதான சர்வாதிகாரர் அலுவலகம் இருந்தது. பேஷ்காரையும் திவானையும் சந்திப்பதற்குக்கூட அவ்வழியாகத்தான் செல்ல வேண்டும். கிழக்கே கோட்டை வாசலைக் கண்டபிறகுதான் எனக்கு நாங்கள் எங்கே வந்திருக்கிறோம் என்றே புரிந்தது. நான் யானையின் கால் வழியாக எட்டி அருணாச்சலம் அண்ணனை பார்த்தேன். அண்ணன் பதறிப் பதைத்துப் போயிருப்பது தெரிந்தது.

சாதாரணமாகவே வாய் திறப்பதில்லை. இப்போது அப்படியே தன் உடலுக்குள் அவர் புதைந்து போய்விட்டது போலிருந்தது.

பழவங்காடி கணபதிக்கு ஒரு வணக்கத்தைப் போட்டுவிட்டு தலையில் சரிகை முண்டாசுடன் யானைக் கொம்பைப் பிடித்தபடி ஆசான் நேராக ராஜவாசலில் நடுவே நுழைந்தார். அவரது தோற்றம் கண்ட காவலர்கள் பேசாமல் நின்றுவிட்டார்கள். சலங்கைகளும் மணிகளும் மெல்ல குலுங்கும் ஒலி மட்டும் எழ கேசவன் நிதானமாக நடந்து உள்ளே சென்றான். சில எட்டுகளில் பத்மதீர்த்தமும் பத்மநாபசாமி கோயிலின் கோபுரமும் தெரிந்தது. படிக்கட்டுகளில் நம்பூதிரிகள் அமர்ந்திருந் தார்கள். சில பாதமங்கலம் தாசிகள் கைகளில் உருளிகளும் விளக்கு களுமாக செம்பு, வெண்கலம், பீங்கான் நிறமுள்ள முலைகள் குலுங்கி அசைய இடுப்பில் சுட்டிக்கரை வேட்டி சரசரக்க பேசியபடி சென்று கொண்டிருந்தார்கள். எவரும் யானையை அதிகம் பொருட்படுத்த வில்லை. ஆனால் அரண்மனை நோக்கித் திரும்பியதும் காவலகள் ஓடிவந்தார்கள்.

அரண்மனையின் பிரதான வாசலுக்கு ரைரு நாயர்தான் காவல் என்பது ஊருக்கே தெரியும். வடக்கன். நல்ல ஆறரையடி உயரம். பிளந்து போட்ட மாந்தடியின் நிறம். தீயைப் போன்ற கண்கள். கப்படா மீசை. முதலில் இரு காவலர்கள் வந்தனர். ''நில்லு... டேய் நில்லு'' என்றார்கள். ஆசான் நிதானமாகத் திரும்பி ''தம்ப்ரான் கல்பிச்சு இவ்விடம் அல்லயோடா பள்ளி எழுந்தருளியிட்டுள்ளது?'' என்றார். அதற்கு அவர்கள் பதில் சொல்வதற்குள் கையில் தலைக்குமேல் இரும்புக்கூர் பளபளத்த ஈட்டியை ஊன்றியபடி வடக்கன் ரைரு ராயர் வந்துவிட்டான். ஆசான் நிதானமாக மீண்டும் கேட்டார். அவன் ''ஆரா?'' என்றான். ''நீயாடா ரைரு நாயர்? எடே, தம்புரான் தங்குந்நது இவ்விடமா?'' என்று நிமிர்ந்து ரைரு நாயர் கண்களைப் பார்த்து கேட்டார். இதோ அவன் ஈட்டியை எடுத்து ஆசானின் நெஞ்சில் செருகப் போகிறான் என்று எண்ணி எனக்கு மூத்திரம் கனத்தது. கால்கள் மரக்கட்டைகள் போல மாறின. ரைரு நாயர் ஈட்டியை கைமாற்றிவிட்டு ''தாங்கள் எவ்விடம்?'' என்றான்.

''நான் திருவட்டார் கேசவன் ஆனை பாப்பான். திருமனஸ் என்னை அறியும்'' என்றார் ஆசான். ரைரு நாயர் மரியாதையாக வாய் பொத்தி ''ஓ...'' என்று கூறி உள்ளே ஓடினான். ஆசான் யானையை கூட்டிக் கொண்டு நேராக அரண்மனையின் சுடுசெங்கல் பாவப்பட்ட விரிந்த கிழக்கு முற்றத்துக்குச் சென்றார். அங்கே யானையை முகவாசலில் நேராகத்திருப்பி நிறுத்தினார். சிவன் கோயில் முகப்பில் நந்தி நிற்பதுபோல. உள்ளிருந்து கொட்டாரம் சர்வாதிக்காரர்

சந்திரன்பிள்ளை அவர்களே முலைகள் குலுங்க மூச்சிரைக்க படிகளில் இறங்கி ஓடிவந்தார். பட்டுச் சால்வையை இழுத்துப் போர்த்திக்கொண்டு இறங்கி வந்து வாயால் மூச்சுவிட்டபடி ''ஆரா? ஆரு?'' என்றார். அவரது கண்கள் ஆசானின் முண்டாசுக்கட்டிலேயே இருந்தன.

''அடியன். திருவட்டாறு கேசவன் ஆனையுடெ பாப்பான். திருமனசை முகம் காட்டணும்'' என்றார் ஆசான். சர்வாதிக்காரர் நம்ப முடியாமல் திரும்பி பின்னால் நின்ற கொட்டாரம் மேலாளன் சங்கரன் மாதவனைப் பார்த்தபின்பு ''ஆரு? எந்நு?'' என்றார். அவரது கண்கள் சரடு கட்டி நிறுத்தியது போல ஆசானின் தலைப்பாகையிலேயே வந்து பதிந்தன. ஆசான் பொறுமையிழந்தவராக எங்களைப் பார்த்தார். அதற்குள் சங்கரன் மாதவன் உரத்த குரலில் ''எடேய் வடக்கே வாடா... வடக் கோட்டு வாடா அசத்தே'' என்றார். ஆசான் கேசவனின் காதைப்பிடித்து ஒரு இழுப்பு இழுக்க யானை 'டிரியாம்' என்று பிளிறியது.

அதைக் கேட்டதும் மேலே அலங்கார உப்பரிகை நோக்கி ஓடிவரும் ஒலி மரத்தட்டுக்குக் கீழே கேட்டது. உப்பரிகைச் சாளரம் வழியாக இளையதம்புரான் எட்டிப்பார்த்து 'ஆஹா. கேசவன். கேசவன் வந்நானே' என்று கூவினார். மரப்படிகள் தடதடவென்று ஒலிக்க சிறுவன்போல பாய்ந்திறங்கி பெரிய கூடத்தைத் தாண்டி படிகளில் பாய்ந்திறங்கி கேசவனை அணுகி அவன் துதிக்கையைக் கட்டிப் பிடித்துக் கொண்டார். ஆசான் சங்கரன் மாதவனை ஒரு பார்வை பார்த்து விட்டு தலையில் இருந்து நேரியதை எடுத்து இடுப்பில் கட்டினார். ''கள்ளக் கழுவேறீடே மோனே... எரப்பாளி... கருமாடா... கரும் பாறைக்குட்டா'' என்று சொல்லி இளையதம்புரான் கேசவனின் துதிக்கையில் அறைந்து குத்தினார். கேசவன் தம்புரானை சுழற்றித் தூக்கி துதிக்கை மீது அமரச் செய்துகொண்டான். தம்புரான் உரக்கச் சிரித்தபடி அவன் இன்னொரு கொம்பில் காலை நீட்டினார்.

பின்னால் வந்த திவான் சதாசிவராயரும் பேஷ்கார் ராமனுண்ணி மேனனும் இருவாசல் நிலையருகே தயங்கி நின்றனர். ''கேட்டோ சதாசிவ ராயரே, இவன் நம்முடெ களித்தோழன். இந்நாட்டில் நமுக்கு மந்திரிமார் உண்டு. ஸேவகன்மார் உண்டு. தாசிகள் உண்டு. பிரஜைகள் உண்டு. எந்நால் களித்தோழன் ஒருத்தன் மாத்ரமே உண்டு. அது இவன்... இந்த கேசவன். இவன் அல்லாதெ இந்நாட்டில் நமக்கு ஸமானமாய் வேறெ ஆரும் இல்ல'' என்றார். ஆசானிடம் ''எந்தெடா நாயரே. எப்போ வந்நாய்?-'' என்று கேட்டு அவரது தலையை தட்டினார். அதை பக்தியுடன் பெற்றுக் கொண்ட ஆசான் புன்னகை செய்து ''எல்லாம் அடியங்ஙளுக்கு தம்புரான் கிருப'' என்றார். ''நந்நாய் வரட்டே... டேய் ரைரு...'' ரைரு நாயர் ''அடியன்'' என்றார். ''மிழிச்சு நில்காதே. ஒரு நல்ல கசவு முண்டும் நேரியதும் இவன் மார்க்கு கொடுக்கெடே. டேய்

நாயரே நீ இந்து ஸந்தியா நேரத்து நம்முடைய பட்டாபிஷேக பூஜைக்கு இந்த பட்டும் நேரியதும் உடுத்து வரணும். எந்நாடே'' என்றார். ''அடியன். அதை தம்புரான் திருமனசு திருக்கையால் தந்தால் அடியங்களுக்கு அதொரு ஆனந்தம்.''

பட்டும் நேரியதும் வாங்கியபோது எனக்கு நடப்பதெல்லாம் கனவா என்றிருந்தது. ஆரல்வாய்மொழிக் கோட்டையில் மறவர்களுடன் போராடிச் செத்த வீரனுடைய தந்தைக்கே திருவனந்தபுரம் வந்து பொன்னுதம்புரானைப் பார்த்து ஒரு நேரியதுமுண்டு வாங்கும் யோகம் இருக்காது. அறுபது வருஷம் வேதம் ஓதிய நம்பூதிரியும் பட்டரும்கூட அப்படி வந்து விடமுடியாது. ஒரு யானையின் வாலைப் பிடித்துக் கொண்டு எத்தனை தூரம் வந்துவிட்டிருக்கிறோம்.

தம்புரான் திரும்பி திவானிடம் ''சதாசிவ ராயரே, இந்து ஸாயங்காலம் திருவட்டாறு கேஸவனின் மீதெகேறி நாம் நகர்வலம் நடத்தும்'' என்றார். திவான் பேஷ்காரை திரும்பிப்பார்க்க பேஷ்கார் ராமனுண்ணிமேனன் ''அடியன். அது ஐஸ்வரியம் நிறஞ்ஞ காழ்ச்சயாணு. எந்நால் பட்டத்து ஆனையில் கேறி நகர்வலம் வரணும் எந்நு சாஸ்திரம்'' என்றார். ''எந்நால் இவன் இனி நம்முடெ பட்டத்து ஆனை'' என்றார் தம்புரான். ''அடியன். அதினுள்ள சகல கஜலட்சணமும் உள்ளவன் இந்த திருவட்டார் கேஸவன். எந்நால் இவன் திருவட்டாறு ஆதிகேசவனுக்கு நடையிருத்திய ஆனை...'' என்றார்.

கோபத்தில் முகம் சிவந்து, ''நாம் ஒந்நும் அறியுக வேண்ட. நாம் இவன் மீதெ மாத்ரமே போகும்...'' என்றார் தம்புரான் சிறுவனைப் போல. ஆசான் பவ்யமாக வணங்கி ''பட்டத்து யானையுடே மீதே ஒந்நு கயறி இறங்ஙியிதினு பின்னீடு தம்புரான் திருமனசு கொண்டு கேசவனுடெ மீதெத கேறுக நந்நு'' என்றார். தம்புரான் முகம் மலர்ந்து ''ஆ... அது நல்ல காரியம்... அவ்விதம் ஆகட்டே... ஒரு தவண நாம் பட்டத்து ஆனையில் கேறி இறங்கும். பின்னே நகர் வலம் இவனுடைமீதெ... நந்நாயி... நந்நாயி சீதரா...'' என்றார். திவான், பேஷ்கார், சர்வாதிக்காரர் முகங்களை நான் பார்த்தேன். காளி கோயில் பிராகாரங்களில் தீட்டப்பட்டிருக்கும் சுடலை தேவர்களின் முகங்கள் போல அவையெல்லாம் கொடூரமாக இருந்தன.

3

கேசவனின் கனத்த பிளிறல் கேட்டு நான் கண் விழித்தேன். யானைக் கொட்டிலில் பிற யானைகளும் அந்த ஒலியைக்கேட்டு உடல் அசைத்தும் எழுந்தும் உருவாக்கிய சந்தடியைக் கேட்டபடி ஒரு சில கணங்கள் படுத்திருந்துவிட்டு எழுந்து அமர்ந்தேன். ''அம்மே...

பகவதீ... நீலி...'' என்று கூவிவிட்டு சோம்பல் முறித்துக் கொண்டேன். கேசவன் பரபரப்பாக முன்னும் பின்னும் உடலை ஆட்டி, கழுத்து மணி குலுங்கத் தலையசைத்து, முன்கால் பின்கால் வைத்தது. எழுந்து வேட்டியை உடுத்தி அதன்மீது கச்சையை இறுக்கியபடி கேசவனை அணுகினேன். யானை உடனே தன் சங்கிலியை கையில் எடுத்துக் கொண்டது. நான் அதன் கால்தளையை அவிழ்த்ததும் அதுவே ஆற்றை நோக்கி நடக்க ஆரம்பித்தது.

இரவில் யானைக்கொட்டிலுக்குப் பொறுப்பாக இரண்டு காவலர்கள் உண்டு. இருந்தாலும் கேசவனுக்குக் காவலாக நானோ அருணாச்சலம் அண்ணனோ படுத்துக் கொள்வோம். யானைப்பிண்டங்களில் பிறக்கும் வண்டுகளும் மணியன் ஈக்களும் இரவெல்லாம் உடலைக் கடிக்கும் போது தூங்குவதற்கு பலவருடத்துப் பழக்கமிருந்தால்தான் முடியும். சுப்புக்கண்ணுக்கு அதெல்லாம் தெரியாது. கேசவனுக்கு எப்போதும் ஒரே இடம். கொட்டிலுக்கு முகப்பில் பழைய விளக்கு கால். அழுத்த மாக நடப்பட்ட கல்தூணில் சங்கிலி வளையத்தில் கேசவனைக் கட்டி, இரவுக்கான தென்னை ஓலை, பேய்க்கரும்பு, மூங்கில் எல்லா வற்றையும் குவித்து வைப்பதுவரை ஆசான் அவரே நின்று பார்ப்பார். பிறகு கேசவனின் துதிக்கையில் ஒரு தட்டி தட்டியபின் இரவு தங்குபவர் களிடம் ''நோக்கிக்கோடா'' என்று கூறிவிட்டு கிளம்பிச் செல்வார்.

கேசவன் பெரும்பாலும் நள்ளிரவு வரை ஓலை தின்னும், தொப்தொப் என்று பிண்டம் போட்டு ஜலதாரை கொட்டுவதுபோல சிறுநீர் கழித்தும் கால்மாற்றிச் சவிட்டியும் நின்று கொண்டிருப்பான். ஓலை தீர்ந்தபிறகு கல்தூணில் நீண்டநேரம் பின்பக்கத்தை உரசுவதுண்டு. வண்டுகள் ஆடக்கூடிய நடனம் மாதிரி இருக்கும் அது. யானைக் கொட்டடியில் நிலாவெளிச்சம் இல்லாத நாட்களில் நான்கு புன்னைக்காயெண்ணெய் விட்டு பந்தத்திரி போட்ட கல்விளக்குகள் எரியும். விளக்கருகே செல்லமுடியாதபடி பூச்சிகள் வந்து கொட்டும். தூரத்தில் நின்று பார்த்தால் விளக்கைச் சுற்றி சுடர்த்துளிகள் போல பூச்சிகள் பறக்கும்.

நான் கேசவனுக்கு அருகே விழுந்து கிடந்த பெரிய கல்தூணின் மீது என் பாயை விரித்துப் படுத்துக்கொண்டு கேசவனையே பார்த்துக் கொண்டிருப்பேன். யானையின் உடலசைவைப் பார்ப்பது தூக்கத்துக்கு நல்லது. நிரம்பிச் செல்லும் நதி நீரோட்டம் அசைந்து நெளிவது போல அதன் கரியதோல் அசையும். சில இடங்களில் நடுநடுங்கும். யானை காதுகளையும் கால்களையும் ஆட்டுவதும் துதிக்கையால் தழை பிய்த்துச் சுருட்டி உண்பதும் எல்லாம் மிகமிக நிதானமாகவே இருக்கும். மெல்ல மெல்ல தூக்கம் வந்து பரவி மூழ்கடிக்கும். கனவுக்குள் நான் காட்டுவேங்கை மரத்தின் அடியில் நிற்பதுபோல இதோ இந்த பெரிய

காலின் அடியில் நிற்கிறேன். கனவுதான். ஆனால் கனவை உணரும் கனவு. தூக்கத்தில் அவ்வப்போது விழித்ததுமே நான் கேசவனைத்தான் பார்ப்பேன். சிலசமயம் அவன் மிக அருகே நிற்பது போலிருக்கும். சிலசமயம் மிக தூரத்தில் மிதந்து விலகிச் சென்றபடியே இருப்பான். கள்ளின் போதையில் சிலநாள் என் தலைக்குமேல் இருண்ட கற்பாறைக் கூரையைப்போல அவன் பரவியிருந்தான் என்று கண்டேன்.

பின்னங்கால் அருகே நின்று நின்று பழகிப்போய் ஆசான் இல்லாமல் நானே தனியாக போனால்கூட அந்தக்காலின் அருகேதான் என்னால் நிற்கமுடியும். அந்தக் கால் மட்டும்தான் எனக்குத் தெரியும் என்பது போல. யானையின் பிற மூன்று கால்களும் அங்கிருந்து பார்க்கும்போது மிகவும் தள்ளி அசைந்து கொண்டிருக்கும். ஒரு பெரிய மண்டபம் நடந்து செல்கிறது. கருங்கல் தூண்கள் கொண்ட மண்டபம். கோயில் கச்சேரி கட்டடத்துக்குப் போனாலும் நான் அப்படித்தான் தெற்குமூலையில் உள்ள தூணருகே கையில் மேல் துண்டை எடுத்துச் சுற்றி வைத்துக் கொண்டு நின்றிருப்பேன். யாராவது என்னைப் பார்க்க மாட்டார்களா என்று எல்லாரையும் பார்த்துக் கொண்டிருப்பேன். ஆனால் பெரும் பாலும் கோயில் கச்சேரி நானிருப்பதை பார்க்காமலேயே அதன் பாட்டுக்கு நடந்து கொண்டிருக்கும். பெரிய ஸ்ரீகாரியம் வரும்போது மட்டும் பள்ளத்தை நெருங்கும் ஆறு போல சற்று அவசரம். பிறகு நிதானமான யானை நடைதான். அந்த யானையும் இப்படித்தான் தன் சங்கிலியைத் தானே கையில் எடுத்துக் கொண்டு நடக்கிறது...

கேசவன் படிக்கட்டை அடைந்து மீண்டும் நின்று இரண்டாம் முறையாக சிறுநீர் கழித்தான். முதல் சிறுநீர் நல்ல காரமணத்துடன் இருக்கும். இரண்டாம் சிறுநீரில் தழைவாசனை இருக்கும். தூங்கி விழித்த யானை தண்ணீரைக் கண்ணால் கண்ட பிறகுதான் இரண்டாம் சிறுநீரை விடும் என்பது சாஸ்திரம். இருட்டுக்குள் ஆறு செல்லும் களகள ஒலியும் கைதை ஓலைகளில் காற்று செல்லும் ஒலியும் கேட்டன. சின்னப்பெண்கள் பேசிச் சிரித்துச்செல்வது போல.

கேசவன் நேராகப் படித்துறை நோக்கி நடந்து சென்றான். நான் வானத்தைப் பார்த்தேன். நட்சத்திரங்கள் குவிந்து கிடந்த பரப்பில் எதையும் என்னால் ஊகிக்க முடியவில்லை. விடிவெள்ளி என்று ஒன்றை ஆசான் பலமுறை சுட்டிக்காட்டியிருக்கிறார். அப்பகுதியில் பல நட்சத்திரங்கள் மஞ்சளாகவும் நீலமாகவும் தீச்சிவப்பாகவும் ஒளிவிட்டுக் கொண்டிருந்தன. அவற்றில் எது விடிவெள்ளி என்று தெரியவில்லை. அது நள்ளிரவாகக்கூட இருக்கலாம் என்று எண்ணினேன். ஆனால் கேசவனின் நேரக்கணக்குக்கு ஆதிகேசவனே திருப்பள்ளிவிட்டு

எழுந்து வந்து சாட்சி சொல்லலாம். நான் அவனை அறிந்த இந்த பதினெட்டு வருடங்களில் ஒருமுறைகூட அந்தக் கணக்கு தவறியதில்லை. ''டேய் மயிராண்டி, அவனுக்கு அவன் கண்ணிமைக் கிறதுக்குக்கூட கணக்குண்டுலே'' என்பார் ஆசான்.

உண்மையிலேயே கண் இமைப்பதையும் தலையாட்டுவதையும் எல்லாம்மனதுக்குள் எண்ணிக் கொண்டிருக்கிறதா என்ன? யானை மனம் மனித மனதைவிட நூறுமடங்கு பெரியது. அந்த கரும் பாறைக்குள் பத்துமனங்கள் இணைந்து செயல்படுகின்றன. ஆனால் அது பேசுவதில்லை. புலம்புவதும் அழுவதும் இல்லை. உள்ளே ஏராள மானவர்கள் அமர்ந்து வேலை செய்யும் ஒரு ஹுஸுர் கச்சேரியே இருக்கிறது என்று நினைத்துக் கொண்டேன். யாரும் எதுவும் பேசாமல் மும்முரமாக வேலை பார்த்துக் கொண்டிருக்கிறார்கள். அந்தக் கச்சேரி நடுவே ஒரு பெரிய மணல்கடிகாரம் மண்ணை இம்மியிம்மியாக உதிர்த்துக் கொண்டிருக்கிறது. எல்லாம் கனகச்சிதம். ஒரு தப்பு, ஒரு பிசிறு கிடையாது.

கேசவன் சாய்மான வழியில் மெதுவாக இறங்கிச் சென்றான். அவன் காலைப் பிடித்தபடி நானும் கூடவே சென்றேன். கேசவனுடைய பாதங்கள் மணலில் அமிழும் ஒலி பப்படம் நொறுங்குவது போல இருட்டுக்குள் கேட்டது. ஆற்றங்கரையோரத்து தாழைப்புதர் கூட்டங் களுக்குள் இருந்து உக்கில் 'லுப் லுப் லுப்' என்றபடி சலசலத்து ஓடியது. இன்னொரு சலசலப்பு. அது பாம்பாகவும் இருக்கலாம். ஆற்றின் கரையில் இல்லாத பாம்பு இல்லை. ''ஆனை போன வழியா போனா ஆபத்து இல்ல'' என்பார் ஆசான். எல்லாவற்றுக்கும் அதுதான் வழி. யானையே போன வழியில் மனிதர்கள் போனால் என்ன? எந்தத் திருவிழாக் கூட்டத்திலும் நான் நெரிபட்டதில்லை. ஒரே முறை கொல்லங்கோடு தூக்கத்திற்குப் போய் கூட்டத்தில் மிதிபட்டபோது தான் கேசவன் எனக்கு எப்போதும் விரிவான பாதையை உருவாக்கித் தந்திருக்கிறது என்று எண்ணிக் கொண்டேன்.

கேசவன் ஆற்றுக் கரையில் சங்கிலியை வைத்துவிட்டு மெதுவே நீரில் இறங்கிப் படுத்துக் கொண்டான். நான் நீரை அள்ளி அதன்மீது வீசி காது மடல்களையும் உள்காதையும் தேய்க்க ஆரம்பித்தேன். இது அவசரக் குளியல்தான். இன்று பயணம் கிளம்புவதனால் கேசவன் சீக்கிரமே வந்துவிட்டான். பயணத்தைப் பற்றி அவன் மறப்பதே இல்லை. அவனுக்கு மறதி என்பதே கிடையாது. யானைகளுக்கு மறதி கிடையாது. யானைக்குள் ஒவ்வொன்றுக்கும் தனி அறையும் அதற்கென்று தனி ஆளும் உண்டு. நான் கேசவனைக் குளிப்பாட்டி விட்டு நீரில் இறங்கி இரண்டு முங்கு போட்டு அலையோரத்து மெல்லிய

மணலை அள்ளி உடலில் பூசி நன்றாக நரநரவென்று தேய்த்து மூழ்கிக் குளித்து எழுந்து கச்சையைக் கழற்றி அலம்பி தலைதுவட்டினேன். அப்போதுதான் காகம் முதற்குரல் எழுப்பியது. கரையில் மெல்ல செவிகளை ஆட்டி இருளை அளைந்தபடி கேசவன் இருளுக்குள் இருளாக நின்றிருந்தான். இருட்டுக்குள் நிற்கும்போது யானை தாயின் மடியில் ஒட்டிநிற்கும் குழந்தை போல ஆகிவிடுகிறது. இருட்டுக்குள் நின்றால் எத்தனை நேரம் வேண்டுமானாலும் அப்படியே நிற்க அதனால் முடியும்.

குளித்து எழுந்தபோது சற்று வெளிச்சம் வந்திருக்கிறதா என்ற எண்ணம் எனக்கு ஏற்பட்டது. யானைக்கும் காற்றுவெளிக்கும் இடையே உள்ள விளிம்புக்கோடு இன்னும் துல்லியப்பட்டிருந்தது. யானை படியேறிச் சென்று மணிகள் ஒலிக்க கிழக்கு வாசலுக்கு முன்பாக நின்று கொண்டது. பிரம்ம முகூர்த்தத்தில் நிர்மால்யம் தொழுவதற்காக வந்த பரதேசப் பிராமணர்கள் சிறிய குழுக்களாக ஆற்றில் இருந்து குளிரில் நடுங்கியபடி விஷ்ணு சஹஸ்ர நாமத்தை முணுமுணுத்துக் கொண்டு வந்தார்கள். இருட்டுக்குள் ஒரு கிழவர் தயங்கி என்னிடம் ''ஆருடா அது?'' என்றார். ''ஸ்வாமி, இது நானாக்கும் பாப்பான்.'' ''ஆனை ஏது? கேசவனா? திருவனந்தபுரம் போறானா?'' ''ஆமா ஸாமி.'' ''அது செரி. அப்பம் நாளைக்கு துலாம் ஒண்ணாக்கும்...'' என்றபடி அவர் ''ஆதிகேசவா பெருமானே...'' என்று படிகளில் ஏறிச் சென்றார்.

படிகளுக்கு மேல் கோயிலின் மாபெரும் கொட்டியம்பலக் கோபுரம் எழுந்து நிற்க அதற்கும் பின்னால் தெரிந்த வானத்தில் நட்சத்திரங்களின் ஒளி சற்று குறைந்திருந்தது. அல்லது வானத்தின் ஒளி சற்று கூடியிருந்தது. 'டிங் டாங்' என்று உள்ளே பெரிய மணி ஒலித்த பின்பு சற்று நேரம் கார்வை ரீங்கரித்தது. நிர்மால்ய பூஜைக்கு நடைதிறக்கப் போகிறார்கள். உள்ளே அச்சிகள், பேசியபடி அங்குமிங்கும் அலையும் ஓசைகளும் யாரோ யாரையோ அதட்டும் ஒலியும் கேட்டன.

அருணாச்சலம் அண்ணன் ஆலமரத்தைத் தாண்டி வேகமாக வந்து கொண்டிருந்தார். மேல் முண்டை குளிருக்கு நன்றாகப் போர்த்தி கையில் ஒரு பாளைப் பொதி வைத்திருந்தார். விரைவாக வந்ததில் மூச்சு இரைக்க என்னை நெருங்கி ''பிந்திப் போட்டாலே?'' என்றார். ''இல்லண்ணா. நிர்மாலிய பூஜை இனிமேத்தான்.'' ''எங்கடே ஆசான்?'' ''இன்னும் வரல்லே.'' ''சுப்புக்கண்ணு? தாயளி இன்னைக்கு அவன் அடிவாங்கிச் சாவத்தான் போறான்.'' சுப்புக்கண் விரைவாக ஓடி அருகே வந்தான் ''லே, ஓடி ஆனைமேல விழுந்திராத. உன்மேல அவனுக்கு ஒரு செறை உண்டு...'' மூச்சு வாங்கியபடி ''அம்மை கருப்பட்டிக்காப்பி குடிச்சிட்டு போலேன்னு சொன்னா''

என்றான். ஆசான் தூரத்தில் வருவது தெரிந்தது. ஆசானின் கெந்தி கெந்தி நடக்கும் அசைவை பெருங்கூட்டத்திலும் கண்டு கொள்ளமுடியும்.

ஆசான் வந்ததுமே ''எல சுப்பு?'' என்றார். ''ஆசானே!'' ''தாயளி, ஏம்லே மூச்சு வாங்குதே? உன்னை சமயத்துக்கு வரச்சொன்னா வரமாட்டியா? லே, இங்க வாலே...'' சுப்பு பரிதாபமாக ''இல்ல ஆசானே... வந்திட்டேன் ஆசானே'' என்றான். ''அவன் வந்தான் ஆசானே. அவன்தான் ஆனையை குளிப்பாட்டினது'' என்றேன். ''நீ பேசாதே. உன்னை நான் நம்பமாட்டேன்... அருணாச்சலம்...'' என்று ஆசான் திரும்ப, ''இருந்தான்'' என்றார் அருணாச்சலம். ''ம்ம்'' என்று ஆசான் அடங்கினார். அருணாச்சலம் சாதாரணமான குரலில் ''ராத்திரி கேசவன் நல்லா உறங்கினான். அதனால் யாத்திரய்க்கு பங்கம் இல்ல'' என்றார். ''ம்ம்'' என்றார் ஆசான். தன் பலவீனமான காலை ஊன்றாமல் யானையின் கொம்புகளை பிடித்தவாறு சற்றே சாய்ந்து நின்றுகொண்டு வெள்ளிப்பூண்கோலை தன்மீது சாய்த்துக்கொண்டார்.

உள்ளே சங்கு முழங்கியது. தொடர்ந்து பெருமுரசும் உருட்டுக் கொட்டும் இலைத்தாளங்களும் முழவுகளும் சேர்ந்து முழங்கின. ஸ்ரீகோயிலின் முகப்பில் கட்டப்பட்டிருந்த இரண்டு பெரிய கண்டா மணிகளும் கருவறைக்கு முன்னால் உள்ள சிறிய ஓட்டுமணியும் 'டாங்டாங் டணால் டணால் டிம்ம் டிம்ம்' என்று ஒலித்தன. நடைதிறக்கும் ஒலி கூடக் கேட்டது. ஆதிகேசவனின் உந்தியருகே இருந்த ஆவாஹ மூர்த்தியின் மீது நேற்று சூட்டிய எல்லா மாலை களையும் அலங்காரங்களையும் காப்புகளையும் களைந்துவிட்டு வெறும் விக்ரஹமாக நிறுத்துவார்கள் இப்போது. உள்ளே அச்சிகள் சேர்ந்து குலவைபோடும் ஒலி கேட்டது. நிர்மால்ய மூர்த்திக்கு ஆற்றுநீர் அபிஷேகம் செய்து மந்திர உபாசனை முடித்ததும் மீண்டும் கதவு மூடப்படும்.

வெளியே நின்று ஒலிகளை மட்டும் கேட்கும்போது அதெல்லாம் மிகமிக மெதுவாக நடப்பது போலிருந்தது. சற்று நேரத்திலேயே பொறுமை போய் வேறு விஷயங்களை நினைக்க முயன்று அங்கும் கவனம் நிற்பதற்கு அந்த ஓசைகள் அனுமதிக்காமல் தடுமாறிக் கொண்டிருந்தேன். இந்நேரம் அம்பிளி அங்கே கையில் தூக்கு விளக்குடன் நின்று கொண்டிருப்பாள். முன்பு அவள் எடுப்பு விளக்கு தான் வைத்திருந்தாள். அந்த விளக்குச் சுடர் அவளுடைய இடுப்புக்கு கீழாக வலதுபக்கம் இருக்கும். எலையங்காட்டு நம்பூதிரி அவளுடைய இளம் முலைகளைப் பார்த்துவிட்டு ''கொள்ளாம். பொன்னும் குடத்தல் பொட்டும் உண்டு. டேய் இத்ர நல்ல முலை உள்ள குட்டியை எடுப்பு விளக்கு பிடிக்கான் நிறுத்தியோ? ச்ச்சேய் அரஸிகன்மார்! குட்டி இனி

தூக்கு விளக்கு பிடிச்சால் மதி. குத்துவிளக்கில் திரியிட்டு கொளுத்தியது போலே ஆயிரிக்கும்'' என்றார். அதன்பின் இருகைகளிலும் தூக்கு விளக்கை ஏந்தி நிற்கும். வேலை அவளுக்குக் கிடைத்தது. அவளுடைய முன்னால் நீட்டிய கைகள் நடுவே முலைகள் ஒன்றுடன் ஒன்று ஒட்டி நிற்கும் அவற்றின் மீது தீபவெளிச்சம் பொன் உருகிவழிவது போல விழுந்து கிடக்கும். இந்நேரம் அவளுடைய முலைகளைத்தான் எல்லாரும் பார்த்துக் கொண்டிருப்பார்கள்.

தடாலென்று உள்ளே கோயில் நடை மூடும் ஒலி கேட்டது. மெல்ல வாத்தியங்கள் அடங்கின. மேலேயே பார்த்து நின்றிருந்தோம். கொட்டியம்பல வாசலில் பந்தங்களின் செவ்வொளியுடன் நிழல்கள் எழுந்து இருட்டில் பரவி அசைந்தன. ஐந்துதிரி எண்ணேய்ப் பந்தங்கள் ஏந்தி இரு பந்தக்காரர் வர, அவர்களுக்குப் பின்னால் மறைக்குடை ஏந்தியபடி ஒரு வால்யக்காரன் வந்தான். குடைநிழலில் கையில் பெரிய பொற்தாம்பாளத்தில் வெள்ளிப் பெட்டியுடன் பெரியநம்பி கூனலாக நடந்துவந்தார். அவருக்குப் பின்னர் அச்சிகள் மூவர். அவர்களுக்குப் பின்னால் வாத்யக்காரர்கள். சேங்கிலையும் இடைக்காயும் குறுமுழவும் சங்கும் மட்டும்தான். ஸ்ரீகாரியமும் இரு கோயிலதிகாரிகளும் பட்டு மேல்வேட்டியால் உடல் முழுக்கப் போர்த்தியபடி நடந்து வந்தார்கள். படிகளின் வழியாக அவர்கள் இறங்கி வருவதைப் பார்த்தபடி நின்றேன். ஆசான் மேல்வேட்டியை இடுப்பில் இறுக்கிக் கட்டிக்கொண்டார்.

நம்பி தாம்பாளத்தைக் கொண்டுவந்து நீட்ட ஆசான் அதைப் பெற்றுக் கொண்டார். கேசவன் காதுகளை மட்டும் ஆட்டியபடி அசைவில் பலாமல் நின்றான். நம்பி வாய்க்குள் வேகமாக மந்திரங்களைச் சொன்னபிறகு ''ஜய வஞ்சீச பால வீரமார்த்தாண்ட வீரகுலசேகர காசிராமேஸ்வரம் காக்கும் பத்மநாபதாஸன் மன்னை சுல்தான் மஹாஸ்ரீ உதயமார்த்தாண்ட வர்மா பொன்னுதம்புரானுக்கு ஜெயசுப சர்வமங் களம் பவ! ஓம் தத் சத். ஓம் நமோ நாராயணாய'' என்று உரக்கக் கூவினார். கூடிநின்றவர்கள் ''ஜயவஞ்சீச பால'' என்று கூட்டமாக முழக்கமிட்டார்கள். நம்பி தாம்பாளத்திலிருந்த சந்தனப் பேலாவைத் திறந்து அதிலிருந்த சந்தனக் குழம்பை வழித்து கேசவனின் துதிக்கையில் பூசினார். தாம்பாளத்தில் இருந்த பூக்குவியலில் இருந்து பூக்களை அள்ளி அதன் மத்தகம் மீது மும்முறை தூவினார். ஒரு வாழைப்பழத்தை எடுத்து கேசவனுக்குக் கொடுத்தார். அவன் அதை வாங்கி தின்னாமல் துதிக்கையிலேயே வைத்துக்கொண்டான்.

''எந்நால் புறப்படுகயல்லே?'' என்றார் பெரிய நம்பி. ''உத்தரவு'' என்று ஆசான் சொன்னார். ''தம்புரானோடு கேட்டதாய் சொல்லுக. சப்தமிபூஜைக்கு வந்தால் நந்நு எந்நு அறிவிக்குக'' என்றார். ''உத்தரவு'' என்றார் ஆசான். ''சர்வமங்களம்'' என்று நம்பி படியேறிச் சென்றார்.

பரிவாரங்களும் மேலேறிச் சென்றார்கள். கேசவன் மெல்ல அசைந்தான். கால்கள் அசையாமலிருக்க உடலைமட்டும் அசைக்க யானைகளால் மட்டும் முடியும்.

நான் பந்த ஒளியில் கீழே நின்ற அம்பிளியைப் பார்த்தேன். அவளுடைய சிறிய முலைக் கண்கள் குளிரில் சுருங்கி உள்ளே சென்றிருந்தன. சிவப்பு ஒளியில் அவள் முலைகள் தேய்த்த செம்புக் குவளைகள் போல பளபளத்தன. மெலிந்த கழுத்து. இடுப்பும் மெலிந்ததுதான். தோள்களும் முலைகளும் பின்பக்கமும் மட்டும் மிகப்பெரியவை. அவளுக்கு பத்தொன்பது வயது. இன்னும் பிள்ளை பெறவில்லை. மச்சி என்று சொல்கிறார்கள். திருவட்டாறு கோயில் வட்டத்தில் அவளைப்போல ஒரு பெண் இப்போது கிடையாது. அவளுடைய தாய்க்கிழவியைக்கூட ஏமான்கள் பல்லக்கில் ஏற்றிக்கொண்டு போகிறார்கள். சென்ற சித்திரையில் அவள் வீட்டுமுற்றத்தில் அணமுகம் சங்குநாயருக்கும் பார்த்திவசேகரபுரம் கொச்சன் நாயருக்கும் பெரிய வாள் சண்டை. கொச்சன் நாயருக்கு வயிற்றில் பலத்த காயம். அதைப்பற்றி கவலையே படாமல் அவள் மறுநாள் கோயிலுக்கு வந்தாள்.

நான் அவளுடைய கண்களையே பார்த்தேன். சாதாரணமாகப் பார்த்தால் அவளுடைய உருண்டையான முகமும், மிகச்சிறிய உதடுகளும், பூமொட்டு போன்ற மூக்கும் சேர்ந்து ஒரு குழந்தை போல அவளைக் காட்டும். ஆனால் அவள் சிரிக்கும்போது குழந்தைத்தனமே இருக்காது. ஏதோ வன்மம் அந்தச் சிரிப்பில் கலந்திருப்பது போலவும், நம்மை அவள் எள்ளி நகையாடுவது போலவும் தோன்றும். அவளுடைய கண்கள் பரல் மீன்கள் போல துடித்துத் துடித்து உலாவி என்னைச் சந்தித்தன. முற்றிலும் அறிமுகமில்லாமல் ஒருகணம் நிலைத்து விலகிக்கொண்டன. என் மனம் துணுக்குற்றது. என்னை உண்மையிலேயே மறந்துவிட்டாளா? அதெப்படி?

மூன்று மாதம்கூட ஆகவில்லை. போன மேட மாதத்தில்தான் அவளுடன் ஒரு இரவு முழுக்க இருந்தேன். அவளுடைய மென்மை யான சிறு முலைகளை அள்ளி மாந்தளிர் நிற காம்புகளில் முத்தமிட்டுக் கொண்டே இருந்தேன். ''போதும், முத்தி முத்தி அதை பழுக்க வைக்க வேண்டா'' என்றாள். எப்போதும் அதே இளக்காரச் சிரிப்பு. ''ஏன்? ஆனைக்காரன் முத்தியால் தேயுமோ?'' என்றேன். ''ஆனைக்காரன் அல்ல சேனைக்காரன் வந்நாலும் ஒந்நுமில்ல. ஆளு ஆறடி எந்நாலும் அவ்விடமுள்ளது ஒரு விரலு மட்டுமல்லே?'' என்றாள். நான் அந்த இரவு முழுக்க அவளை வெல்வதற்குத்தான் முயற்சி செய்தேன். அவளை முரட்டுத்தனமாகப் புரட்டி எடுத்தேன். மீண்டும் மீண்டும். அவள் போதும் போதும் என்று கதற வேண்டும் என்று நினைத்தேன். அவள் வென்று செல்லச்செல்ல வெறியும் ஆங்காரமும் கொண்டு

''தேவடியா தேவடியா... கண்ணைப்பாரு, தேவடியா'' என்று மூச்சுவாங்கத் திட்டினேன். கடைசியில் அவள் மிதிபட்ட பாம்பு போல சீறிஎழுந்து அலறியபடி என்னை கட்டிப்பிடித்து என் தோளில் எட்டுப் பற்கள் அழுந்தப் பதியும் விதமாகக் கடித்து இறக்கினாள். நான் வலிதாளாமல் அலறியபடி அவள் தோள்களைப் பற்றிக்கொண்டேன். அவள் தலையைப் பிய்த்து விடுவித்தேன். அவளுடைய உப்புப்பரல் போன்ற தூய வெண்பற்களில் மெல்லிய ரத்தம் பரவியிருந்தது. என் தோள் தீபட்டதுபோல எரிய கடிவாயில் இருந்து ரத்தம் மெல்ல கசிந்து வழிந்தது.

அவளுடைய கன்னத்தை ஓங்கி அறைந்தேன். சிரித்தபடி ரத்தத்தை சப்பிக் கொண்டு ''நல்ல ருசி'' என்றாள். அவள் மீதிருந்து விலகிக் குந்தி அமர்ந்தேன். முலைகள் ஒன்றுமீது ஒன்று ஒசிந்து அமர ஒருக்களித்துப் படுத்துக் கொண்டு ''நோவுண்டோ?'' என்றாள். ''போடி நாயே.'' ''நாய் அல்ல. சர்ப்பமாக்கும். விஷ சர்ப்பம்'' என்றாள். என் உடலில் அச்சம் திடுக்கிட்டது. ''பயப்பட வேண்டா, இது விஷமில்லாத கடி'' என்றாள். சிரித்தபடி எழுந்து கைதூக்கி தலைமயிரைச் சுழற்றிக் கட்டினாள். முந்திச்செல்ல முயலும் இள வண்டிக்காளைகள் போல முலைகள் ஏந்தி அசைந்தன. மீண்டும் மீண்டும் இரவெல்லாம் வெறி கிளப்பிய முலைகள். அந்தக் கடியுடன் இரவு முடிந்துவிட்டிருந்தது. அந்த வலியில் நிகழ்ந்த உச்சத்திற்குப் பிறகு நான் அடையவும் தேடவும் எதுவுமில்லை. ''நான் வாறேன்'' என்று என் கச்சையை எடுத்தேன். ''சும்மா வரவேண்டா. இதுபோலே கை நிறைய பொன்னோடு வரிக'' என்றாள். அவள் கண்களைப் பார்த்தேன். அதே சிரிப்பு.

தாம்பாளத்துப் பொருட்களை எடுத்து பெரிய மரப்பெட்டிக்குள் வைத்து மூடினார் ஆசான். இன்னொரு பெட்டியில் யானையின் நகைகளும் அலங்காரங்களும் பட்டும் இருந்தன. இரு பெட்டிகளையும் அதன் இருப்பமும் வரும்படி கயிறுகட்டி தோளில் தொங்கவிட்டார். ஆசானுக்கு மாற்று முண்டும் மேல் முண்டும் உத்தரியமும் உண்டு. அதை ஒரு ஓலைப்பெட்டியில் கட்டி சுப்புக்கண் எடுத்துக் கொண்டான். எனக்கும் அருணாச்சலம் அண்ணனுக்கும் இரண்டு வேட்டிகள் மட்டும்தான். அரச மரத்தடி வினாயகரை வணங்கி அருகம்புல் எடுத்து காதில் வைத்துக்கொண்டு ''அப்போ போலாம்டே... அம்மே பகவதீ...'' என்றார் ஆசான். கேசவனை மெல்லத் தட்டினார். அவன் வலதுகாலை எடுத்து வைத்து கிளம்பிச் சென்றான். சிறிய குட்டியாக இருக்கும்போதே வந்த பழக்கம். எப்போதும் வலதுகால்தான். எந்நிலையிலும் வலதுகால்தான் முன்னால் நிற்கும்.

கேசவனின் மணியோசை கேட்டு சாலையோரத்து வீடுகளின் மாளிகைச் சாளரங்களைத் திறந்து எட்டிப்பார்த்து கைகூப்பினார்கள். பெரிய

வீடுகளில் முற்றத்தைக் கூட்டிப் பெருக்கிய முலை தொங்கிய அச்சிகள் எழுந்து கும்பிட்டபடி நின்றார்கள். எதிரே வந்தவர்கள் கும்பிட்டபடி இருபக்கமும் ஒதுங்கினார்கள். கேசவன் திருவனந்தபுரம் போய்ச் சேர்வது வரை பார்ப்பது அந்த வணக்கங்களை மட்டும்தான்.

பதினேழு வருடங்களுக்கும் மேலாக நடக்கிறது இந்தச் சடங்கு. முதல் இரண்டு முறைதான் கேசவனை நாங்கள் கூட்டிவந்தோம். அதன் பிறகு கேசவனுக்கே தெரிந்துவிட்டது. இரவில் எங்கள் ஏற்பாடுகளைக் கண்டு முதலில் பயணத்தை ஊகித்துக்கொண்டிருந்தான். கேசவனின் நகைகளை கலவறையில் இருந்து மலையாளமாதம் முதல்தேதிக்கும் இரண்டு திருவிழாக்களுக்கும் மட்டும்தான் எடுப்போம்.

கேசவன் இரவெல்லாம் தூக்கமில்லாமல் மறுநாள் பயணத்துக்காகத் தவிப்பான். அதிகாலையில் எழுந்து நின்று பிளிறி ஊரையே எழுப்புவான். சங்கிலியை தூக்கியதுமே சாலையில் பாய்ந்தோட ஆரம்பித்துவிடுவான். கூடவே ஓடுவதற்கு நானும் அருணாச்சாலம் அண்ணனும் மேல்மூச்சு வாங்கி நாக்கு தொங்கி விடுவோம். யானைக்கு களைப்பே இல்லை. நாங்கள் கீழே விழும் நிலையை அடைந்ததும் கேசவனை பிடித்து நிறுத்த ஆரம்பிப்போம். கெஞ்சி மன்றாடி நிறுத்திவிட்டு கால்களைத் தளைத்து அப்படியே விழுந்து மூச்சிரைத்து மூச்சிரைத்துத் தூங்குவோம். ஆனால் பிறகு கேசவன் அந்த நேரத்தையும் தூரத்தையும் துல்லியமாக வகுத்துக் கொண்டான். அதைவிட முக்கியமாக மலையாள மாதம் ஒன்றாம் தேதி அவனுக்கு மிகத்துல்லியமாக தெரிந்திருந்தது. முந்தையநாளே அதை அவன் தெரிவித்து விடுவான். நாங்கள் அவனுடன் போனால் மட்டும் போதும்.

பட்டமேற்பு விழா முடிந்து ஊருக்குக் கிளம்பும்போதுதான் இந்த ஏற்பாடு தொடங்கியது. விடைபெறுவதற்காக கோயில் கொட்டகையில் இருந்து அரண்மனை முற்றத்துக்கு கேசவனைக் கூட்டிச் சென்றிருந்தோம். முற்றத்தில் கேசவனின் மணியோசை கேட்டதுமே தம்புரான் பாய்ந்து கீழே இறங்கி வந்துவிட்டார். அவருடன் மந்திராலோசனையில் இருந்த திவானும் பேஷ்காரும் பின்னால் வந்தார்கள். கேசவனின் துதிக்கையை தழுவியும் வருடியும் நெடுநேரம் நின்றிருந்தார் மன்னர். சுற்றிலும் அத்தனை கூட்டம் இருந்தபோதும்கூட அவர்கள் இருவரும் தன்னந்தனியாக நின்றிருப்பது போலிருந்தது. யானையின் முகத்தில்கூட அத்தனை தீவிர உணர்ச்சிகள் வெளிப்படுமா என்று நான் ஆச்சரியத்துடன் எண்ணிக்கொண்டேன்.

தம்புரான் திரும்பி ஆசானைப் பார்த்து ''கொண்டு போய் கொள்ளுக சீதரா... நாம் மாசம் தோறும் திருவட்டாறில் வந்து கேசவனை கண்டு கொள்ளாம்'' என்றார் தம்புரான். பேஷ்கார் ராமனுண்ணி மேனன்

சற்றே முன்னகர்ந்து ''அடியன். மாசத்தில் ஒரு தவணை திருவட்டாறில் போகுக எந்நால்... இவ்விடமுள்ள பணிகள் பலதும்...'' என்றார். திவான் ராயர் ''சரி, அப்டீன்னா கேசவன் மாசம்தோறும் இங்கே வரட்டும். இனிமேல்கொண்டு அதொரு சடங்காக இருக்கட்டும். டேய் ஸ்ரீதரா...'' ஆசான் ''அடியன். திருமேனி'' என்றார். திவான் ''இனிமேல் எல்லா கேரளமாசமும் ஒண்ணாம் தேதி காலையில் யானைய கூட்டிட்டு திருவனந்தபுரம் வந்திடவேண்டியது. பூர்ண ஆபரண அலங்காரங் களோடே கொண்டுவரப்பட்டது... என்ன? மாசம் பொறந்தா மகாராஜா கண் விழிக்கிறதே இந்த யானையின் முகத்தில்தான். என்ன?'' ஆசான் வணங்கினார். ''சரி, அவ்விதம் ஆகட்டே'' என்றார் தம்புரான். ஆசான் குனிந்து வணங்கினார்.

அதன்பின் அச்சடங்கு தவறியதே இல்லை. ஏழுவருடம் முன்பு ஒரு இடவ மாதத்தில் பெருமழை கொட்டி திருவிதாங்கூரே தண்ணீர்க் காடாகக் கிடந்தது. ஆறுகள் எல்லாம் கடல் பொங்கி உருள்வது போல திமிறிப் புரண்டன. வயல்வெளிகளில் கடலலை அடித்தது. எங்கும் நீரின் ஒளியும் நிழல்களும் நிறைந்து தளதளத்தன. மேலும் மேலும் மழை கொட்டிக் கொண்டிருந்தது. கோயிலின் தெற்கு வாசலில் நின்ற ஆலமரம் விழுந்ததும் அப்போதுதான். ஆனைக் கொட்டகையில் ஒரு கட்டடம் விழுந்துவிட்டது.

ஆனால் வழக்கம்போல் கேசவன் இரவில் நான்குமுறை ஆசானை நோக்கிப் பிளிறினான். ''என்னலே சொல்லுகான்? இந்த கொடுங் காற்றில் எங்க போறதுக்கு? குளித்துறை போகணுமானாக்கூட பத்துநாள் ஆகுமே. பதிமூணு காட்டாறு தாண்டிப் போகணுமே'' என்றார் ஆசான். ''அதை ஆனைகிட்ட சொல்லும். எளவு அது நிக்குத நெலையப் பாருங்க ஆசானே'' என்றார் அருணாச்சலம் அண்ணன். ''பேயாம நல்ல சங்கிலியால நாலு காலையும் தளைச்சுப்போடுவம்... கெடந்து அமறட்டு. மகாராஜா கேட்டா சொல்லுவோம். மனுஷன் தானே அவரும்?'' என்றேன். ''ஆமலே, வேற வழி இல்ல. எளவு, இப்பிடி நம்ம கெதி ஒரு ஆனைக்க வாலில கெடந்து அடிபடணும்னு இருக்கேடே'' என்றார் ஆசான். அன்றிரவு கேசவனை வேறு யானைகளின் சங்கிலிகளையும் எடுத்து தூணோடு தளைத்துவிட்டோம்.

இரவு நான்தான் காவல். மழை சுழற்றி அடித்தது. யானைகள் எல்லாம் மழைத்தாரையில் பாறைக்கூட்டங்கள்போல அசையாமல் நின்றன. யானைக்கு மழை பேரின்பம். கொட்டும் மழையிலும் யானைகள் நின்றுகொண்டு தூங்கும். கேசவன் கல்தூணில் லேசாகச் சாய்ந்து ஒரு காலை லேசாகத் தூக்கியபடி நின்று தூங்கியது. கொம்பு மீது கிடந்த துதிக்கை தூக்கம் நன்றாக கனத்து அதை மூடியபோது நழுவி நழுவி

வந்து கீழே விழ விழித்துக்கொண்டு கால்மாற்றி மீண்டும் தூங்கியது. கொட்டகை வாசலில் நன்றாக சாரல் அடித்தது. நான் உள்ளே போய் வெல்லமும் புழுக்கரிசியும் குவிக்கப்பட்ட அறைக்குள் ஒடுங்கி அமர்ந்து கொண்டேன். பதினைந்து நாட்களுக்கும் மேலாக மழை. வெயிலே தெரியவில்லை. பூமியின் ஆழத்தில் தீ என்பார்கள். அந்தத் தீயும் குளிர்ந்திருக்கும் போல. உடல்நடுங்கியது. என் வேட்டியை உரிந்து போர்த்திக் கொண்டு சுருண்டு உட்கார்ந்து அப்படியே தூங்கிவிட்டேன்.

காலையில் நான் கண்விழித்தபோதும் நல்ல வெளிச்சம் இல்லை. விடிந்துவிட்டது தெரிந்தது. நேரம் தெரியவில்லை. இறங்கி வெளியே வந்தேன். மழைவிட்டு சிறிய சாரல் மட்டும் இருந்தது. யானைகள் எல்லாம் உடல் சிலிர்த்தபடி கரிய நீர்ப்பளபளப்புடன் நின்றிருந்தன. தேவகி 'ப்பாய்ங்' என்று ஒலியெழுப்பியது. எனக்கு ஏதோ தப்பாக நடந்திருப்பது புரிந்தது. என்ன ஏது என்று மனம் உள்வாங்கிக் கொள்ளவில்லை. தேவகியையே பார்த்தேன். தலையை அசைத்து தேவகி மீண்டும் சின்னம் விளித்தாள். அப்போதுதான் பார்த்தேன். கேசவன் இல்லை. ஓடிப்போய் கேசவன் கட்டப்பட்டிருந்த இடத்தைப் பார்த்தேன். சங்கிலிகள் உடைந்து கிடந்தன. உடைந்த சங்கிலியின் நுனி கருங்கல் சில்லின் நீலக்கருமையுடன் மின்னியது. யானையைக் கட்டிய கல்தூண் சரிந்திருந்தது.

அப்போது உணர்ந்தேன், நான் தூங்கி எழுந்ததும் முதலில் பார்த்ததே கேசவன் இல்லை என்பதைத்தான். ஆனால் என் மனம் அதை உள்ளே விடாமல் மூடிக்கொண்டிருந்தது. கேசவன் இரவில் அலறியதும் பிளிறியதும் என்நினைவுக்கு வந்தன. உடைந்த சங்கிலிகளின் கண்ணிகளை காலால் தொட்டுப் பார்த்தேன். என்ன செய்வதென்று தெரியாமல் அங்கேயே சுற்றி வந்தேன். பிறகு மனச்சோர்வுடன் கல்தூணில் அமர்ந்து கதறிக்கதறி அழுதேன்.

வேறு யாரோ போய்ச் சொல்லி ஆசானும் அருணாச்சலம் அண்ணனும் ஓடிவந்தார்கள். வந்ததுமே ஆசான் எம்பி என்னை உதைத்தார். நான் பக்கவாட்டில் சரிந்து சேற்றில் விழுந்தேன். வெள்ளிப்பூணிட்ட பிரம்பால் என்னை ஓங்கி ஓங்கி அடித்தார் ஆசான். நான் அசையாமல் கிடந்து அடிகளை வாங்கிக்கொண்டேன். அருணாச்சலம் அண்ணா ஆசானைப் பிடித்து நிறுத்தினார். ஆசானும் அழுதபடி மறுபக்கம் கல்லில் அமர்ந்து விட்டார். அருணாச்சலம் அண்ணன் ''ஆற்றில் போயிப் பார்ப்போம். ஆசானே. கைக்குள்ள நிக்கிற சாமான் இல்லல்லா, ஆனையில்லா? எங்க போவும்?'' என்றார். நான் ''அது இந்நேரம் திருவனந்தபுரம் போயிட்டிருக்கும்'' என்றேன். ஆசான் பாய்ந்து எழுந்து ''கெளம்புங்களே... போவோம்'' என்றார்.

அருணாச்சலம் ''ஆசானே, அதெப்பிடி ஆறுகளில...'' ஆசான் ''டேய் ஆறுகளில ஓடுத தண்ணியில்ல. உனக்கயும் எனக்கயும் விதியாக்கும்னு வச்சுக்கோ. கௌம்புல. வாறது வரட்டு. இங்க இருந்தா மட்டும் உனக்கு தல மிஞ்சும்னா நெனைக்கே?'' என்றார்.

நாங்கள் கிளம்பவும் மீண்டும் மழை கொட்ட ஆரம்பித்தது. மழைத் தாரைக்கு இரண்டு அடிக்கு அப்பால் என்ன நடக்கிறது என்றே தெரிய வில்லை. மாறி மாறி கல்லில் முட்டி குப்புற விழுந்து கொண்டே இருந்தோம். ஒருவரை ஒருவர் தூக்கிவிட்டோம். அருணாச்சலம் அண்ணனின் முகம் கல்லில் விழுந்து கிழிந்து ரத்தம் கொட்டிக் கொண்டிருந்தது. யானையின் பிண்டமோ மூத்திரமோ அடையாளம் கிடைக்குமென பார்த்தோம். ஆனால் மழை அத்தனை உக்கிரமாக பூமியையே கரைத்துக் கொண்டு ஓடிக் கொண்டிருந்தது. மழைக்குள் சேற்றிலேயே படுத்து மூச்சு வாங்கினோம். வலியாற்று முகத்தில் ஆறே தெரியவில்லை. வயல்களும் ஆற்றுப் பெருக்கும் ஒன்றாக சிவந்த நீர் வெளியாக தெரிந்தன.

நான் ''ஆசானே'' என்றேன். ஆசான் கொஞ்சம்கூட யோசிக்காமல் ''பகவதியே'' என்று நீரில் குதித்து விட்டார். வயல்நீருக்குள் இழுப்பு இல்லை. ஆனால் மூங்கில் முட்களும் தாழைப்புதர்களும் உடலைக் கீறின. பின்பு ஆற்று நீருக்குள் புகுந்ததும் நீரின் ஆவேசம் என்னை அள்ளிச் சென்றது. வானத்தின் துதிக்கை போல் இருந்தது ஆறு. ஆசான், அருணாச்சலம் அண்ணன் இருவரும் விலகித் தெறித்து சென்றனர். நீரின் கொந்தளிப்பு என்னை இழுத்து ஆழத்திற்கு கொண்டு சென்றது. மூச்சுத் திணறி என் நுரையீரல் உடையப் போகும் நேரத்தில் தூக்கி மேலே எழுப்பியது. தூரத்தில் தென்னைமர உச்சிகள், பாய்ந்து பின்னால் சென்று கொண்டிருந்தன. நான் என் கைகளை முடிந்தவரைக்கும் வீசிப்போட்டு வாயால் காற்றை அள்ளி அள்ளிக் குடித்தபடி நீச்சலிட்டேன்.

ஆறு வளைந்த இடத்தில் வேகம் குறைந்தபோது நீரின் மறுவிளிம்புக்கு வந்துவிட்டேன். மழை சற்று விட்டிருந்தாலும் வானம் இருண்டுதான் இருந்தது. தாழை மரக்கூட்டம் ஒன்றைப் பற்றிக் கொண்டேன். அங்கிருந்து ஒரு தென்னைமரத்தின் ஓலையைப் பிடித்தேன். தவளை போல கால்களை உதைத்து உதைத்து நீந்தி நீரின் கரை நோக்கிச் சென்றேன். வலியாற்றூரின் அம்மன்கோயில் இருந்த மேடு கண்ணுக்குத் தெரிந்தது. ஆனால் அது வெகு தூரத்தில் இருந்தது. அதைத் தவிர வேறு எண்ணமே இல்லாதவனாக அதைநோக்கி நீந்திச் சென்று கொண்டே இருந்தேன்.

வலியாற்றூர் அளகயட்சி கோயிலின் அடிக்கட்டு விளிம்புவரை தண்ணீர் ஓடியது. கோயில் திண்ணையில் ஏறி செத்தபிணம் போல

படுத்துவிட்டேன். கோயில் கருவறைக்குள் மூங்கில் அழிகளுக்கு அப்பால் சுவரில் வரையப்பட்ட ஓவியமாக அளகயட்சி கூந்தலை விரித்துப்போட்டு வாயால் வீரப்பல் தெரிய உறுத்த ரத்தக்கண்களுடன் செம்பட்டு உடுத்தி நின்றாள். அவளையே பார்த்துக் கொண்டிருந்தேன். மழை சடசடவென்று மீண்டும் கொட்டியது. நான் கொஞ்ச நேரம் தூங்கியிருப்பேன். என்னை அருணாச்சலம் அண்ணன் உசுப்பி எழுப்பினார். நான் எழுந்து அவரைத் தழுவிக் கொண்டேன். ''அண்ணா...'' என்றபின் ஆசானை நினைவு கூர்ந்தேன். ''அண்ணா ஆசான்...?'' ''வாடா'' என்றார். இருவரும் மீண்டும் நீரில் குதித்து புதர்களைப் பற்றியபடி நீரோட்டத்திற்குள் சென்று பார்த்தோம். ஒரு தென்னை ஓலையைப் பற்றியபடி பாதி மிதந்து கிடந்த ஆசானை அருணாச்சலம் அண்ணன்தான் முதலில் பார்த்தார். அவர் சுட்டிக்காட்டியதும் நீரில் பாய்ந்து நான் நீந்தி அவரை அடைந்து பிடித்துக் கொண்டேன். அவர் தன்னினைவுடன் இல்லை. ''சப்பரம் சாமி சப்பரம்'' என்று ஏதோ சொன்னார். இருகைகளையும் இருவரும் பிடித்து இழுத்துக்கொண்டு நீந்தி கோயிலுக்கு வந்தோம்.

ஓய்வுக்குப்பின் மீண்டும் கிளம்பினோம். இம்முறை மேடாக ஏறிய வண்டிப்பாதை. மலைமீதிருந்து பெரிய ஓடைகள் சுழித்து வந்து பல இடங்களில் அருவிகள் போல கொட்டின. மலையே மண்ணாகக் கரைந்து வழிவது போலிருந்தது. பெரிய மலைப்பாறைகள் இடம் பெயர்ந்து அமர்ந்திருக்க அவை இருந்த பள்ளங்களில் சேறு கலங்கி நுரைத்தது. சாலையே ஒரு பெரும் பாறையால் மறிக்கப்பட்டிருந்தது. அதைச் சுற்றிப் போகும்போது இரு பாறைகளால் மறைக்கப்பட்ட இடத்தில் கேசவனின் பிண்டத்தைக் கண்டேன். ''ஆசானே'' என்று நான் சுட்டிக்காட்டினேன். பிண்டம் கால் பங்குதான் இருந்தது. ஆசான் ஓடிப்போய் அதை அள்ளி முகர்ந்து பார்த்து ''தாயோளி... அவன் தான். அவனைப் பிடிகெடைச்சா நின்னாணை அருணாச்சலம் அங்கவச்சு ஆக்கத்தியால வெட்டிப் போடுவேன்'' என்றார். ''வாங்க ஆசானே'' என்று நான் முன்னால் ஓடினேன்.

உண்ணாமலைக்கடை அருகே மூக்குப்பீறி ஓடை நிரம்பிச் சென்று கொண்டிருந்தது. ஆனால் அதன் பின் எந்த ஓடையும் எங்களுக்கு தடையாக இருக்கவில்லை. இருட்டியபோது குழித்துறையை அடைந்தோம். குழித்துறை ஆறு பிரளயம் போல பொங்கிப்பரவிக் கிடந்தது. அதில் இறங்கி நீந்த முடியாது என்று தோணிக்காரனைத் தேடி ஊருக்குள் போனோம். நனைந்த கோழிக்கூட்டம் போல குடிசைகள் ஒடுங்கி அமர்ந்திருந்த ஊருக்குள் நனைந்த திண்ணைகளில் சுருண்டு மூக்கு பொத்தி கிடந்த நாய்கள் சுருளவிழ்ந்து நாசி நீட்டி முனகிக் குரைக்க அலைந்தோம். படகுத்துடுப்பு சாத்தி வைக்கப்பட்டிருந்த குடிசையைக் கண்டுபிடித்து கதவைத் தட்டி எழுப்பினோம். அவன்

ஆசானின் காலில் கதறியபடி விழுந்துவிடடான். ‘‘ஆசானே பிள்ள குட்டிக்காரன் ஆசானே... ரெட்சிக்கணும் ஆசானே’’ என்று மன்றாடினான். ‘‘பெருவெள்ளமாக்கும்... இதிலே ஏறங்கினா மரணமாக்கும்...’’

அவன் வீட்டுத் திண்ணையில் அமர்ந்துவிட்டோம். விடியும்வரை எதுவும் செய்ய முடியாது என்பது ஒரு வகை நிம்மதியை அளித்தது. இருட்டில் ஆற்றில் நீந்துவது தற்கொலையேதான். ஓடக்காரன் மனைவி கஞ்சியும் காய்ச்சில் கிழங்கு மயக்கும் செய்து தந்தாள். சூடாக அதைச் சாப்பிட்டதும் எனக்கு தூக்கம் கைகால்கள் மீது ஏறி கனத்தது. விரல்களைக்கூட அசைக்கமுடியாது என்று தோன்றிவிட்டது. சாரல் அடித்த திண்ணையில் ஈரத்திலேயே படுத்து தூங்கிவிட்டேன். விடியற்காலையில் ஆசான் என்னை உதைத்து எழுப்பினார். ‘‘வாடா... வாடா எரப்பே... நேரம் விடிஞ்சாச்சு.’’

காலை நேரம் முந்தையநாள் பகல்போலவே இருந்தது. அரையிருள். தோணிக்காரன் எங்கள் கூடவே வந்தான். ‘‘தம்புரானே நீந்திக் கடக்க முடியாது. எளயிடம் விளாகத்தில் உள்ள பாறைமேல ஏறி தண்ணியில சாடினா ஆறு வளைஞ்சு போற வழியில அந்தப் பக்கம் கோயிலு முக்கில கொண்டுபோயி தள்ளிடும். வாங்க’’ என்றான். தோட்டங்கள் வழியாக இளயிடம் வீட்டை நோக்கிச் சென்றோம். தோட்டங் களுக்குள் இடுப்பளவு உயரத்திற்கு தண்ணீர் தேங்கிக் கிடக்க தவளைகள் குப்பைகளில் பற்றிக்கொண்டு அசைந்து கிடந்தன. எங்கள் சலனத்தில் சாட்டைபோல சுழன்றபடி நீர்க்கோலிப் பாம்புகள் விலகிச் சென்றன. மரங்கள் பெரும் பாம்புகள் போல நீருக்குள் நெளிந்தன.

இளயிடம் பாறைமீது ஏறிநின்றபோது தூரத்தில் குழித்துறை மகாதேவர் கோயில் நீரில் பாதி மூழ்கிக் கிடப்பது தெரிந்தது. அசைவில்லாதது போலவும் நகர்ந்து செல்வது போலவும் ஆற்றின் நீர்ப்பெருக்கு மாறிமாறித் தோன்றியது. ஆசான் என்னிடம் ‘‘பாத்தா பின்ன சாட முடியாதுலே. சாடு’’ என்றபின் சட்டென்று நீரில் குதித்தார். அருணாச்சலம் அண்ணனும் பின்னால் குதித்தார். நான் குதித்து அவர்கள் விலகிச் செல்வதைக் கண்டேன். காற்றில் சருகுகள் செல்வது போல சென்றோம். கைகளிலும் கால்களிலும் உயிரே இல்லை. ஆறு எங்களைச் சுழற்றிச் சென்றது. காற்று அள்ளிவீச முள்செடியில் மாட்டும் சருகுகள் போல குழித்துறை கோயிலின் படித்துறையை நோக்கிச் சென்றோம். கோயிலின் கூரை எங்களை நோக்கி மிதந்தபடி நெருங்கி வந்தது. எங்கள் மீது மோதிவிடுவது போல் அதனருகே கொட்டியம்பல வாசல் தெரிந்தது. கெட்டியம்பலத்தின் கழுக்கோலை நான் பற்றிக் கொண்டேன். ஆசான் சற்று தள்ளி ஒரு கட்டட நுனியைப் பிடித்துக் கொண்டார். அருணாச்சலம் அண்ணா முன்னதாகவே ஏறிவிட்டிருந்தார்.

கோயிலுக்கு அப்பால் படந்தாலுமூடு ஏற்றம். அதன் பின் களியக்கா விளை. பிறகு மீண்டும் செம்மண்நீர் முட்டிப்புரளும் காட்டாறுகள். பிறகு நெய்யாற்றின் பெரும் பிரவாகம். அதன்பின் மீண்டும் காட்டாறுகள். திருவனந்தபுரம் வரை நாங்கள் சாலையில் மனிதர் களையே பார்க்கவில்லை. மொத்த நாடும் கூரைகளுக்குக் கீழே பதுங்கிக் கிடந்தது. வானத்திலிருந்து முடிவேயில்லாத அருவி கொட்டிக் கொண்டேயிருந்தது. பாறசாலையில் சாலையில் படுத்து கொட்டும் மழையிலேயே தூங்கினோம். அங்கே மிதந்துவந்த ஒரு வாழையில் இருந்த செங்காய் பறித்து பிய்த்துத் தின்றுவிட்டு மீண்டும் ஓடினோம். நான்காம் நாள் நேமத்தைத் தாண்டியபோது முதல் முறையாக மனிதர்களைப் பார்த்தோம்.

குதிரைகளில் வந்த படைநாயர்கள் எங்களை தடுத்து நிறுத்தி ''ஆரெடா?'' என்றார்கள். ஆசான் மூச்சு வாங்க ''ஞான் திருவட்டார் கேசவனுடெ பாப்பான்'' என்றார். அவர்கள் பிரமித்து ஒருவரை ஒருவர் பார்த்தார்கள். மூத்தநாயர் ''திருவட்டாறோ? அவ்விடம் நிந்நோ வந்நீர்?'' என்றார். ''கேசவனை நிங்ஙள் கண்டோ?'' என்றார் ஆசான். ''இல்ல ஆசானே'' என்றான் படைநாயர். ''கேசவன் கெட்டு பொட்டிச்சு வந்நு... இவ்விடம் வந்நிட்டுண்டு'' என்றார் ஆசான்.

நாயர் சிரித்தபடி, ''இவ்விடமா? ஆசான் எந்நு கருதி? இந்த நாடு இப்போ மலைவெள்ளத்தின் அடியிலாணு'' என்றான் மூத்த படைநாயர். ''வெள்ளம் கேறி நாடே முங்ஙிப்போயி. வெள்ளம் கண்டுவரான் தம்புரான் உத்தரவு... ஆனை இந்நேரம் தேங்காப் பட்டினம் கடலில் போயி சேர்ந்திருக்கும்'' என்றான். ''டேய்'' என்று அருணாச்சலம் அவனை அடிக்கப்போனார். ''விடுடே அருணாச்சலம், குந்தம்தூக்கி நாயரு யானைய எங்க பாத்தான்?'' என்றார் ஆசான்.

அவர்களிடம் ஒரு குதிரையை வாங்கி அதில் நாங்கள் மூவரும் ஏறிக் கொண்டோம். அது இழுத்து இழுத்து நடந்தது. குதிரைமேல் அமர்ந்த படியே நான் மீண்டும் சிறிது நேரம் தூங்கி விழித்தேன். ஐந்தாம்நாள் காலையில் கரமனை ஆற்றை அடைந்தோம். ஆற்றுக்குக் குறுக்கே பெரிய வடம் கட்டி பரிசல் இறக்கியிருந்தார்கள். பரிசல்காரன் வடத்தைப் பற்றி ஆட்களை மறுபக்கம் கொண்டு போனான். கரமனை தாண்டி ஆரியசாலைக்குள் நுழைந்தோம். எப்போதும் பெருவெள்ளம் போல மக்கள் நெரிந்தோடும் ஆரியசாலையில் யாருமே இல்லை. முழங்கால் அளவுக்கு தண்ணீர் மட்டும் ஓடியது. எல்லா பண்டக சாலைகளும் பூட்டிக்கிடந்தன. கிழக்கே கோட்டை பெருநடையில் கூட காவல் இல்லை. தூங்கி வழிந்த ஒரே ஒரு காவலன் எங்களை ஏறிட்டும் பார்க்கவில்லை.

நேராக பத்மதீர்த்தக்கரைக்கு வந்து இடப்பக்கம் திரும்பி அரண்மனை முற்றத்தை அடைந்தோம். தள்ளாடி நடந்து படிகளை நெருங்கி அரண்மனையைப் பார்த்ததும் அதுவரை இருந்த சக்தி முழுக்க எங்களை விட்டுச் சென்றது. செங்கல் பாவப்பட்ட முற்றத்தில் செத்த பிணங்கள் போல விழுந்து விட்டோம்.

வலிய காரியக்காரர் ஓடிவந்தார். ஆசானை எழுப்பி அமரச்செய்து ''எந்து காரியம்? சீதரா எந்து காரியம்?'' என்றார். ''அடியன்... கேசவன் சங்கிலி பொட்டிச்சு வந்நு'' என்று கைகூப்பி அழுதபடி சொன்னார் ஆசான். காரியக்காரர் சிரித்தபடி ''எடே மண்டா, ஆனை ஒந்நாம் தேதி காலத்து பதிவுபோல இவ்விடம் வந்நுவல்லோ. இப்பம் அது கொட்டாரம் வளப்பில் உண்டு'' என்றார். ஆசான் சட்டென்று ஆவேசமாகி ''என்றெ பகவதீ, நான் என்ன பாவம் செய்தேன்னு இந்த வெளையாட்டு வெளையாடினே நாறத் தேவிடியா?'' என்று வீரிட்டபடி தன் மார்பில் அறைந்து கதறி அழுதார். நானும் அருணாச்சலம் அண்ணனும் சேர்ந்து அழுதோம். கொட்டார ஊழியர்கள் எல்லாரும் எங்களைச் சூழ்ந்து கொண்டார்கள். எங்கள் அழுகையைக் கண்டு அவர்கள் விழுந்து விழுந்து சிரித்தார்கள்.

செய்திகேட்டு தம்புரான் மாடியிலிருந்து இறங்கி வந்தார். கொட்டாரம் ஊழியர்கள் பிரிந்து விலகினார்கள். ''எந்தா நாராயணபிள்ளே?'' என்றார் தம்புரான். ''திருவட்டார் பாப்பான்மார் வந்நிட்டுண்டு... பாவங்ஙள் ஆனையக் காணாதே மழயில் ஆறுகள் நீந்தி எத்தி யிட்டுண்டு'' என்றார் காரியக்காரர். ஆச்சரியத்துடன் ''ஆரு சீதரனோ... எடேய்'' என்றார் தம்புரான். நாங்கள் கதறியபடி எழுந்துபோய் தம்புரானின் கால்களில் விழுந்து கதறினோம். ''சீதரா சீ, எழுந்நு கொள்ளுக... எடேய்'' என்றார் தம்புரான். ''இப்பிரளய காலத்து எவ்விதம் வந்நீர்? அய்யய்யோ!'' என்றார் தம்புரான்.

ஆசான் கைகூப்பியபடி ''ஆனை பத்ரமாயி வந்நுவல்லோ. அது மதி தம்புரானே'' என்றார். ''அவன் வரும் சீதரா. அவன் ஆனை. நூறு மனுஷரை காட்டிலும் அவன் சக்தன். ஆயிரம் மனுஷருடை ஆத்மா உள்ளவன். மலையுடெ மகனல்லே அவன்? அவன் வந்ந வழி நீ வந்நால் ஜீவன் உண்டாகுமோ? நந்நாயி. ஒந்நும் பற்றியில்ல. ஈஸ்வர அனுக்ரஹம்...'' என்றார் தம்புரான்.

மழையும் புயலும் சேர்ந்து வீசியடித்துக் கொண்டிருந்த காலை நேரத்தில் கேசவனின் பிளிறல் கேட்டுத்தான் அரண்மனையே விழித்துக்கொண்டதாம். என்ன என்று கைவிளக்குடன் காரியக்காரர் வந்து பார்த்தபோது வாசலில் யானை. ஏதோ யானை மதம்பிடித்து வந்து நிற்கிறது என்று அஞ்சி ஓடியிருக்கிறார். அதற்குள் கேசவனின்

குரலை அடையாளம் கண்டு தம்புரான் படுக்கையில் இருந்து இறங்கி ஓடிவந்தாராம். அன்று திருவனந்தபுரத்தில் தவறாமல் நடந்த இரண்டு விஷயங்கள் ஸ்ரீபத்மநாபனுக்கு நிர்மாலிய பூஜையும் கேசவனின் புதுமாத தரிசனமும் மட்டும்தான்.

கொட்டாரம் ஆனைக்கொட்டிலில் மூங்கில் தின்று கொண்டிருந்த கேசவனைப் பார்த்ததும் ஆசான் ஒரு கணம் அசையாமல் நின்றார். சற்று அப்பால் ஒரு மண்வெட்டி கிடந்தது. ''மகாபாவீ'' என்று அலறியபடி அந்த மண்வெட்டியைத் தூக்கிக் கொண்டு யானையை நோக்கிப் பாய்ந்து சென்றார். நான் ''ஆசானே'' என்று கூவியபடி பின்னால் ஓடினேன். ஆசான் அருகே போனதும் மண்வெட்டியை போட்டுவிட்டு அப்படியே பாய்ந்து சென்று யானையின் துதிக்கையைப் பிடித்துக் கொண்டார். ''என்னை கைவிட்டுவல்லோ... தம்புரானே அடியனை கைவிட்டுவல்லோ'' என்று தழுவியபடி விம்மி குலுங்கி அழ ஆரம்பித்தார். நான் ஓடிப்போய் அவர் தோளைத் தொட்டு ''ஆசானே, எந்தா இது? ஆசானே'' என்று சமாதானப்படுத்தினேன்.

அங்கிருந்து பதினைந்து நாள் கழித்துதான் கிளம்பினோம். தம்புரான் எங்களைக் கூப்பிட்டு ஆளுக்கு ஒரு சரிகை மேல்வேட்டியும் பத்துசக்கரம் பணமும் தந்தார். ஆசானிடம் ''கேசவனுக்கும் எனிக்கும் உள்ள பந்தம் நாலு சங்கிலி கொண்டு தடுத்து நிறுத்துந்நது அல்ல சீதரா'' என்றார் தம்புரான். ஆசான் ''அடியன். மாப்பாக்கணும் தம்புரானே மாப்பு'' என்று கைகூப்பினார். ''பூர்வ ஜென்மத்தில் கேசவன் தம்புரானும் ஞானும் தோழனுமாயிருந்நு சீதரா. அவனை அல்லால் ஞான் இப்பூமியில் ஒராளெயும் ஸ்வப்னம் கண்டிட்டில்ல'' என்றார். அவரது முகம் சுருங்கி கண்களில் கண்ணீர் தளும்பியது. ''போய்க் கொள்ளுக'' என்றபடி எழுந்து உள்ளே சென்றுவிட்டார். நானும் ஆசானும் அருணாச்சலம் அண்ணனும் கைகூப்பியபடி அங்கேயே நெடுநேரம் நின்றிருந்தோம்.

4

சாயங்காலம் பாறசாலைக் கோயிலுக்குப் போய்விட்டோம். யானையை கோயில் ஆனைப்புரையில் தளைத்துவிட்டு அங்கேயே மூங்கிலும் வாழையிலையும் தென்னையோலையும் வாங்கி தீனி போட்டோம். ஆசான் கோயில் குளத்தில் குளித்து விட்டு மகாதேவரை தரிசனம் செய்து வந்தார். நானும் அருணாச்சலம் அண்ணனும் குளத்தில் குளித்தபின் ஈர உடையுடன் மடப்பள்ளிக்குப் போனோம். மடப்பள்ளித் திண்ணையில் இலைபோட்டு கட்டிச்சோறும் தேங்காய்ப் புளிக்கறியும் துவையலும் தந்தார்கள்.

நான் எப்போதும் வயிறு புடைக்கச் சாப்பிடுவேன். ஓரிரு வேளை சாப்பிடாமலும் என்னால் இருக்க முடியும். இலைகளைந்து கைகழுவியதும் தென்னை ஓலைக்கீற்றை எடுத்து முற்றத்துப் பலாமரத் தடியில் போட்டு நானும் அருணாச்சலம் அண்ணனும் படுத்துக் கொண்டோம். ஆசான் திண்ணையில் அமர்ந்து தன் வெற்றிலைப் பொட்டலத்தைப் பிரித்தார். எனக்கு நன்றாகத் தூக்கம் சொக்கிவந்தது. ஆனால் தூங்கினால் முடியாது. ஓலைக்குவியலைச் சாப்பிட்டு குளத்தில் நீர் குடித்ததுமே கேசவன் கிளம்பிவிடுவான். வானத்தில் நட்சத்திரங்கள் ஒவ்வொன்றாகத் தெரிய ஆரம்பித்தன. நேர் எதிரில் சற்றே சிவப்பாகத் தெரிந்தது என்ன நட்சத்திரம் என்று ஆசானிடம் கேட்க நினைத்தேன். ஆனால் வெற்றிலையை மென்றபடி ஆசான் தனக்குள் மூழ்கிப் போயிருந்தார்.

கேசவன் மெல்ல உறுமிய ஒலிகேட்டு ஆசான் எழுந்தமர்ந்தார். ''லே மக்கா, அப்பம் புறப்பெடுங்கலே... பாப்பம்'' என்றார். நாகர்கோயில் திருவனந்தபுரம் அஞ்சல்வண்டி இரவு இரண்டாம் நாழிகையில் பாறசாலைக்கு வந்துவிடும். ஆசான் வழக்கமாக சற்று தூங்கிவிட்டு அந்த வண்டியில் ஏறி நேராக காலையில் திருவனந்தபுரம் வந்து விடுவார். அது இரட்டைக்குதிரை வண்டி, வேகமாகவே வரும். கரமனை ஆற்றில் நாங்கள் யானையைக் குளிப்பாட்டி நெற்றிப் பட்டமும் நகைகளும் அணிவித்து கிளப்பி ஆரியசாலையைத் தாண்டி கிழக்கே கோட்டை முகப்புக்குப் போகும்போது அவர் அங்கே தன் அச்சிவீட்டில் குளித்து புதிய வேட்டியும் மேல்முண்டும் அணிந்து வெள்ளிக் கோலுடன் தயாராக நிற்பார். ஒற்றைக்காலுடன் பகல்முழுக்க நடப்பதற்கே ஆசான் மிகவும் கஷ்டப்படுவார். திருவட்டாறில் இருந்து புறப்படும் அஞ்சல்வண்டியில் வரச்சொன்னால் கேட்கமாட்டார். ''மக்களே எங்க நமக்க சத்துருக்கள் இருப்பானுகன்னு ஆருக்குமே தெரியும்? தலை தோளுக்கு மேலே இருக்கணுமானா பகல்வெட்டத்தில பாத்து நடக்கணும். அதாக்கும் ராஜசேவுகம்.''

பாறசாலையைத் தாண்டிச் சென்றபோது நல்ல இருட்டு. நாலுமுக்குகளில் மட்டும் கல்தூண்கள் மீது புன்னகாயெண்ணெய் விட்டு தடித்திரியிட்ட விளக்குகள் கண்ணாடி அறைக்குள் மங்கலாக எரிந்து கொண்டிருந்தன. சில்லுவிளை முக்கில் ஒரு படைநாயர் மட்டும் குந்தத்துடன் நின்று கொண்டிருந்தான். அதற்கு அப்பால் பள்ளமாக இறங்கிச் சென்றது சாலை. முன்பு அது சேறு மிதிபடும் வண்டிச் சாலையாக இருந்தது. கோடை காலத்தில் மாவுபோல புழுதி. தம்புரான் பட்டத்துக்கு வந்தபிறகுதான் கருங்கல் பாளங்களைப் போட்டு இறுக்கி வண்டிச்சாலையாக ஆக்கியது. குதிரை வண்டிகள் சடசடவென்று அதில் ஓடிச் செல்வதைக் காணவும் கேட்கவும் உற்சாகமாக இருக்கும்.

நாகர்கோயில் செட்டிகளின் குதிரைவண்டிகள் என்றால் வண்டிக் காவலன் பின்பக்கம் படியில் அமர்ந்து ஒரு மணியை கணகணவென்று அடித்துக் கொண்டிருப்பான். வலிய நாயர்களின் வண்டிகள் என்றால் வண்டிக்காவலன் எப்போதும் திமிர் பிடித்த நாயராகத்தான் இருப்பான். வண்டிக்காரனுக்கு கீழே தொங்குபடியில் அமர்ந்துகொண்டு நீண்ட பிடியுள்ள மாட்டுத் தோல் சவுக்கை கையில் வைத்து எட்டக்கூடிய அனைவரையும் அடித்துக்கொண்டே செல்வான். அந்த வண்டிகளின் சத்தம் கேட்டாலே வழியில் செல்பவர்கள் ஓரமாகப் பாய்ந்து வேலிகளில் ஏறிக் கொள்வார்கள். வண்டிக்கூண்டுகளுக்குள் வலிய எஜமானன்கள் செம்பட்டு வரித்த திண்டுகளில் சாய்ந்து அரைத்தூக்கம் தூங்கிக் கொண்டிருப்பார்கள்.

ஒருமுறை ஆளூர் மாடம்பியின் காவல்காரன் சாட்டையை ஆசானை நோக்கி வீசிவிட்டான். ஆசான் குனிந்தாலும் அடி புறங்கழுத்தில் பட்டுவிட்டது. ஆசான் ''புலையாடி மோன்!'' என்று கூவிவிட்டார். முன்னால் சென்ற வண்டியை நிறுத்தி காவல்காரன் அங்கே இருந்தபடி திரும்பி ரத்தம் போன்ற கண்களால் உறுத்து விழித்து, ''ஆரெடா? ஆரொடா அது? வாடா வாடா நாயே'' என்று கூவியபடி உடைவாளை உருவி விட்டான். ஆசான் பின்னுக்கு நகர்ந்து அருணாச்சலம் அண்ணன் மீது முட்டிக்கொண்டார். நாயர் ''வாடா... வரேல்லென்னா நான் எறங்கி வந்து வெட்டுவேன்...'' என்று கூச்சலிட்டான்.

கேசவன் சட்டென்று எட்டு எடுத்துவைத்து அந்தப் படைநாயரை கையைப் பிடித்து தூக்கி சுழற்றி அருகே நின்ற புளியமரத்தில் அறைந்தான். உடல் பிய்ந்து தெறிக்க கை மட்டும் கேசவனின் துதிக்கையில் எஞ்சியது. அதை தலைக்குமேல் தூக்கி 'ர்ராங்' என்று பிளிறிய பின் கொம்பால் அந்த சாரட் வண்டியை அப்படியே குத்தித் தூக்கிக் கவிழ்த்து காலால் மிதித்தான். தூரத்தில் நாயரின் கை பிய்ந்த உடல் கிடந்து துள்ளியது. சடசடவென்று வண்டியின் மரச்சட்டங்களும் இரும்புக் கம்பிகளும் நொறுங்கும் ஒலி கேட்டது. உள்ளே இருந்து மாடம்பி கதறினார். ஆசான் ''கேசவா தம்புரானே... வேண்டாம். பொறுக்குக தம்புரானே...'' என்று கத்தினார்.

காதுகளை அசைக்காமல் ஒரு கணம் நின்று அவர் குரலைக் கவனித்தபின் இடது காலால் வண்டியை தட்டி பாதையை விட்டு விலக்கிவிட்டு கேசவன் சாதாரணமாக நடந்து முன்னால் சென்றான். நான் ஓடிப்போய் கீழே கிடந்த வண்டியின் உடைந்த கூண்டின் கதவைத் திறந்து மாடம்பியைப் பிடித்து வெளியே எடுத்தேன். கனத்த கொளகொளத்த உடல். ''அய்யோ! அய்யோ! அய்யோ!'' என்று கத்திக் கொண்டிருந்தார். வண்டிக்காரனுக்கு தோள்பட்டையில் அடி. அவரை இழுத்து சாலையோரம் அமரச் செய்தேன். ஊர்க்காரர்கள்

கூடிவிட்டார்கள். ஆனால் கேசவன் முன்னால் சென்றுவிட்டிருந்தான். நொண்டியபடி ஆசான் பின்னால் ஓடினார். அருணாச்சலம் ''லே வாலே, ஆனை போறதுலே'' என்றார். நாங்கள் பின்னால் ஓடினோம்.

அந்தச் செய்தியைக் கேட்ட தம்புரான் உரக்கச் சிரித்தார். ''சீ கழுவேறிட மோனே'' என்று கேசவனின் துதிக்கையை ஓங்கிக் குத்தினார். ''கேட்டா சீதரா, அதுதான் ராஜ லக்ஷணம். ஒரு ராஜா தன்னுடைய பிரஜைகளை மற்றொராளும் சிக்ஷிக்க விடுக இல்ல. சிக்ஷிக்கணும் எந்நால் ராஜா சிக்ஷிக்கும்... கேசவன் மனசு கொண்டு ஒரு மகாராஜா. அவன் அநீதி கண்டால் பொறுக்க மாட்டான்...'' என்று கேசவனை அறைந்தார்.

எறும்புக்காட்டு விளையை நெருங்கியபோது நல்ல இருட்டாகி விட்டது. யானை செல்வதே ஒரு காற்றசைவாகத்தான் இருந்தது. தெப்பத்தைப் பிடித்துக்கொண்டு கடலில் செல்வது போல யானையுடன் இருட்டில் சென்றோம். யானை மூன்றாவது மூத்திரம் பெய்ததும் அருணாச்சலம் அண்ணன் ''லே மக்கா, இங்கின நிப்பம்லே... கேசவன் வெள்ளம் குடிக்கட்டு'' என்றார். யானையை மெல்லத் தட்டி தண்ணீர் குடிப்பதைப் பற்றி நினைவூட்டினார். கேசவன் நின்று பக்கவாட்டில் திரும்பி, சரிந்து சென்ற மண்ணில் உடல் குறுக்கி இறங்கியது. நான் முன்னால் ஓடி நின்று கீழே இருளுக்குள் உலோகம் போல பளபளத்த குளத்தைப் பார்த்தேன். கேசவன் இருட்டுக்குள் நடந்து சென்று குளத்தை அடைந்து சேறு படிந்த கரை வழியாக மெதுவாக இறங்கிச்சென்றது. நீரை அணுகி துதிக்கையில் நீரை அள்ளி வாய்க்குள் இறைத்துக் கொண்டது.

அருணாச்சலம் அண்ணன் என்னிடம் ''லே, இங்கின ஒரு ரெண்டு நாழிக நேரம் ஆனைய தளைப்போம்லே... சோலி இருக்கு'' என்றார். ''என்ன சோலி?'' ''ஒரு ஆளை பாக்கணும்.'' நான் சங்கிலியை எடுத்து கேசவனை தளைத்தேன். கேசவன் என்ன நடக்கிறது என்று சுதாரிப்பதற்குள் மற்றகாலையும் தென்னையுடன் சேர்த்துக் கட்டி விட்டேன். ''இருலே மக்கா. அண்ணன் இப்பம் வந்திருதேன்'' என்ற படி அருணாச்சலம் அண்ணா குளத்து மேட்டில் ஏறிச் சென்றார். அவர் செல்வதைப் பார்த்து நின்றேன். பிறகு நானும் குளத்து மேட்டில் ஏறி அவரை இருளுக்குள் பின்தொடர்ந்து சென்றேன். அவர் அடிக்கடி திரும்பிப்பார்த்தபோது இருட்டில் நான் அசையாமல் அப்படியே நின்றேன். அவரால் என்னைக் காணமுடியவில்லை.

ஒரு மேடேறிச் சென்று முக்கு திரும்பி கூரைவீட்டுமுன் நின்று நான்கு பக்கமும் பார்த்தபின் அருணாச்சலம் அண்ணா ஆந்தை போல குரல் எழுப்பினார். மூன்று முறை அவர் அப்படிக் குரல் எழுப்பியதும் உள்ளே ஒரு விளக்கு கொளுத்தப்படும் வெளிச்சம் கூரைக்கும் சுவருக்குமான

இடுக்கு வழியாகத் தெரிந்தது. பின்பு கதவு திறந்து கையில் தூக்கு விளக்குடன் ஒரு பெண் திண்ணைக்கு வருவதைக் கண்டேன். சரியாகத் தெரியாவிட்டாலும் இளம்பெண் என்று தெரிந்தது. அருணாச்சலம் அண்ணன் அவளிடம் சென்று ஏதோ பேசினார். அவள் சிரிப்பதும் கொஞ்சிப்பேசுவதும் கேட்டது. இருவரும் உள்ளே சென்று கதவை மூடிக் கொண்டனர்.

நான் மெல்ல நடந்து சென்று திண்ணையில் ஏறி அமர்ந்து கொண்டேன். உள்ளே அவர்கள் கொஞ்சிப் பேசுவதும் சிரிப்பதும் கேட்டது. பிறகு அந்த மூச்சொலிகள் சிணுங்கல்கள். அருணாச்சலம் அண்ணா அவளிடம் மெல்லிய குரலில் விடைபெறும் ஒலி. முத்தங்களின் ஒலி. அவள் மெல்லிய குரலில் புகார் கூறும் சத்தம். பின்பு கதவு மெல்லத் திறந்தது. அருணாச்சலம் அண்ணா மட்டும் மெதுவாக வெளிவந்து கதவை மூடியபடி திண்ணைக்கு வந்தபோது என்னைப் பார்த்தார். ஒரு கணம் நடுங்கி ''ஆ? ஆரு?'' என்றார்.

''அண்ணா இது நான்லா?'' என்றேன். ''லே'' என்றார் அருணாச்சலம் அண்ணா. ''லே நீயா?'' நான் மெல்லிய குரலில் ''சத்தம் போடாதிக அண்ணா. நான் ஆளைப் பாத்தாச்சு'' என்றேன். அருணாச்சலம் அண்ணா வந்து என் அருகே நின்றார். ''செரிடே இப்பம் என்ன? இப்பிடி ஒரு காரியம் உண்டு. மனசுக்கு பிடிச்சு போச்சுலே.'' ''இது ஆசானுக்கு தெரியுமா?'' அருணாச்சலம் அண்ணா இருளுக்குள் திகைத்து இல்லாதவர் போல ஆகி நின்றார். ஆசானின் சம்பந்தக்காரி இலவங்காட்டு நீலம்மைதான் அது.

அருணாச்சலம் அண்ணா பெருமூச்சு விட்டபின் ''இப்பம் என்னடே வேணும்கியே?'' என்றார். ''அண்ணன் ஆனைக்கிட்ட போகணும். நான் உள்ளபோயிட்டு வாறேன்.'' அருணாச்சலம் அண்ணா கோபத்துடன் ''ஏலெ மயிராண்டி, இது என்ன தேவிடியாக் குடின்னா நெனைச்சே? ஏல அவ வயித்தில உள்ள பிள்ளை எனக்கதாக்கும். நானாக்கும் அவளுக்கு சிலவுக்கு குடுக்கது... எனக்க சம்பந்தக்காரியாக்கும் அவ'' என்றார்.

''விளிச்சு கூவாதீங்க அண்ணா. ஊரு கூடுகதுக்கா? அண்ணன் சம்பந்த மின்னா சம்பந்தம், புடவ கொடைன்னா அது, என்ன மயிரோ செய்துக்கிடணும். இப்பம் நான் உள்ள கேறாம வரமாட்டேன்'' என்றேன். அருணாச்சலம் அண்ணா தணிந்து, ''மக்கா லே, நீ எனக்க தம்பியில்லா? அவ உனக்கு அம்மையப் போலாக்கும் லே'' என்றார். ''அந்தச் சோலியே வேண்டாம். நடக்குமா நடக்காதா சொல்லும்'' என்றேன். ''செரி, நீ போயி கேட்டுப் பாருலே'' என்றார்.

''அது கொள்ளாம். சும்மா கேட்டா குடுப்பாளா? நீரு அவளுக்கு புடவ கொடுக்கதாட்டு சொல்லியிருப்பீரு. உம்ம பிள்ளை அவ வயித்தில

இருக்கு. நீரு சொல்லணும்... சொல்லி காரியங்களை மனசில ஏற்றணும். வேணுமானா கட்டாயப்படுத்தணும்'' என்றேன். ''லே அவ பாவமாக்கும். நீ நெனைக்கது மாதிரி இல்ல. மானமா சீவிக்கணும்னு நெனைக்கப்பட்டவ... அப்பிடியெல்லாம் நான் சொன்னாலும் சம்மதிக்க மாட்டா...''

''சம்மதிப்பா. நீரு சொன்னா போரும்.'' என்றேன். ''என்ன சொல்லுகதுக்கு?'' என்றார் அருணாச்சலம் அண்ணா உடைந்த குரலில். ''எனக்கு சம்மதிக்கல்லேன்னா நீரு அவளை விட்டுட்டுப் போயிடு வேருன்னு சொல்லும். சம்மதிச்சா அவளை வெறுக்காம கூட வச்சிருந்து புடவ குடுத்து கெட்டினவளா சேத்து மானமா வாழவைப் பேன்னுட்டு சொல்லும். அவ பெறப்போற பிள்ளைக்கு தகப்பன்னு ஒருத்தன் வேணுமானா சம்மதிக்கணும்னுட்டு சொல்லும்.''

அருணாச்சலம் அண்ணன் சட்டென்று என் கால்களைப் பற்றிக் கொண்டார். இருட்டில் அவரது கண்கள் பளபளவென்று ஈரமாக இருப்பதைக் கண்டேன். அவர் கைகள் என் கால்களில் சூடாகப் பதிந்தன. ''தம்பி, உன்னை என் சொந்தத் தம்பியாட்டு நெனைச்சி யேம்ல... வேண்டாம்ல... மகாபாவம்ல. அவ நல்ல குட்டியாக்கும். அறியா வயசில ஆசான்கூட ஆறுமாசம் இருந்தா. இப்பம் நாங்க கெட்டியவன் பெஞ்சாதி மாதிரியாக்கும்'' என்றார். ''சொன்னாக் கேளு... பேசாம ஒரு மொழம் கயித்தில தொங்கிப்போடுவா... பெண்ணடி பாவம் சும்மாவிடாதுலே மக்கா... சொல்லுகதைக் கேளு... வேண்டாம்.''

நான் வேட்டியைக் கட்டியபடி எழுந்தேன். ''செரி, அப்பம் உம்மால முடியாது. அவளாலயும் முடியாது. செரி நடக்கட்டும். ஆனா நீரு திருவந்தரத்தில இருந்து தலையோட திரும்ப மாட்டீரு பாத்துக்கிடும்'' என்று இறங்கி நடந்தேன். ''தம்பி லே...'' என்று அருணாச்சலம் அண்ணா என் பின்னால் பாய்ந்து வந்தார். ''தம்பி லே... நில்லு'' என்று என் தோளைப் பற்றிக் கொண்டார். ''முடியுமா முடியாதா?'' ''செரிடே, நான் பாக்குதேன்...''

அருணாச்சலம் அண்ணா மீண்டும் கதவைத் தட்டினார். அவள் கதவைத் திறந்ததும் எங்கள் இருவரையும் பார்த்து திடுக்கிட்டாள். அண்ணா உள்ளே சென்றார். நான் திண்ணையில் அமர்ந்திருந்தேன். உள்ளே அண்ணா அவளிடம் தயங்கித்தயங்கி பேசுவதும் அவள் குழப்பமாக ஏதோ கேட்பதும் சட்டென்று உரத்த குரலில் ''வெட்டிப்போடுவேன். வெட்டிப்போட்டிட்டு நானும் சாவேன்'' என்று வீரிடுவதும் கேட்டன. அண்ணா அவளிடம் கெஞ்சி மன்றாட அவள் ''செத்திருவேன்... உசிரோட இருக்க மாட்டேன்'' என்றே திரும்பத் திரும்ப சொல்லி அழுது கொண்டிருந்தாள். திடீரென்று ''சண்டாளப் பாவீ, குலம்

கெடுக்க வந்த பாவீ'' என்று கூவியபடி ஓடி வந்து கதவைத் திறந்தாள். அவளுடைய நீட்டிய கையும் ஆவேசமான முகமும் ஒரு கணம் தெரிந்தது.

அதற்குள் அருணாச்சலம் அண்ணா அவள் கூந்தலைப் பிடித்து இழுத்து உள்ளே போட்டுவிட்டு கதவைச் சாத்திவிட்டு படீர் படீரென்று அவளை அறைந்தார். ''கொல்லுங்க, கொல்லுங்க. நான் சாவுதேன். பெண்ணாப் பெறந்த பாவத்துக்கு நான் செத்தொளிஞ்சு போறேன்.'' அருணாச்சலம் அண்ணாவும் வெறிகொண்டு ''சாவுடி... செத்து தொலை... எனக்கொரு மோச்சம் அப்படி வரட்டு'' என்று அவளைப் போட்டு அடிப்பதும் உதைப்பதுமாகக் கூச்சலிட்டார். அவள் கதறி அழுதபடி வீட்டுக்குள் அங்கும் இங்கும் ஓடும் ஒலி. ''நான் சீவிக்க மாட்டேன்... நான் சீவிக்க மாட்டேன்'' என்று அவள் அலறிக்கொண்டே இருந்தாள்.

இது நடக்காது என்று எனக்கே தோன்றிவிட்டது. மெல்ல எழுந்து வேட்டியை மடித்துக் கட்டும்போது படீரென்று கதவைத் திறந்து அருணாச்சலம் அண்ணா உள்ளிருந்து வெளியே வந்தார். உரக்க ''சாவுடீ... ஆனா உனக்க சவத்த அடக்கம் செய்யவும் நான் இந்தப் படியில கால் வக்க மாட்டேன்... உனக்க பிள்ளை அப்பனறியா நாயாட்டு அலைஞ்சு சாவட்டும்... . எரப்பே அந்தளவுக்கு ஆயிட்டியா?'' என்று கூவினார். அவள் தலைவிரிகோலமாக பின்னால் வந்து அருணாச்சலம் அண்ணா காலில் விழுந்து ''வேண்டாம். விட்டுட்டு போயிடாதீங்க... எனக்கு வேற ஆருமில்ல. சொன்னதெல்லாம் கேக்கேன்'' என்று கதறினாள்.

பெருமூச்சுடன் மெல்ல தணிந்த அருணாச்சலம் அண்ணா என்னைப் பார்த்தார். ''லே, உள்ள போல நீ'' என்று என்னிடம் சொன்னார். அவள் தரையிலேயே கிடந்தாள். நான் அவள் கைகளைப் பற்றித் தூக்கி எடுத்தேன். வியர்த்துக் குளிர்ந்த உடம்பு நீரில் வந்த வாழை போலிருந்தது. கை பிடியிலிருந்து வழுக்கியது. அவளை உள்ளே இழுத்துச் சென்று கதவைச் சாத்திவிட்டு இடுப்பில் கைவிட்டு இழுத்து இறுகத் தழுவினேன். ''புலையாடி மோளே, ஆட்டமா காட்டுதே?'' என்று அவள் காதில் முணுமுணுத்தேன்.

''என்னை கொல்லப்படாது... என்னையும் என் பிள்ளையையும் நாசம் பண்ணிடப்பிடாது... நான் செத்திருவேன்... . கூடப்பிறப்பா நினைக்கணும்... தம்புரானே... உங்கள தெய்வமா கும்பிடுதேன்'' என்று என்னை உந்தி நெளிந்தபடி கண்ணீர் வழியச் சொன்னாள். அவளைப் பேசவே விடக்கூடாது என்று இறுகப் பிடித்து இழுத்துப் பாயில் தள்ளினேன். ''அய்யோ வயித்தில பிள்ள... பாத்து'' என்று அவள் பதறிக் கெஞ்ச ஆரம்பித்தாள்.

நான் வெளியே வந்தபோது அருணாச்சலம் அண்ணன் இல்ல. யானையருகே தரையில் படுத்திருந்தார். நான் யானையின் தளையை அவிழ்த்தேன். ''போலாமா அருணாச்சலம் அண்ணா?'' அருணாச்சலம் அண்ணா பேசாமல் கூடவே வந்தார். இடிச்சக்கப்பிலாமூடு அருகே சென்றதும் அண்ணா ''இருடே'' என்று சொல்லிவிட்டு பக்கவாட்டு சாலையில் சென்றார். ''அண்ணா சாராயம்னாக்க எனக்கும் ஒரு குப்பி வேணும்'' என்றேன். அவர் கேட்டமாதிரி தெரியவில்லை. ஆனால் திரும்பி வரும்போது பெரியநீலநிறக் கண்ணாடிக்குப்பி நிறைய எனக்கும் வாங்கி வந்திருந்தார். நான் அதைக் கொஞ்சம் கொஞ்சமாகக் குடித்தேன்.

போதையில் இருட்டு நெளிய ஆரம்பித்தது. அருணாச்சலம் அண்ணா முழுப்போதையில் நடக்க முடியாமல் தள்ளாடி யானையின் தந்தத்தைப் பிடித்துக் கொண்டார். நான் நாலைந்துமுறை ஏப்பம் விட்டேன். இருமுறை குமட்டினேன். தீ மாதிரி எரியும் சுத்தமான சாராயம். என் உடம்பு முழுக்க அது வெப்பமாகப் பரவுவதை உணர்ந்தேன். போதும் நிறுத்திவிடலாம் என்று தோன்றியபடியே இருந்தாலும் யாரோ சூனியம் வைத்ததுபோல நான் குடித்தபடியே இருந்தேன். குப்பியில் கால்குப்பி மிஞ்சியபோது மேற்கொண்டு என்னால் குடிக்க முடியவில்லை. வாய் திறந்தாலே சாராயம் அமிலமாக தொண்டையில் இருந்து வந்தது. காதுமடல்கள் எரிந்தன.

பக்கவாட்டில் திரும்பி அருணாச்சலம் அண்ணனைப் பார்த்தபோது என்னால் சிரிப்பை அடக்க முடியவில்லை. ''அருணாச்சலம் அண்ணன்! இதாக்கும் அருணாச்சலம் அண்ணன்'' என்று சுட்டிக்காட்டிச் சிரித்தேன். இதென்ன கிறுக்கன் போல சிரிப்பு என்று தோன்றினாலும் சிரிப்பை ஒன்றும் செய்ய முடியவில்லை. ''அண்ணனுக்க அச்சிக்க பேரு இலவங்காட்டு நீலம்மை. இலவங்காட்டு நீலம்மைக்கு முலை இம்பிடு பெரிசு... அவளுக்க முலையிலே...''

ஏப்பம் விட்டபோது நான் சொல்ல வந்ததை மறந்தேன். ஆனால் என் கட்டுப்பாடு இல்லாமல் மேலும் மேலும் சிரித்துக்கொண்டே இருந்தேன். ''நான் நினைச்ச குட்டிய நான் பிடிப்பேன். கேட்டியா அருணாச்சலம் அண்ணா... நினைச்ச குட்டி எனக்கு வேணும்... எளவு, அதுக்கு இந்த ஆனைய வித்தாலும் செரி, பெத்த அம்மைய வித்தாலும் செரி...'' என் கால்கள் கரைந்து போய் இடுப்புக்கு கீழே காற்றுதான் இருந்தது. யானையின் தந்தத்தில் நன்றாகச் சாய்ந்து பிடித்துக் கொண்டேன். யானை படகு நீரில் போவது போல எங்களை சுமந்தபடி இருட்டில் சென்றது. என் மேல்வேட்டியை எடுத்து யானைக் கொம்புடன் சேர்த்து கட்டிக் கொண்டேன். நான் பேசிக்கொண்டே இருப்பதை நானே கேட்டுக்கொண்டிருந்தேன்.

எனக்கு விழிப்பு வந்தபோது கரமனை ஆற்றின் கரையில் நின்று கொண்டிருந்தோம். மறுபக்கக் கொம்பில் அருணாச்சலம் அண்ணா செத்தபிணம் தொங்குவதுபோல தொங்கி தூங்கிக் கொண்டிருந்தார். யானை காதுகளை அசைத்தபடி முன்காலை சற்று மேலே தூக்கியபடி நின்றிருந்தது. பிரம்ம முகூர்த்தம் ஆகியிருக்கும். தூரத்தில் ஏதோ கோயிலில் மணி முழங்கியது. யானை மீண்டும் பிளிறியது. முதல் பிளிறல் கேட்டு விழித்துக் கொண்டதை அப்போது உணர்ந்தேன். ''அண்ணா... அருணாச்சலம் அண்ணா...'' என்று அவரை உசுப்பி எழுப்பினேன். ''நாணீ'' என்றபடி விழித்து என்னைப் பார்த்தார் ''லே நீயா? நீ எப்பிடி இங்க?'' ''அண்ணா கரமனை ஆறு வந்தாச்சு... எறங்குங்க.''

இருவருமாக யானையை கரமனையாற்றில் இறக்கி வேகவேகமாகக் குளிப்பாட்டினோம். அருணாச்சலம் அண்ணா மிக அமைதியாக இருந்தார். யானையைக் குளிப்பாட்டி கரையில் ஏற்றி நெற்றிப் பட்டமும், மணிமாலையும், முத்துச்சரமும், காது குண்டலமும் அணிவித்தோம். கொம்புகளுக்கு,பொன் கூம்பும், நெற்றிக்கு மணிச் சுட்டியும் பொருத்தினோம். முதுகில் மணிப்பட்டு விரித்தோம். இருளில் நகைகள் மட்டும் தெரிய, இருட்டுக்கே அலங்காரம் செய்து விட்டது போலிருந்தது.

நானும் அண்ணாவும் ஓடிப்போய் நீரில் இறங்கிக் குளித்தோம். அருணாச்சலம் அண்ணாவின் அமைதி எனக்கு சங்கடமாக இருந்தது. இரண்டுமுறை பேசாமல் மூழ்கி எழுந்த பிறகு ''போகட்டும் அண்ணா தம்பிதானே? ஒரு ஆசையில செய்து போட்டேன்'' என்றேன். அண்ணா ஒன்றும் சொல்லவில்லை. ''தப்புதான் அண்ணா. எனக்கு அப்பிடி யாக்கும் பெண்ணைக் கண்டா ஒரு வெறி... ஆனைவெறி... போட்டு அண்ணா. மாப்பாக்கணும்.'' அண்ணா முழ்கி நீரள்ளி கொப்பளித்தபடி ''செரிடே. அதுக்கு இப்பம் என்ன? பெண்ணாசை எனக்கும் உள்ளதாக்கும். நான் ஆசானுக்கு செய்தத நீ எனக்கு செய்தே'' என்றார். எழுந்து நிர்வாணமாக நடந்து துண்டைப் பிழிந்து தலை துவட்டிக்கொண்டார். நான் ஆறுதல் அடைவதக்குப் பதில் பதற்றம் தான் அடைந்தேன். அவர் ஏதோ சொல்ல வருகிறார் என்று புரிந்தது.

அண்ணாவும் நானும் யானையுடன் ஆரியசாலை வழியாகச் சென்றோம். ஆரியசாலையில் அந்த அதிவிடியல் காலையிலேயே பொதிவண்டிகளும் மூட்டை தூக்கிகளும் நெரிபட்டுக்கொண்டிருந் தார்கள். யானையைக் கண்டதும் கும்பிட்டு விலகி வழிவிட்டார்கள். கிழக்கே கோட்டை கண்ணில்பட்டதும் அருணாச்சலம் அண்ணா என்னைப்பார்க்காமல் ''லே தம்பி, நீ அந்த பாதமங்கலம் குட்டிய பாத்தாச்சு இல்லலே?'' என்றார்.

நான் கத்தியால் குத்துப்பட்டவன் போல நின்றுவிட்டேன். ''ஆரை?'' என்றேன். ''எனக்க கிட்ட வேண்டாம் மாயம், கேட்டியா. நேத்து ராத்திரி நீதான சொன்னே. அம்பிளிண்ணுல்லா அவளுக்க பேரு?'' நான் என் தொண்டையை விழுங்கி விட்டு ''அண்ணன் இதென்ன சொல்லுது? அது நான் குடிவெறியில ஒரு இதுக்குச் சொன்னதுல்லா?'' ''செரி. ஆனா நீ போனது சத்தியம். அவளுக்கு முலையப்பத்தியில்லா சொல்லிட்டிருந்தே.'' நான் பேசாமலானேன். ''பூத்த பணமில்லாம போக முடியாதே... பணத்துக்கு எங்க போனே?'' என்றவர் என் கண்களைப் பார்த்ததும் சட்டென்று ஊகித்துவிட்டார். ''அப்பம் நீ கோயில் கலவறைக்குள்ள கேறிப்போட்டே இல்லலே?'' என்றார். நான் ''அண்ணா'' என்றேன் பீதியுடன். ''செரி'' என்று அவர் புன்னகைசெய்து என்னையே பார்த்தார்.

நான் அப்படியே நின்றேன். அண்ணா என்னைப் பார்த்து ''வா'' என்றார். நான் ''அண்ணன் இதை யாரிட்டயும் சொல்லப்பிடாது'' என்றேன். ''பாப்பம்.'' ''அண்ணனுக்கு என்ன வேணும்?'' அவர் திரும்பிப் பார்த்தார். உதடுகளில் மெல்லிய புன்னகை விரிந்தது. ''என்ன கேப்பேன்? நானும் நீயும் ஒரே எனமுல்லா?'' நான் அதை ஊகித்து ''அண்ணா சொன்னா கேளுங்க அவ...'' என்றேன். ''ஒருக்கா மட்டும்லே. ஒருக்கா போரும். நானும் கோயில் வட்டத்தில் ஜீவிச்சதுக்கு பலன் இருக்கட்டும்... நான் செத்தா ஆத்மாவுக்கு மோட்சம் வேணும்ல?'' ''இல்லண்ணா, அது சில்லற காரியமில்ல. பூத்த பொன்னு வேணும் அதுக்கு.'' அண்ணா வேறுபக்கம் திரும்பி ''பொன்னு குடுத்துத்தானே நீ போனே?'' நான், ''அண்ணா உள்ள பணமெல்லாம் குடுத்தாச்சு. இனி நான் பொன்னுக்கு எங்க போறது?'' என்றேன். ''முன்ன என்ன செய்தியோ அதைச் செய்யி. அது எனக்க கணக்கு இல்ல... எனக்கு அவ வேணும்... இல்லேன்னா நீ கழுவிலே கேறு...'' என்றார் அருணாச்சலம் அண்ணா.

கொட்டாரம் வழியில் ஆசான் கசவு நேரியதை இடுப்பில் கட்டி தாம்பூல வாயுடன் நின்றார். காலையில் பத்மநாப தரிசனம் முடிந்ததன் அடையாளமாக நெற்றியில் சந்தனம். ''ஏம்லே, நேரம் காலத்துக்கு வராட்டியளா? வலிய சரிவாதிக்காரு நாலுமட்டம் கேட்டாச்சு'' என்று கூறினார். யானை அதுவே அரண்மனைக்குச் சென்று செங்கல் முற்றத்தில் அரண்மனையின் முகப்பு வாசலை நோக்கி நின்று கொண்டது. அதன் உடம்பெங்கும் பொறுமையின்மை தெரிந்தது. துதிக்கையால் தரையை தேவையில்லாமல் துழாவியது. கூழாங்கற்களை பொறுக்கி ஒரு ஆட்டு ஆட்டி கீழே போட்டது. புஸ்ஸ் என்று மூச்சு சீறி புழுதி பறக்கச் செய்தது. கால் மாற்றி வைத்து தலையை அசைத்தது.

முன்பெல்லாம் தம்புரான் பிரம்ம முகூர்த்தத்திலேயே எழுந்துவிடுவார். ஆகவே அரண்மனை தூங்குவதேயில்லை. எழுந்தவர் கண்களைத் திறக்காமல் சேவகனின் கைகளைப் பிடித்தபடி நடந்து அரண்மனை முற்றத்துக்கு வருவார். கேசவனின் மத்தகத்துக்கு முன்னால் அவரை நிறுத்தியதும் இரு கைகளையும் கூப்பியபடி'' கஜராஜ வந்தனம்'' என்று மூன்று முறை கூறியபடி கண்களைத் திறப்பார். கேசவன் உடல் பரபரக்க துதிக்கை துவள நின்று ததும்பும். கதளி வாழைக்குலையும் கரும்புக் கட்டும் வெல்லச்சோறும் தன் கையாலேயே கேசவனுக்கு ஊட்டுவார். அதன் பிறகு சென்று குளித்து உடைமாற்றி ஸ்ரீபத்மநாபனுக்கு நிர்மாலிய பூஜை நடப்பதைப் பார்ப்பதற்குச் செல்வார். முன்மதியம் மந்திராலோசனை முடித்து காலையுணவு உண்டபிறகு யானைக் கொட்டிலுக்கு வருவார். கேசவன் அருகே சாய்வு நாற்காலியைப் போட்டு அமர்ந்து கொண்டு அவனைப் பார்த்துக் கொண்டிருப்பார். சிலசமயம் அவன் மீது ஏறி கொட்டிலைச் சுற்றி வருவார். நண்பனிடம் பேசுவது போலவே சிரிப்பும் விளையாட்டுமாக இருக்கும்.

ஆனால் இப்போது நாலைந்து வருடங்களாக அவருக்கு உடல்நிலை சரியில்லை. சிறுவயதில் வந்த அதே நோய்தான். கடுமையான மூச்சிளைப்பு. வாயில் பெரிய பெரிய புண்கள். இரவு தூக்கமில்லை என்பதனால் நிறைய அபின் கொடுத்துத்தான் தூங்க வைப்பார்கள். ஆகவே காலையில் எழுந்திருக்க மிகவும் தாமதிக்கும். கேசவனைப் பார்த்து வணங்கியதும் துதிக்கையைத் தொட்டு தலையில் வைத்து விட்டு பேசாமல் திரும்பிச் சென்று விடுவார். பகலில் வந்து அமர்ந்து கொஞ்சுவதும் இல்லை. எங்களை அடையாளம் கண்டு பேசியே ஒருவருடத்திற்கு மேலாகிறது.

சடசடவென்று குதிரைகள் செங்கல் பரப்புமீது குளம்படி எழ குதிரைகள் ஓடிவரும் ஒலி கேட்டது. கேசவன் ஒலிகளைப் பார்த்து அதிர்வதோ திரும்புவதோ வழக்கமில்லை. ஆனால் அவன் ஒலிகளைக் கவனிக் காமல் விடுவதுமில்லை. காது ஒரு கணம் நின்று பின்பு வீச ஆரம்பித்தது. உட்பக்கமிருந்து வந்த பாதையில் எட்டுக் குதிரைகள் வந்தன. முன்னால் வந்த கரிய குதிரையைப் போல ஒன்றை நான் பார்த்ததே இல்லை. கரும்பட்டு போல பளபளப்பு. வாயின் சிவப்பும் பற்களின் வெண்மையும் கண்களின் வெண்மையும் தவிர வேறு நிறங்களே இல்லை. குளம்புகள் மட்டும் பனங்கொட்டையின் சாம்பல் கருமை. வாயில் நுரை தொங்கி மூச்சில் அதிர, கழுத்தைத் திருப்பி, கரிய பிடரிமயிர் சிலும்ப, முன் கால்களைத் தூக்கி இருமுறை காற்றில் உதைத்து நின்று புஸ்ஸ் என்று மூச்சிரைத்தது. பிற குதிரைகளும் பலவகைகளில் கழுத்தைத் திருப்பி நின்றன.

இளமுறைத் தம்புரான் குதிரையில் இருந்து இறங்கி கடிவாளத்தை ஓடிவந்த சேவகனிடம் கொடுத்தார். பெரிய தோல் சப்பாத்துக்களை தூக்கி வைத்து நடந்து கேசவனைப் பார்த்தார். பின்பக்கம் குதிரைகளை விட்டு இறங்கியவர்கள் அனைவருமே செம்பட்டை முடி கொண்ட துரைகள். குதிரையில் பயணம் செய்ததால் அவர்கள் முகங்கள் சேவற் கோழியின் கன்னங்கள் போல சிவந்திருந்தன. இருவர் கைகளில் துப்பாக்கிகள் வைத்திருந்தார்கள். கரிய குழலும் மரத்தாலான மட்டையும் கொண்டவை.

இளந்தம்புரான், அவரை நோக்கி ஓடிவந்து பணிந்து வாய்பொத்தி நின்ற காரியக்காரரிடம் ''ஏதா ஆனை?'' என்றார். அதை அவர் மிகவும் முகம் சுளித்துக் கொண்டு கேட்டது போல தோன்றியது. ஆசான் பணிவுடன் வாய்பொத்தி ஏதோ சொல்லப்போக இளந்தம்புரான் அவரைக் கூர்மையாகப் பார்த்து அடக்கிவிட்டு காரியக்காரரைப் பார்த்தார். அவர் முணுமுணுவென்று சொல்ல மீண்டும் யானையைப் பார்த்துவிட்டு தன் பெரிய சப்பாத்துக்களால் தரையை உதைத்து தேய்த்தார். சேவகர்கள் வந்து அவர் செருப்புக்களைக் கழற்ற ஆரம் பித்தார்கள். பின்னால் வந்த எல்லா துரைகளுக்கும் ஆளுக்கொரு சேவகர்கள் இருந்தார்கள். சப்பாத்துக்களை கழற்றவும் மேல்சட்டையை கழற்றவும் உதவினார்கள். துரைகள் வான்கோழி போல குழறி பேசியவாறு யானையைப் பார்த்தபடி உள்ளே சென்றார்கள். முற்றத்தில் நாங்கள் யானையுடன் காத்து நின்றிருந்தோம்.

வெயில் பரவ ஆரம்பித்தது. வெளியில் அங்கே அப்படி நிற்பது மிகவும் பொருத்தமில்லாமல் இருந்தது. எத்தனையோ வருடங்களாக வந்து நிற்கும் முற்றம். ஆனால் புதிய இடம் போல தோன்றியது. இரண்டுமுறை காரியக்காரர் வந்து பார்த்துப் போனார். பிறகு சர்வாதிக்காரரே வந்தார். திவான் பேஷ்கார் யாரும் கண்ணில் படவில்லை. மேலும் சற்று நேரம் கழிந்தது. வியர்க்க ஆரம்பித்தது. மாடிப்படிகளில் இருவர் தம்புரானை தாங்கிக் கொண்டுவருவது தெரிந்தது. மிகவும் வெளிறி வெளுத்துப்போன தம்புரான் இரு சேவகர்களால் மெல்ல மெல்லப் படிகளில் இறக்கப்பட்டார். தரைக்கு வந்ததும் மூச்சிளைத்து நாக்கை வெளியே தொங்கப் போட்டுக் கொண்டு இடுப்பில் கைவைத்து நின்றார். ரோமம் நரைத்த மெலிந்த மார்பு கோடைகாலத்தில் நாய் இரைப்பது போல ஏறியிறங்கியது. 'கொண்டுபோ' என்று அவர் சைகை காட்டியதும் சேவகர் மீண்டும் அவரை நகர்த்தி கொண்டுவந்தார்கள்.

கேசவன் அவரைக் கண்டதும் உடல்முழுக்க அசைய ஓர் எட்டு எடுத்து வைத்து நின்றது. அவர் அருகே வந்ததும் அதன் வயிறு அதிர ஓர் உறுமல்

எழுந்தது. ''வந்நோடா'' என்று தம்புரான் பலவீனமான குரலில் கேட்டார். மெல்ல அருகே வந்து கேசவனின் துதிக்கையைப் பற்றிக் கொண்டார். வழக்கம்போல துதிக்கையால் அவரைச்சுற்றிப் பிடிக்க கேசவன் முயலவில்லை. இருவரும் ஒருவரை ஒருவர் தொட்டபடி அப்படியே அசையாமல் நின்றார்கள். தொட்டுக்கொள்வதன் மூலமே எல்லாவற்றையும் பேசிவிட்டார்கள். பிறகு கேசவன் துருத்தி போல பெருமூச்சு விட்டான். தம்புரான் துதிக்கையை ஒரு முறை தட்டியபின்பு சேவகர்களிடம் தன்னைக் கொண்டு போகச் சொல்லி கைகாட்டினார்.

திரும்பும்போது வழக்கமாக நாங்கள் கரமனை பங்கியக்கச்சியின் சோற்றுக் கடைக்குப் போய் நுனிவாழையிலை போட்டு மூன்று கூட்டம் பிரதமன், சக்கைப் புளிக்கறி, எரிசேரி, புளிசேரி, காளன் ஓலனுடன் ஒரு சாப்பாடு எடுப்போம். இலைக்கு ஒரு சக்கரம்தான். அது எப்படியும் மகாராஜா கையால் கைநீட்டமாகக் கிடைத்திருக்கும். அன்று ஆசான் எங்களிடம் ''போங்கடே... நான் நாளைக்கு வந்துருதேன்...'' என்றபடி பூஜப்புரையில் அவருடைய சொந்தக்காரர்கள் வீட்டுக்குப்போய் விட்டார். நாங்களும் எதுவும் பேசாமல் திரும்பினோம். வழக்கமாக கரமனை ஆற்றங்கரையில் கேசவன் ஓலையெடுப்பது உண்டு. அன்று அவனும் பேசாமல் நடந்தான். நான் ஓரக்கண்ணால் அருணாச்சலம் அண்ணனைப் பார்த்தபடி கூடவே சென்றேன். அவர் தனக்குள் மெல்ல பாடிக்கொண்டு தன் கையிலிருந்த பிரம்பால் தன் முழங்காலிலும் சாலையோர இலைகளிலும் மெல்ல தட்டியபடி வந்தார்.

நான் மெல்ல கனைத்தேன். பிறகு ''அண்ணா'' என்றேன். ''என்னடே?'' என்றார் அண்ணா. ''நான் அண்ணனுக்க கால பிடிச்சு மாப்பு கேக்குதேன். இந்த விசயத்தை விட்டுப்போடணும். நான் செய்தது பெரிய தப்பாக்கும். அதுக்கு நான் என்ன வேணுமானலும் செய்யுதேன்'' என்றேன். அருணாச்சலம் அண்ணா சிரித்தபடி ''நீ வேற ஒண்ணும் செய்யவேண்டாமிடே. இத மட்டும் சாதிச்சு குடுத்துப் போடு. ஒருக்கா போரும். நான் பின்ன கேக்க மாட்டேன்'' என்றார். ''இல்லை அண்ணா அண்ணன். நினைக்குத மாதிரி இல்ல அது. பத்து பொன்னு இல்லாம அவளுக்க நெழலைக்கூட தொடமுடியாது. அவளுக்க அம்மை எண்ணி உரைச்சு பாக்காம படிகேற விடமாட்டா. பத்து பொன்னுன்னா இன்னைகு நடக்கப்பட்ட காரியமா?''

அருணாச்சலம் அண்ணா சற்று கோபத்துடன் ''அப்ப உனக்கு நடந்ததுல்ல? உனக்கு பத்துப் பொன்னு பூவாட்டு விரிஞ்சுதுல்ல? எனக்கும் பத்துப் பொன்னு கண்டுபிடி...'' என் குரல் தழைந்தது. ''அண்ணா அது எனக்கு களைஞ்சு கிட்டினதாக்கும்.'' அவர் சிரித்து, ''மக்களே, தாயங்களி எனக்க கிட்ட வேண்டாம் கேட்டியா? நான் பல

குளங்களில் குண்டி கழுவினவனாக்கும். பத்துப் பொன்ன வல்லவனும் களைஞ்சிருந்தா இந்நேரம் கோயிலு வட்டத்தில கிளித்தட்டும் களியுமுல்லா நடந்திருக்கும். நீ கோயில் அகத்தறையில கேறிப் போட்டே. அதாக்கும் சத்தியம். ஒருக்கா கேறின வளி இருக்கும்ல, அந்த வளியே கேறு. நான் அதுவரை காத்திருக்கேன்.''

நான் அவரையே பார்த்தேன். ''என்னல பாத்து பயப்பெடுத்துதே? நீ களி படிச்ச கள்ளன். நான் கள்ளனைப் பிடிக்குத குள்ளன்... நீ காரியங்களை செரிப்பெடுத்துவே...'' ''இல்லேண்ணா...'' ''இல்லேன்னா ஸ்ரீகாரியத்தப் பாத்து ஒரு சொல்லு. போரும். அந்தக் குட்டிய பிடிச்சா அவளுக்க கையில பண்டம் இருக்குமில்ல? தட்டு கிட்டினா அவ உனக்க பேர சொல்லுவா. நீ தெக்கே பறம்புல கழுவில ஏறிக் குத்தியிருப்பே. மக்கா உனக்க சரீரம் கழுவுக்கு ஒத்த சரீரமில்ல கேட்டியா?''

''செரி அண்ணா, நான் சும்மா கேட்டேன். நானும் அண்ணனும் இன்னைக்கு நேத்துள்ள சொந்தமில்ல. இப்பம் காமம் கேறி நான் ஒரு தப்பு செய்து போட்டாலும் என்னைக்கும் அண்ணன் எனக்க அண்ணனாக்கும்'' என்றேன். ''காமம் எனக்கும் உண்டுலே.'' ''செரி அண்ணா, நான் பாத்துக்கிடுதேன்'' என்றேன். ''வாற அம்மாசைக்குள்ள முடிச்சிருடே... ஒருபாடு காத்திருந்தா அண்ணனுக்கு வயசாவுது பாத்துக்கோ...''

எரியும் வெளியில் பாறசாலையைத் தாண்டி நடந்தோம். அதற்குப் பிறகு நாங்கள் பேசிக் கொள்ளவேயில்லை. பாறசாலையில் சோற்றுப் புரையில் பட்டைச் சோறும் தேங்காச்சட்டினியும் பொங்கிப் பிசைந்து உண்டோம். அப்போது அருணாச்சலம் அண்ணன் ''நல்ல மீனுகூட்டி ஒரு வாய் சோறு தின்னணும்டே... நாக்கு கெடந்து பெடயுது'' என்றார். நான் புன்னகை செய்தேன். மீண்டும் சாலையில் நடந்தோம். அருணாச்சலம் அண்ணா மிகமிக உற்சாகமாக இருந்தார். பாட்டும் தாளமும் கூடவே வந்தன. அவர் மனதுக்குள் அம்பிளி மீது அத்தனை ஆசை இருந்திருக்கிறது. கோயில் வட்டத்தில் அப்படி ஆசைப் படாதவனுக்கு இடுப்புக்குக் கீழே மொண்ணை என்று அர்த்தம்.

அவளுக்கு முலை மொட்டிட்ட நாள் முதல் நான் அவளை எண்ணி மனபோகம் கரபோகம் செய்து கொண்டிருந்தேன். அவள் எதிரே வரும்போது நான் எங்கிருக்கிறேன் என்பதையே மறந்து அவள் உடலைப் பார்த்துக் கொண்டிருப்பேன். ஆனால் அவள் என்னைப் பார்க்கவேயில்லை. எதிரே நான் வந்தால்கூட அவள் கண்களுக்கு நான் படுவதில்லை. உண்மையிலேயே ஏதாவது மந்திரமாயத்தால் அவள் என்னைப் போன்றவர்களைத் தன் பார்வையிலிருந்தே விலக்கிக் கொண்டாள் என்று தோன்றும். உதாசீனம் செய்யும் பெண் யட்சி போல ஆணை வளைத்து விடுகிறாள்.

ஒருமுறை ஊட்டுப்புரை முக்கில் அவளைத் துணிந்து மறித்து விட்டேன். கையில் உருளியில் நெய்யுடன் சென்றவள் ஒசிந்து நின்று புருவங்களைத் தூக்கி அலட்சியமாக ''ம்?'' என்றாள். நான் ஏதேதோ சொல்ல நினைத்திருந்தேன். அவள் உதடு மெல்ல வளைந்தது. அலட்சியமான சிரிப்புடன் ''ஆசை உண்டோ?'' என்றாள். என் இதயம் முரசு போல அறைய ''ஓம்'' என்றேன்.

அவள் மார்புகள் அசைய மேலும் சிரித்து, ''கெட்டணுமா, கிடக்கணுமா?'' என்றாள். அந்த வார்த்தைகளை நான் எதிர்பார்க்க வேயில்லை. அவள் ஓங்கி அடித்திருந்தால்கூட அது நான் எதிர்பார்த்த தாகத்தான் இருந்திருக்கும். நான் என் மொத்த மூச்சையும் திரட்டிக் கொண்டு ''நான்...'' என்றேன். அவள் மறித்து ''கெட்டணுமானா ஒரு பத்து வருஷம் கழிஞ்சு வா பாப்போம். கெடக்கணுமானா நல்ல முத்திரைப் பொன் பத்து வேணும். கொண்டு வா'' என்றபின் கறாராக ''வழி'' என்றாள். நான் விலகிவிட்டேன்.

அதன்பிறகு ஆறு மாதம் செத்த பிணம் போல நடமாடினேன். முகத்தைக் கொட்ட சுற்றிவரும் குளவிபோல அந்தச் சொற்கள் என்னுடனேயே வந்து ரீங்கரித்தன. இரவில் அவள் வீடு புகுந்து அவள் காலில் விழுந்து கதறி என் ஆசையையும் தாபத்தையும் சொன்னேன். அவள் என்னை அணைத்துக்கொண்டு முத்தமிட்டாள். அவள் அம்மாவைக் கண்டு காலில் விழுந்தேன். அவளை எனக்கு சம்பந்தமாகத் தந்து விட்டாள். அவளைப் பிடித்து தூக்கிக்கொண்டு பாண்டி நாட்டுக்குப்போய் தாலிகட்டிக் கொண்டேன். அவளை வெட்டிக் கொன்றுவிட்டு நானும் செத்தேன். அவளை எரித்த தீயில் நானும் குதித்து அவளைத் தழுவிக்கொண்டேன். ஆறு மாதத்தில் அவளுடன் ஆறாயிரம் வாழ்க்கைகளை வாழ்ந்தேன்.

அப்போதுதான் ஆறாட்டு வந்தது. கோயிலின் மங்கலபட்டம் அப்போதும் மூத்த யானையாகிய கரடிக்குளம் நாராயணன்தான். மிகவும் வயதாகி மெலிந்து கன்ன எலும்புகளும் மத்தக எலும்புகளும் துருத்தி பெரிய கொம்புகளை தூக்கவே சக்தியில்லாமல் ஆகிவிட்டிருந்தது. கோயில் வளைப்பில் இருந்து கரடிக்குளம் மாடம்பியின் அரண்மனைக்குக் கொண்டுபோய் அங்கே நான்கு பாப்பான்களையும் எட்டு ஊழியர்களையும் வைத்துப் பேணி வந்தார்கள். ஓலையும் தழையும் மெல்ல முடியாது. எல்லா பற்களும் உதிர்ந்து விட்டன. தினமும் கருப்பட்டியும் சுக்கும் போட்டு காய்ச்சிய தினையரிசிக் கஞ்சிதான். அதை தும்பிக்கையால் அள்ளி கொஞ்சம் உறிஞ்சிவிட்டு நின்று விடும். பிறகு மூங்கில் குழாய்களில் அள்ளி கடைவாயில் விடுவார்கள். தினமும் காலையிலும் மாலையிலும் வில்வாதி லேகிய உருண்டைகள் ஊட்டப்படும். வெகு நேரம் நிற்க

முடியாது என்பதனால் பெரிய வைக்கோல் உருண்டைகளை நான்கு கால்களுக்கும் நடுவே போட்டு அதன்மீது கால் தளர்த்தி அமரச் செய்வார்கள்.

ஆறாட்டுக்கு நான்கு நாட்கள் முன்னரே கரடிக்குளம் கோரன் நாயரும் பரிவாரங்களும் யானையுடன் கோயிலை நோக்கி கிளம்பி விடுவார்கள். வரும்வழியில் நூற்றியெட்டு இடங்களில் கஜபூஜை உண்டு. வந்து சேரும்போது நாராயணன் களைத்துப் போயிருக்கும். ஆற்றில் கொண்டு போய் கட்டி உடலில் சேறு அள்ளிப் பூசி அதன்மீது வைக்கோல் பிரிகளை பரப்பி நீர் ஊற்றி குளிரச் செய்து இரவெல்லாம் ஓய்வெடுக்க வைப்பார்கள். பெரிய உருளி நிறைய ச்யவனப்பிராசம் கெட்டி உருளைகளாக ஆக்கி ஊட்டுவார்கள். காலையில் வெல்லச்சோறு மட்டும்தான் உணவு. இரவெல்லாம் யானையைச் சுற்றி கரடிக்குளம் கும்பல் கத்தி கூச்சலிட்டு அமளி செய்வார்கள். ஆற்றுக்குள் பந்த வெளிச்சமாக இருக்கும்.

ஆசான் என்னிடம் ''என்னடே கரடிக்குளம் கொம்பன் சரிஞ்சுதா? இந்த ஆதாளி போடுதானுக?'' என்றார். நான் ''ஆசானே மெல்ல'' என்றேன். ''என்னடே மெல்ல? தலையச் சீவிடுவானா?'' என்று ஆசான் கிசுகிசுத்தார். கரடிக்குளம் தம்புராக்கள் திருவட்டார் கோயிலுக்கு காராயம் பொறுப்புள்ள பதினெட்டு மாடம்பிமாரில் மிகவும் செல்வாக் கானவர்கள் அவர்கள்தான். புலிமலையும் ஆனையடிக்காடும் எல்லாம் அவர்களின் கையில்தான் இருந்தன.

ஆனால் காலையில் நெற்றிப்பட்டம் கட்டி, முத்துப்பட்டு அணிந்து, குண்டலமும், தும்பிக்கைக் குஞ்சலமும், பித்தளைச் சங்கிலிகளும் ஒளிவிட சலாங் சலாங் என்று நாராயணன் வரும்போது கையெடுத்து கும்பிடத் தோன்றும். ஆசானே கூட ''ஆனைன்னா அது ஆனை. அஷ்ட ஐஸ்வரியம், நூற்றெட்டு சுழி, நூற்றெட்டு அங்க லட்சணம்... ஒரு எள்ளிடை கொறவில்லை... அவனை இந்தக் கண்ணால பாக்கிறதே ஒரு புண்ணியமாக்கும்'' என்றார். பெரியதோர் பொன்வண்டு போல தூரத்தில் தெரிந்து, விரிந்து விரிந்து வந்து, வேங்கையும் புன்னையும் பூத்த கரிய பாறைக்குன்று போல நாராயணன் கண்முன் வந்து நின்றபோது ஆசான் கைகூப்பினார். நானும் கைகூப்பினேன்.

நாராயணன் கடந்து சென்றபோது ''நான் ஓர்ம வச்ச நாளு முதல் கண்டுவாற ஆனையாக்கும்டே... ஒரு அபசப்தம், ஒரு கலகம் இன்னைக்குவரை கெடயாது. பரம சாத்விகன். சின்னப்பிள்ளைங்ககூட வாலைப்பிடிச்சு தொங்குவோம். அவனுக்க வாய்க்குள்ள கையவிட்டு தேங்காயப் பிடுங்கி நான் தின்னுட்டுண்டு. போன ஜென்மத்தில பெருமாளுக்கு கொஞ்சம் கடன்மிச்சம் வச்ச ஏதோ ரிஷி இந்த ஜென்மத்தில இப்படி கடனை கழிச்சிட்டுப் போறார்டே'' என்றார்.

நாராயணன் திடம்பு எடுப்பதற்காக கிழக்கு வாசலில் வந்து நிற்பதைப் பார்க்கபெரும்கூட்டம் கூடிவிட்டிருந்தது. அவர்கள் அனைவருக்குமே திருவட்டாறு ஆறாட்டு என்றாலே கடுவாப்பாறை நாராயணன்தான். நூறுவருஷம் முன்பு திருநல்லூர் சக்ரபாணிதான் கஜராஜன் என்று சொல்வார்கள். அவனைப் பார்த்தவர்கள் யாரும் இல்லை. அவனும் நாராயணனும் ஒரே உயரம்தான். ஆனால் சக்ரபாணி இரண்டுமுறை மதமெடுத்து கலகம் செய்ததுண்டு. நாராயணன் குரலைக்கூட ஓங்கி எழுப்பியதில்லை.

திடம்பு யானை மீது ஏறி கொட்டும் குரவையும் மங்கலமுமாக ஆறாட்டு தொடங்கினால் வெயில் ஆறிய பிறகுதான் ஆற்றிலிருந்து திரும்ப திடம்பு வந்து கோயில்படி ஏறும். அத்தனை நேரம் வெளியில் நிற்பதனால் பெரும்பாலான யானைகள் சோர்ந்து போய் கால்மாற்ற ஆரம்பிக்கும். குடங்களில் நீர் மொண்டு வந்து காதுகளில் ஊற்றி குளிர்விப்பார்கள். போகும் வழியில் முத்தாலம்மன் கோயில் முன் நிற்கும்போது வெல்லம் போட்டுக் கரைத்த தண்ணீரை மரத்தொட்டி களில் விட்டு குடிக்க வைப்பார்கள். மத்தகத்தில் திடம்பு ஏற்றிய அஷ்டமங்கல யானைக்கும் மேலே அமர்ந்திருக்கும் போற்றிக்கும் மட்டும்தான் அதெல்லாம் இல்லை. முழு விரதம்.

திடம்பு ஏற்றிவிட்டால் பிறகு நாராயணனுக்கு களைப்பு தளர்வு ஏதும் இல்லை. முதுமை காரணமாக எப்போதும் அவனுடைய மத்தகம் முதுகைவிட்டு கீழே தாழ்ந்து தான் இருக்கும். முதுகெலும்பு கவிழ்ந்த ஓடம் போல பெரியதாக எழுந்து தெரியும். துதிக்கை மடிந்து தரையில் இழுபடும். கொம்புகளின் எடை தாளாமல் துதிக்கையை ஊன்றுவான். கொம்புகளை கொஞ்சம் வெட்டிவிடலாம் என்று பழமங்கலம் நாணுக்குட்டி வைத்தியர் சொன்னபோது ''கொம்பில்லாத ஆனை கிரீடமில்லா ராஜாவாக்கும். அவன் அந்தக் கொம்புகளோடத்தான் சந்தனக் கட்டையில் ஏறுவான். அதாக்கும் அவனுக்கும் எனக்கும் கௌரவம்'' என்று கடுவாகுளம் மாடம்பி சொல்லிவிட்டார்.

திடம்பு ஏற்றப்பட்டுவிட்டால் பிறகு ஒருகணம்கூட நாராயணனின் தலை தாழ்வதில்லை. மத்தகம் முதுகுக்குமேல் எழுந்துதான் நிற்கும். கடல் அலை மீது ஏறிச்செல்லும் கட்டுமரம் போல கொம்புகள் வளைந்து ஏந்தி அவன் நடக்கும்போது எம்பி எம்பிச் செல்லும். துதிக்கை நுனி தரையில் தொடவே தொடாது. தெருவெல்லாம் அவனைப் பார்க்க பக்தர்கள்முண்டியடிப்பார்கள். நிறையானை விஷ்ணுரூபம் என்பது சாஸ்திரம். நாராயணனுக்குப் பின்னால் கேசவன் உற்சவமூர்த்தியுடன் செல்லும். அதற்குப் பின்னால் உண்ணிகிருஷ்ண

மூர்த்தியுடன் கணியாகுளம் மாதவனும் சாவித்ரியும். ஸ்ரீதேவியுடன் தேவகியும் பூதேவியுடன் சாவித்ரியும் செல்வார்கள்.

ஆறாட்டு எழுந்தருளல் ஆற்றுக்கு இறங்கும் எட்டாம் விலக்கை அடைந்தபோது எதிரே முத்தாலம்மன் கோயிலில் இருந்து செட்டிகள் சமூகத்து மண்டகப்படியினர் கொட்டும் குரவையும் மங்கலப் பொருட் களுமாக வந்தார்கள். நாராயணன் நின்று லேசாக தலையை ஆட்டிக் கொண்டது. வெயிலில் வியர்த்து வழிய பூஜை நடந்தது. எண்ணெய்ப் பந்தங்கள் எரிந்து மேலும் வெக்கை கூட்டின. பின்னால் சென்ற கேசவன் ஓரமாக ஒதுங்கி நாராயணனை முந்த முயன்றபோது ஆசான் அவன் காலில் மெல்ல தட்டினார். கேசவன் அதை பொருட்படுத்தாமல் நாராயணனை பக்கவாட்டில் ஒட்டிச் சென்றது.

கேசவன் ஒரு போதும் அப்படிச் செய்வதில்லை. அவனுக்கு என்ன ஆயிற்று என்று வியந்தபடி நான் ஆசானைப் பார்த்தேன். ஆசான் அந்த விஷயத்தைப் புரிந்து கொள்ளாமல் யானையிடம் ''பொறத்தே... ஆனெ பொறத்தெ'' என்று கூறி மீண்டும் தட்டினார். நாலைந்து எட்டு பின்னால் வந்தபின் கேசவன் சட்டென்று வேகம் பிடித்து தன் முழு வலிமை யாலும் நாராயணனின் பின்பக்கத்தில் கொம்புகளால் முட்டியது. மத்தகம் தாழ்த்தி,கொம்புகளை ஏந்தி, துதிக்கை சுருட்டி வைத்து, முன்னங்கால் வளைத்து, கேசவன் நாராயணனைக் குத்துவதும் அவனுடைய தந்தங்கள் நாராயணனின் பின்தொடையின் கரிய பரப்பில் ஆழமாக இறங்குவதும் எல்லாம் ஒரு சில கணங்களில் முடிந்து விட்டன. ஆனால் நான் நெடுநேரம் அதைப் பார்த்துக் கொண்டேயிருந்தேன்.

செவிகள் அடைக்கும்படி பிளிறல் முழங்கியபடி நாராயணன் திரும்பியது. அத்தனை பெரிய யானை ஒரு நொடியில் அப்படித் திரும்பும் என்று பின்னர் நினைவுகூர்ந்தபோதுகூட என்னால் நம்ப முடியவில்லை. கேசவனின் தந்தங்களை விட அரைமடங்கு பெரிய தந்தங்கள். பித்தளைக்கூர் பொருத்தி வெயிலில் ஒளிவிட்டன அவை. அந்த பெரும் பிளிறல் கேட்டு கேசவன் பிரமித்துப்போய் நின்று தன்னையறியாமலேயே மத்தகம் தாழ்த்தி, கொம்புகளை மண்ணில் ஊன்றி, முன்கால் மடித்து மண்டியிட்டுவிட்டான். அக்கணம் கேசவனின் கதை முடிந்தது என்ற எண்ணம் என் மனதில் எழுந்தது. அந்த எண்ணம் வருத்தமோ மகிழ்ச்சியோ இல்லாமல் யாரோ சொன்ன ஒரு கதையின் வரிபோலத்தான் எனக்குள் இருந்தது. அந்தக் காட்சியையே நான் ஒரு கனவு போல கண்டு கொண்டிருந்தேன். நான் அங்கே இருப்பதையே நான் உணரவில்லை. அந்த இரு பெரிய யானைகளைத் தவிர எதையும் நான் பார்க்கவில்லை.

நாராயணன் ஒருமுறை உடலை உலுக்கிவிட்டு அப்படியே அசையாமல் நின்றுவிட்டது. அதன் காதுகள் மட்டும் மெல்ல அசைந்தன. துதிக்கை தளர்ந்து சரிந்து மெல்லத் துழாவி மூச்சுவிட்டு தரையில் தூசியைப் பறக்கச் செய்தது. அப்போதும் அது தலையைத் தாழ்த்தவில்லை. அதன் மேல் இருந்த ஆதிகேசவனின் திடம்பும் வெண்முத்துக் குடையும் சரியவில்லை. இரு போற்றிகளும் அதன் விலாக்கயிற்றில் கால்களைச் செருகி ஒரு கையால் கயிற்றைப் பிடித்தபடி வெளிறி உறைந்து அமர்ந்திருந்தார்கள். ஸ்ரீகாரியம் உரத்த குரலில் ''டேய் சீதரா, நாயே, கொண்டுபோடா நின்னுடெ ஆனெயெ'' என்றார். ஆசான் கம்பால் கேசவனைத் தட்டி ''ம்ம்... ஆனை பொறக்குத'' என்றார். கேசவன் அசையாமல் மண்டியிட்ட நிலையிலேயே இருந்தது. மீண்டும் பதற்றத்துடன் ஆசான் அதை பின்னுக்குப் போகச் சொல்லி ஆணையிட்டார். கேசவனின் துதிக்கை மலைப்பாம்பு போல புழுதியில் நெளிந்து நாராயணனை நோக்கி தயங்கித் தயங்கி நீண்டது. அதன் மூக்குத்துளைகள் பொக்கை வாயால் ஒலியில்லாது பேசுவதுபோல அசைந்தன. நாராயணன் உடலில் காதல்லாமல் அசைவே இல்லை. வேறு எங்கோ கேட்பது போல அது ''ம்ம்ம்'' என்று அமறும் ஒலி எழுந்ததும் கேசவன் சட்டென்று எழுந்து உடலைக் குலுக்கியபடி பின்வாங்கி பக்கவாட்டில் விலகி கோயிலை நோக்கி ஓடியது.

நானும் அருணாச்சலம் அண்ணனும் அதன் பின்னால் ஓடினோம். கேசவன் அதைப் போல ஓடி நான் பார்த்ததில்லை. சிறிய யானைக் குட்டிகள் பெரிய யானைகளிடம் விளையாடும்போதோ, எதையாவது பார்த்து மிகவும் பயந்துவிட்டாலோ செய்யும் உடற்பாவனை அது. வால் சுழல, உடலைக் குறுக்கி, முதுகுத்தண்டை நன்றாக வளைத்துத் தூக்கி, தலையைத் தாழ்த்தி, துதிக்கையைச் சுழற்றியபடி ஓடி யானைக் கொட்டிலுக்குச் சென்று அதன் வழக்கமான கல்தூணருகே நின்று கொண்டது.

நான் அருகே சென்றேன். என் தொடை மட்டும் வெடவெடவென நடுங்கியது. அருணாச்சலம் அண்ணா தூரத்திலேயே நின்று விட்டிருந்தார். நான் யானையையே உற்றுப் பார்த்தபடி மெல்ல மெல்ல முன்னகர்ந்தேன். அதன் துதிக்கை நடுநடுங்கிக் கொண்டிருப்பதையும் வாயிலிருந்து எச்சில் கோழைபோல ஒழுகிக் கொண்டிருப்பதையும் பார்த்தேன். என் பிரம்பால் தரையை அடித்து 'ஆனெ' என்றேன். வெடிச்சத்தம் கேட்ட நாய் போல கேசவன் உடல் விரித்து நடுங்கியபடி முதுகை மேலும் வளைத்துக் கொண்டான். நான் மேலும் கூர்ந்து

நோக்கி இன்னொருமுறை அடித்தேன். கேசவன் நடுங்கியபடி ''ர்ர்ர்ம்ம்'' என்றான். நான் புன்னகையுடன் உடலும் மனமும் இலகுவாகி அதை நெருங்கினேன்.

நான் அருகே வரவர கேசவனின் தலை மேலும் தாழ்ந்தது. அவனருகே போய் அவன் காலை கல்தூணுடன் சேர்த்துக் கட்டினேன். கேசவனின் கொம்புகள் இரண்டிலும் ஒரு முழத்துக்கு நாராயணனின் ரத்தம் பூசியிருந்தது.

திரும்பி உற்சவ வீதிக்கு வந்தேன். நாராயணனின் காயங்களில் இருந்து ரத்தம் நிணக் கட்டிகளாகக் கொட்டிக் கொண்டிருந்தது. தரையெங்கும் கொட்டிய ரத்தம் சூடாக குமிழிகள் உடைய பரவி வீச்சமடித்தது. நாராயணனின் வயிற்றுக்கு அடியில் வைக்கோல் மூட்டைகள் அடுக்கப்பட்டு அவன் அதன்மீது அமரச் செய்யப்பட்டான். ஆறாட்டுக்கு வந்த கூட்டம் யானை கலைந்ததுமே சிதறி ஓடியிருந்தது. பாதையெங்கும் பலவகையான பொருட்கள் சிதறிக்கிடந்தன. செண்டைகள், கொம்பு வாத்தியங்கள், தாலங்கள் உடைந்து பரவிக் கிடந்தன. பனையோலை வட்டிகள், பாளைப்பைகள், பலவகையான பூஜைப் பொருட்கள், வேட்டிகள் மேல்துண்டுகள்...

கரடிக்குளம் மாடம்பி சற்று தூரத்தில் கையில் வாளுடன் நிலை கொள்ளாமல் நின்றிருக்க அவரைச் சுற்றி அவரது வேலைக்காரர்களும் அகம்படியினரும் சூழ்ந்திருந்தனர். வைத்தியர் பழமங்கலம் நாணுக்குட்டி நாயர் வந்து சேர்ந்தார். பெரிய உருளிகள் அடுப்பில் ஏற்றப்பட்டு அவற்றில் மஞ்சணாதி குழம்பும் தேன்மெழுகும் சேர்த்துப் போட்டு உருக வைக்கப்பட்டன. அந்த உருகிய பாகில் வைக்கோல் பிரிகள் போடப்பட்டு நன்றாக குழைத்து எடுக்கப்பட்டன. அவற்றை காயங்கள் மீது வைத்து அப்பி இறுக்கி அதன் மீது வைக்கோல் பிரியால் கட்டுபோடப்பட்டது. நாராயணனின் முதுகின்மீது திடம்பும் வெண்கொற்றக்குடையும் இரு இளம்போற்றிகளும் அப்போதும் இருந்தார்கள். அவனுடைய தலை நிமிர்ந்துதான் இருந்தது. புண்மீது சூடான வைக்கோல் பிரிகள் வைக்கப்பட்டபோது அவன் காதசைவு ஒரு கணம் நின்று பின்பு மீண்டது.

சுப்புக்குட்டி ஓடிவந்து என்னைப் பிடித்தான். ''அண்ணா, ஆசான் விளிச்சாரு'' என்றான். ''ஏன், கௌவனை இன்னும் கழுவில ஏத்தலி யாக்கும்?'' ''அண்ணா உடனே கூட்டிட்டு வான்னு சொன்னார். உள்ள செம்பகராமன் மண்டபத்தில இப்பம் ஊராய்மைக்காரங்க கூட்டம் போட்டிருக்காங்க... தெக்கெமடம் தந்திரி எஜமான் வந்தாச்சு.'' நான் படிகளருகே போனதும் உள்ளிருந்து ஆசான் நொண்டி நொண்டி வந்தார். ''மக்கா லே, எனக்கு ஒண்ணும் பிடி கிட்டலல்ல... எனக்கு

ஒண்ணும் தெரியல்லலே. நான் உயிரோட இருக்கணுமா வேண்டாமான்னு இப்பம் சொல்லிடுங்க'' என்றார்.

நான் ''என்ன காரியம்? ஆசான் சொல்லணும்...'' என்றேன். ''எனக்கு கழுமரம்தான்டே.... நல்ல உறப்புள்ள கழுமரம்தான்'' என்று ஆசான் அழ ஆரம்பித்தார். ''ஆசான் கிடந்து பிடைக்காம நான் சொல்லுகத கேக்கணும். நம்மள ஆரும் ஒண்ணும் செய்யமாட்டாவ'' என்றேன். ''ஏன்?'' என்றார் ஆசான் கண்ணீருடன். ''ஆசான் சிந்திச்சுப் பாக்கணும். நம்மளை கழுவில ஏத்தினா கேசவன் தப்பு பண்ணினான்னுல்லா அர்த்தம். பின்ன அவனை சும்மா விடுவாங்களா?'' குரலைத் தாழ்த்தி ''கேசவனை பெரியதம்புரான் அப்பிடி விட்டுப்போடுவாரா? சொல்லுங்க.'' ஆசான் என்னை பார்த்து அரைகணம் வாய்திறந்து நின்றார். பின்பு ''நீ சொல்லுகதிலும் காரியமுண்டுடே'' என்றார்.

அப்படித்தான் ஆயிற்று. எக்காரணத்தாலும் ஆறாட்டு நிற்கக்கூடாது என்றும், அது மகாராஜாவுக்கு ஆபத்து என்றும் தந்திரி சொல்லி விட்டார். திடம்பை யானைமேலிருந்து இறக்கவே கூடாது. ஆறாட்டு தொடர்ந்து நடக்க வேண்டும். திடம்பை அஷ்ட ஐஸ்வரியமுள்ள யானைதான் ஏற்றிக்கொண்டு போகவேண்டும். ஆகவே கேசவன் ஆறாட்டு கொண்டுசெல்வது தவிர வேறு வழியில்லை. ஆனால் திரும்பவும் கேசவனை நாராயணன் அருகே கொண்டு செல்வது சரியல்ல. ஆகவே சாவித்ரியை கொண்டுபோய் அவளை நாராயணன் அருகே நிற்கவைத்து அவன் மீதிருந்த திடம்பை இறக்காமலேயே சாவித்ரி மீது ஏற்றிக் கொண்டுவந்தார்கள்.

நான் கேசவனைக் கழுவிக்கொண்டு மேலே வந்தபோது ஆசான் ஒற்றைக்கால் மீது கையை ஊன்றி பாய்ந்து ஓடி என்னருகே வந்து ''எனக்கு வய்யடே எனக்கு வய்யா... நான் சாவுதேன்'' என்றார். ''என்ன ஆசானே?'' ''அஷ்டமங்கலம் வேணும்லாடே? அது நாராயணனுக்க மேலயிருந்து எடுத்தா எடுத்தவன் கைய வெட்டுவேன்னு நிக்குதான் கரடிக்கொளம் நாயரு. நான் எங்க போயி சாவ?'' ''ஸ்ரீகாரியம் போயி சொல்லட்டு.'' ''ஸ்ரீகாரியம் மூத்திரமுல்லா விடுகாரு?'' என்றார் ஆசான். ''எனக்க கிட்ட போய் கேளுன்னு சொல்லுகானுக... நான் அந்த கரடிக்க வாளுகொண்டு சாவப்போறேன்...'' எனக்கும் ஒன்றும் தோன்றவில்லை.

தந்திரி நம்பூதிரி வேட்டி நுனியை அக்குளில் இடுக்கி வெற்றிலைச் செல்லத்துடன் வந்தார். ''என்னடே சீதரா, என்னடே?'' என்றார். ''நான் என்ன செய்ய உடயதே? நான் பாப்பான்லா? பெரியநாயரு கையில வாளோட நின்னுல்லா துள்ளுகாரு?'' என்றார் ஆசான். நம்பூதிரி ''அதிப்பம் சொன்னா நடக்குமாடே? கேசவன் பொன்னுதம்புரானுக்க

களிக்கூட்டுகாரனாக்கும். அவனுக்கு இல்லேன்னா பின்ன அஷ்டமங்கலியமும் முத்துக்குடையும் பின்ன ஆருக்கு?'' என்றார். ஆசான் ''உள்ள தாக்கும் உடயதே. சாவப்போற கெழட்டு ஆனைக்கு என்னத்துக்கு நகை? சொன்னா கேக்க மாட்டாரு. நீங்க ஒரு வார்த்தை சொல்லுங்க'' என்றார்.

''ஹேய், நானா? நான் துஷ்டன்மார்கிட்ட பேசமாட்டேன். நீங்க பேசி என்னமாம் செய்யுங்கடே'' என்று நம்பூதிரி கிளம்பப்போனார். நான் குறுக்கே புகுந்து ''அடியன். தம்புரானே, எனக்க சின்ன புத்தியில ஒரு எளிய சிந்த உண்டு'' என்றேன். ''என்னடே சொல்லப்போற? சீக்கிரம் சொல்லி கழுவேறுடே மயிராண்டி'' என்றார் நம்பூதிரி நின்று, வெற்றிலைச் செல்லத்தைத் திறந்தபடி. ''பழைய திருநெல்லூர் சக்ரபாணிக்க அஷ்டமங்கலியமும் மற்றும் கோயில் வைப்பறையில இருக்கும்லா?'' நம்பூதிரி சுருட்டிய வெற்றிலையுடன் என்னைப் பார்த்து ஒரு கணம் யோசித்தபின் ''அய்ய, அது உள்ளதாக்குமே. அப்படி ஒண்ணு உண்டும்லா?'' என்றார்.

நான் நம்பூதிரியின் பின்னால் ஓடினேன். நம்பூதிரி வைப்பறைமுன் சென்று நின்றார். பண்டார அதிகாரி உமையொருபாகம் பிள்ளை எழுந்து வந்து வணங்கி வாய்பொத்தி நின்றார். ''கேட்டியாடே உமை. இப்பம் உடனே ஒரு அட்டமங்கலியம் வேணும். நாராயணனுக்குப் போட்ட நகையக் கழட்டப்பிடாதுன்னு வாளோடு நிக்குதான் அவனுக்க நாயரு. ஆறாட்டுக்கு அட்டமங்கலம் வேணும்லா?'' ''உள்ளதாக்கும் ஏமானே'' ''பழைய சக்ரபாணிக்க அட்டமங்கலம் இங்க உண்டுல்லா?'' உமையொருபாகம் பிள்ளை குழப்பமாக ''உண்டு...'' என்றார். ''உண்டா இல்லியா? இல்லேன்னா ஸ்ரீகாரியம் பிள்ளைய விளி. தம்புரானுக்கு உடனே காரியம் சொல்லணும். அட்டமங்கலியம்னாக்க சுத்தப் பொன்னும் முத்தும் மணியுமாக்கும். வெளையாடுதிடாடே?''

''இல்ல இல்ல...'' என்றார் உமையொரு பாகம். ''இல்ல தம்புரானே. இருக்கு. பெட்டியில இருக்கு. நகை உள்ள பெட்டியில உண்டு. கொஞ்சம் கிளாவும் களிம்பும் பிடிச்சு கெடக்கும்...'' நம்பூதிரி ''எடுடே மயிராண்டி. நின்று வெளையுதானே... டேய், எண்ணி இருந்துக்கோ, கழு கேறப்பிடாது உள்ள'' என்று சீற உமையொருபாகம் பிள்ளை தயங்கினார். நம்பூதிரி என்னிடம் ''உள்ள போடே... போய் எடுத்திட்டு வா. இப்பம் கொண்டு வரணும். பளபளன்னு துடைச்சுக்கோ... போடே'' என்றார். உமையொருபாகம் பிள்ளை கைவிளக்கை எண்ணெய்விட்டு கொளுத்தி எடுத்துக்கொண்டு ஒரு சிறிய சாவியை இடுப்பில் இருந்து எடுத்தவாறு அறைக்குள் சென்றார்.

கனத்த சுவர்கள் கொண்ட உள்ளறையில் சுவரில் பதிக்கப்பட்ட இழுப்பறையை அந்தச் சாவியால் திறந்தார். உள்ளே துருப்பிடித்த

பழைய சாவிக் கொத்துக்கள் இருந்தன. அவற்றில் இரண்டைத் தேர்வு செய்து எடுத்துக்கொண்டு உள்ளே நடந்தார். நான் அவரைப் பின்தொடர்ந்தேன். சாளரங்களே இல்லாத பெரிய அறை. உயரமான மரக்கூரை. மரக்கூரைக்கு அடியில் பெரிய இரும்புச் சட்டங்களால் காவல் அழி போடப்பட்டிருந்தது. எங்கள் நிழல்கள் சுவர்களில் எழுந்து ஆடின. தரையோடு இரும்புச் சட்டம் போட்டு பதிக்கப்பட்ட பெரிய மரப்பெட்டிகள் வரிசையாக இருந்தன. அவற்றின் எண்கள் மேலே சுண்ணாம்பால் எழுதப்பட்டிருந்தன. பல பூட்டுகள் துருப்பிடித்து மொத்தையாக தொங்கின.

ஒரு பெட்டியைத திறந்து உள்ளே எட்டிப்பார்த்தார் உமையொருபாகம் பிள்ளை. உள்ளே நெற்றிப்பட்டம், முத்துமாலை, தந்தநுனி என்று யானை அலங்காரங்கள் தூசும் ஒட்டடையும் படிந்து கிடந்தன. உள்ளே இருந்த சிறிய பெட்டியை எடுத்து வெளியே வைத்து அதையும் சாவியினால் திறந்தார். உள்ளே அட்டமங்கல நகைகள் இருந்தன. ஒவ்வொன்றாக எடுத்து வெளியே வைத்தார். சற்று நிறம் மங்கியிருந்தாலும் அவை நன்றாகத்தான் இருந்தன. நான் பக்கவாட்டில் திறந்து கிடந்த பெட்டிக்குள் ஒரு சிறிய குமிழைப் பார்த்தேன். யானையின் கழுத்தில் போடும் கண்டமணி. அதில் பதிக்கப்பட்டிருந்த கற்கள் எடுக்கப்பட அறுந்தன. பெரிய கோழிமுட்டையளவுள்ள தங்கமணி அது.

என் இதயம் படபடத்தது. ஒரு கணத்திற்குள் எப்படி உதயமாயிற்று என்று நானே பிற்பாடு எண்ணி எண்ணி வியக்கும்படி அம்பிளியின் நினைவு எனக்குள் ஓடியது. அவளுடன் நடந்த மொத்த உரையாடலும் அவளுடைய அலட்சியமான உதட்டுச்சுழிப்பும் கண்வெட்டல்களும் இடையசைத்து சென்ற நடையும் குரலும் எல்லாம் என்னுள் நிகழ்ந்து முடிந்தன. நான் அந்த மணியை எடுத்து என்னுடைய கச்சைக்குள் வைத்துக் கொண்டேன். உமையொருபாகம் பிள்ளை பெட்டியை மூடினார். ‘‘நல்ல வேளை இருக்கு. அதுக்கு அந்தப் பிராமணன் எதுக்குடே இப்டி கெடந்து சாடுதான். மயிராண்டி. அவனுக்கு ஒருநாள் ஆப்பு வைக்குதேன். வா உனக்க ஆசானை விளி’’ என்றார்.

நெய்யாற்றின் கரைக்கு மாலையானபோதுதான் வந்து சேர்ந்தோம். நான் யானையைத்தட்டி ஆற்றுக்குள் இறக்கினேன். நெய்யாற்றில் அதிக நீர் இல்லையென்றாலும் தெளிவாக ஓடியது. அள்ளி அள்ளிக் குடித்து தலைமேலும் விட்டுக் கொண்டேன். அருணாச்சலம் அண்ணா கேசவனை நீருக்குள் இறக்கிவிட்டார். கேசவன் நீரை அள்ளி அள்ளிக் குடித்தபின் முதுகுமீதும் இறைத்தான். பிறகு மெல்ல மணலில் இறங்கி மைய ஓட்டத்தை அடைந்து நீருக்குள் உடல் அமிழ்த்திப் படுத்துக்

கொண்டான். துதிக்கையை நீருக்குள் இருந்து வெளியே தூக்கி நீர்த்துளிகள் மலைவெயிலில் ஒளிவிட்டுச் சிதற மூச்சு விட்டான்.

நான் வேட்டியைக் கழற்றி வைத்துவிட்டு கோமணத்துடன் நீரில் இறங்கி மூழ்கிக் குளித்தேன். அருணாச்சலம் அண்ணனும் இறங்கி வந்தார். என்னருகே நீரில் பாய்ந்து மூழ்கி நீந்தி மிக அருகே எழுந்து ''உப்ப்...'' என்று கூவிச் சிரித்தார். நான் புன்னகை செய்தேன். மீண்டும் மூழ்கி எழுந்து தலைமயிரைக் கையால் கோதி பின்னால் விட்டார். ''வெயிலில வெந்து போயிட்டேம்லே... ஓஹ்... தண்ணியில வந்து விழும்ப உள்ள சுகம்வேறதான். போன சீவன் வந்ததுமாதிரில்லாடே இருக்கு?'' என்றார்.

நான் ''நல்ல வெயிலு'' என்றேன். ''பின்ன? இந்த வெயிலுக்கு நல்ல மாலைக்கள்ளை தண்ணிக்குள்ள இப்பிடி முங்கி கெடந்துட்டே மோந்தி மோந்திக் குடிக்கணும் பாத்துக்க.'' ''அது செரி'' என்று சிரித்தேன். ''அதுக்கு இப்பம் கள்ளுக்கு எங்க போறது?'' அருணாச்சலம் அண்ணன் ''சும்மா சொன்னேன்டே. இல்லேன்னா நல்லவாற்று சாராயத்த எளநீரில விட்டு குடிக்கணும் பாத்துக்க. தேவாமிர்தம்லா'' என்றார்.

நான் நீந்தி பெரிய பாறைமீது ஏறிக்கொண்டேன். பாறை வெடிப்பில் கோரை வளர்ந்திருந்தது. அருணாச்சலம் அண்ணன் பெரிய பற்களைக் காட்டிச் சிரித்தபடி அருகே நீந்தி வந்து கீழே பாறை நிழல் விழுந்த நீரில் நின்றபடி ''எளநீர்னு சொன்னப்பம் எனக்கு உடனே அம்பிளி ஓர்மைடே. அவளுக்க முலையிருக்கே. உன்னாணை, நான் இன்னு பகல் முழுக்க அதைப்பத்தித்தான் நெனைச்சேன். வேற ஒரு நெனப்பு இல்ல பாத்துக்க. ஹொ'' என்றார். துண்டை எடுத்து தலைக்குமேல் உதறிப் பிழிந்து தலைதுவட்டியபடி ''நீ ஆளு கெஜகெட்டிடே. சாதிச்சுப்போட்டியே. உன்னை நான் அந்த அளவு நெனைக்கல்ல பாத்துக்க. நீ நீலம்மையை வைச்சுக்கோ. எனக்கு ஒரு தவண இவள சேர்த்து விட்டுடு'' என்றார். தலை துவட்டியபோது பேச்சு குழறியது.

நான் என் விரல் முதல் தொடங்கி தொடைகளை நடுங்கச் செய்து உடலையே உதற அடித்த பதற்றம் ஒன்றை உணர்ந்தேன். கண்கள் இருட்டி வந்தன. அப்போது ஏன் அந்த எண்ணம் வந்தது என்று பிறகு பலமுறை நினைத்திருக்கிறேன். புரிந்துகொள்ளவே முடியவில்லை. அந்தக் கணத்தில் ஒரு மலைத்தெய்வம் போல அந்த எண்ணம் வந்து என்னை மூடிக்கொண்டு என்னை அதுவே நடத்திச் சென்றது. எல்லாமே துல்லியமாக திட்டமிடப்பட்டன. சில கணங்களுக்குள் பலவாரக் காலத்து சிந்தனைகள் என்னுள் பிசிறில்லாமல் நடந்து முடிந்தன. அது ஏதோ உக்கிர தெய்வம்தான். தெய்வத்தால் மட்டுமே அத்தனை

பிரம்மாண்டமான சிந்தனை செய்யமுடியும். தெய்வத்தின் திட்டங்கள் மட்டுமே அத்தனை துல்லியமாக ஒன்றோடொன்று பொருந்திச் செல்ல முடியும்.

நான் குனிந்து கீழே கிடந்த ஒரு பாறாங்கல்லைத் தூக்கி அருணாச்சலம் அண்ணன் தலையில் ஓங்கிப் போட்டேன். ''ஓஹ்'' என்ற ஒலி - வியப்பொலியா என்று வியப்பூட்டிய விசித்திர ஒலி அது - எழுந்தது. அண்ணன் தலையைத் துண்டோடு பற்றியபடி ஒருகணம் எம்பி என்னைப் பார்த்து விட்டு நீரில் மூழ்க அவர் மூழ்கிய இடத்தில் சிவப்பு நீர் கலங்கிக் கலங்கிக் குமிழியிட்டபடி நீரோட்டத்தில் விலகிச் சென்றது. அருணாச்சலம் அண்ணனின் அந்தக் கடைசிப் பார்வை என்னை ஒரு கணம் உறைந்து நிறக்ச் செய்தது. அவரது கண்கள் மூன்று மாதம் தாண்டாத குழந்தையின் பனிபடர்ந்த விழிகளுடன் இருந்தன. ''ஓடிவாங்க ஓடி வாங்க... அண்ணனை ஆனை தூக்கிப் போட்டுட்டுது... அய்யோ'' என்று கதறியபடி நான் தோப்புக்குள் நுழைந்து நெய்யாற்றின்கரை கோயிலை நோக்கி ஓடினேன்.

5

சுப்புக்கண்ணும் முத்துப்பாச்சனும் கருணனுமாக சேர்ந்து ஆற்றில் கேசவனைக் குளிப்பாட்டிக் கொண்டிருந்தார்கள். நான் சற்று தள்ளி பாறைமீது அமர்ந்திருந்தேன். கிட்டத்தட்ட ஒரு மாதமாக நான்தான் கேசவனுக்கு தலைமைப்பாகன். மற்ற இரு பையன்களையும் சேர்த்துக் கொண்டிருந்தேன். அருணாச்சலம் அண்ணாவின் மரணத்தகவல் கேட்டதும் ஆசான் விழுந்தவர்தான். எழுந்திருக்கவில்லை. பக்கவாதம் வந்துவிட்டது. கேசவனின் பெயர் சொன்னாலே அவர் உடல் நடுங்கு வதாக சுப்புக்கண் சொன்னான்.

அருணாச்சலம் அண்ணாவை கேசவன் தூக்கி வீசிக் கொன்ற செய்தியைச் சொன்னது சுப்புக்கண்தான். ''டேய் உள்ளதாடா? உள்ளதாடா எரப்பாளி?'' என்று கேட்டவரின் தலைமட்டும் ஆடியிருக்கிறது. உதடு கோணலாகி வலித்திருக்கிறது. மகளிடம் ''படபடன்னு வருதுடீ'' என்றபடி திண்ணையிலேயே படுத்துக்கொண்டார். சுப்புக்கண் விசிறி யிருக்கிறான். கண்களில் இருந்து கண்ணீர் வழிந்து காதுகளில் சொட்டியது. ''இனி அந்த பூதத்த நான் கண்ணெடுத்தும் பாக்கமாட்டேன் மக்கா'' என்று கண்களை மூடியபடியே சொல்லியிருக்கிறார். ''ஆனை சேவுகம் ஆண்டவன் சேவுகம்னு சொல்லியிருக்காங்கடே. இது ஆண்டவனில்லை. ஏதோ துர்தேவதையாக்கும்'' என்று சொல்லி வலிப்பு வந்தவர் போல புரண்டு படுத்திருக்கிறார். ஒரு கால் மட்டும் துடித்துக்கொண்டே இருந்ததாம்.

சுப்புக்கண் ஓடிப்போய் ஒரு பெரிய மூங்கில் நிறைய சாராயம் கொண்டு வந்து கொடுத்தான். அதை இரவெல்லாம் குடித்து மீண்டும் மீண்டும் வாந்தியெடுத்து விடியற்காலையில்தான் தூங்கியிருக்கிறார். எதுவுமே சாப்பிடவில்லை. எத்தனை குடித்தும் போதை ஏறாமல் ஒரே புலம்பல். பிறகு மதியம் தாண்டி மகள் எழுப்பியிருக்கிறாள். ஒரு பக்கம் தளர்ந்திருந்தது.

''காதைத் தேய்டே, எளவு வெண்ணை வச்சு உருவுத மாதிரில்லா உருவுதான். இது ஆனையாக்கும், உனக்க கெட்டினவ இல்ல'' என்றேன். சுப்புக்கண் பேசாமல் என்னைத் திரும்பிப் பார்த்துவிட்டு திரும்பிக் கொண்டான். மேலே படிகள் வழியாக சண்முகம் ஓடி வந்தான். ''கொச்சாசானே கொச்சாசானே...'' என்றான். ''என்னடே, உனக்க அம்மைக்க தாலி அத்துப்போச்சோ?'' என்றேன். ''கேசவனை கொண்டு வரணும் ஆசானே. அங்க கொட்டிலில் கொச்சுகொம்பன் அலம்புது...''

நான் உத்தரவிடுவதற்குள் சுப்புக்கண் கேசவனை எழுப்பினான். கேசவன் ஈரத்துடன் எழுந்து அடிவயிற்றில் நீர் சொட்ட கரையை அடைந்து தன் சங்கிலியை தூக்கியபடி படிகளில் ஏறிச் சென்றது. நான் பின்னால் நடந்து சென்றேன். படிகளில் ஏறி கிழக்கு முற்றத்தை அடைந்தபோதே கொட்டிலில் சாவித்ரி உரக்கப் பிளிறும் ஒலி கேட்டது. பிறகு பிற யானைகளும் பிளிறின. கொச்சு கொம்பனின் தனித்த பிளிறல் பிறகு எழுந்தது. கேசவனின்கூட செல்வதற்கு சுப்புக்கண் ஓடவேண்டியிருந்தது. கொட்டிலை நெருங்கியதும் கேசவன் உரக்கப் பிளிறியது. அந்த ஒலி கோயிலின் மதில் சுவர்களில் எதிரொலி செய்தது. கொச்சுக் கொம்பனின் பதில் பிளிறல் எழுந்தது.

என் உடலில் அச்சத்தால் வியர்வை அரும்பியது. கொச்சுக் கொம்பன் பாறைமேல்மனை நம்பூதிரியால் திருவட்டார் ஆதிகேசவனுக்கு நடைக்கு இருத்தப்பட்டு இருபதுநாள்தான் ஆகிறது. ஒன்றரை வயதான குட்டி. கொம்புகள் என் கையளவுக்குத்தான். அது வந்ததில் இருந்தே தினமும் ரகளைதான். அதற்குப் போடும் தீனியை தின்ன மனமில்லாமல் வேறு யானைகளின் தீனியை நோக்கி துதிக்கை நீட்டும். தூண்களை முட்டிச் சாய்க்க முயலும். முடிந்தால் பிற யானைகளைக் குத்தும். கேசவனின் குரல் கேட்டால் மட்டும் அப்படியே அடங்கிவிடும். ஒருநாளும் இதுபோல கேசவன் குரலுக்கு அது பதில் அளித்ததில்லை.

கேசவன் திரும்பி கொட்டிலைப் பார்த்ததும் இன்னொரு முறை இன்னும் உக்கிரமாகப் பிளிறியது. அந்தக் குரலுக்கு கொச்சுக் கொம்பன் பதில் கூறவில்லை. அதன் கையில் பிடுங்கப்பட்ட ஒரு முருங்கைமரம் இருந்தது. அறுத்த சங்கிலி காலில் கிடந்து இழுபட்டது. கையில்

தடியுடன் கொச்சுக் கொம்பன் பின்னால் நகர்ந்தது. துதிக்கையை முன்னங்கால்களுக்கு கீழே கொண்டுசென்று தலையை தாழ்த்தியது.

கேசவன் நின்று துதிக்கை தூக்கி தலையைக் குலுக்கி உரக்கப் பிளிறியது. கொச்சுக்கொம்பன் முருங்கைத்தடியைக் கீழே போட்டுவிட்டு வாலைச் சுழற்றியபடி பணிவுள்ள குழந்தை போல நேராக தன் இடத்தை நோக்கிச் சென்று தூணருகே நின்றுகொண்டது. நான் அதன் பாகனிடம் ''டேய் எரப்பாளி... உடக்கி நிக்குத யானைக்கு எதுக்குடே அந்த சின்னச்சங்கிலிய போடுதே?'' என்றேன். ''சின்ன யானையாக்கு மேன்னு...'' என்றான் அவன். ''சின்னயானை உனக்க அம்மைக்க... என் வாயில என்னமோ வருது. லே, ஆனைய சின்னதும் பெரிசுமாக்குது அதுக்க உடல் இல்ல மனசாக்கும். அதுக்க கொம்பப்பாருலே. ஒண்ணர வயசுக்கு இந்தக் கொம்பு வச்சிருக்குத ஆனை இருவது வயசில எப்பிடி வச்சிருக்கும்னுபாரு. அதுக்க வயசப் பாக்காதே. அது ஒரு கொம்பனாக்கும். கஜகேசரியாக்கும்.''

அவன் கொச்சுக் கொம்பனை பெரிய சங்கிலியால் தளைத்தான். பவ்யமாக தென்னை ஓலைகளைப் பிய்த்து உதறித் தின்றபடி முன்னும் பின்னும் ஆடியது. அப்போது பார்க்க ஒன்றும் தெரியாத குழந்தை போல இருந்தது. கேசவன் அவனுடைய தூணில் வந்து நின்று கொண்டான். சுப்புக்கண் அவனைப் பிணைத்தான். இப்போதெல்லாம் சங்கிலிக்கட்டு என்பது ஒரு வெறும் பாவனைதான். எந்த யானையும் ஒருமுறை கடைசிச் சங்கிலியை உடைக்கும். அப்போதுதான் அது உண்மையில் என்ன என்று நமக்குப் புரியும். அதன் பிறகு அதை நாம் கட்ட மாட்டோம் என்று கேசவன் அறுத்துக் கொண்டு ஓடியபோது ஆசான் கூறினார்.

சுப்புக்கண்ணை படுத்துக்கொள்ளச் சொல்லிவிட்டு நான் ராமலட்சுமியின் வீட்டுக்குச் சென்றேன். அருணாச்சலம் அண்ணனின் மனைவி. அண்ணன் செத்த இரண்டாம் நாள் இரவு நான் போனபோது முதலில் அரிவாள்மனையுடன் வெட்டத்தான் வந்தாள். ஐந்தாம்நாள் அரிசியும் தேங்காயும் மீனும் வாங்கிக்கொண்டு போனேன். திண்ணையில் பசியோடு கிடந்த அருணாச்சலம் அண்ணனின் மூத்தமகன் குமரேசன் வந்து அவனே பையை வாங்கிக்கொண்டு உள்ளே கொண்டு வைத்தான். ராமலட்சுமிக்கு என்னை விட இரண்டு வயது அதிகம். நாலு பிள்ளைகளுக்கு அம்மா. இருந்தாலும் ஒரு அந்திக்கூரை என்ற அளவில் பழுதில்லைதான். கையில் பணம் சேரும் போது இன்னும் இளமையான ஒருத்தியைப் பிடித்துக் கொள்ளவேண்டும்.

நான் வீட்டுக்குள் நுழைந்தபோது அருணாச்சலம் அண்ணனின் கடைசிப் பையன் முருகனை இடுப்பில் வைத்தபடி வள்ளி நின்று

கொண்டிருந்தாள். ''உங்கம்மை எங்கட்டி?'' என்றேன். ''மீனு களுவுதா'' என்றாள். ''எங்க மத்தவ?'' ''அவனை உமியெடுக்க அனுப்பியிருக்கு.'' கோயில் உரல்புரையில் நெல் குத்தினால் உமிதான் கூலி. குமரேசன் இப்போதெல்லாம் இரவுகளில் வீட்டுக்கு வருவதில்லை. நான் திண்ணையில் அமர்ந்து கொண்டேன்.

சற்று நேரம் கழித்து கையை வேட்டியின் கோந்தலையில் துடைத்தபடி ராமலட்சுமி வந்தாள். ''எப்பம் வந்திய?'' என்றாள். ''கொறெ நேரம் ஆச்சு. இம்பிடு சுக்கு வெள்ளம் எடு.'' அவள் சுக்கு நீர் கொண்டுவந்தாள். நான் அதைக் குடித்தபின் திண்ணையிலேயே படுத்துக்கொண்டேன். ''என்ன, தேக சொகம் இல்லியா?'' என்று கேட்டாள். ''போடி சவமே'' என்று சீறியதும் பதறி உள்ளே போய்விட்டாள். நான் திண்ணையில் படுத்து நட்சத்திரங்களையே பார்த்துக் கொண்டிருந்தேன்.

கதவை மெல்லத் திறக்கும் ஒலி கேட்டது. நன்றாக இரவேறியிருந்தது. நான் கொஞ்ச நேரம் தூங்கியிருக்க வேண்டும். அவள் என்னருகே அமரந்து என் தலையை வருடினாள். ''கைய எடுடி'' என்றேன். அவள் கையை எடுத்துவிட்டு மெல்ல விசும்பினாள். ''இப்பம் என்ன மயித்துக்கு அழுது காட்டுதே?'' என்றேன். அவள் ''அப்ப என்னை புளிச்சாச்சு... இனிமே வேற ஆளு வேணும் இல்லியா?'' என்றாள். ''சீ என்னட்டி சொல்லுதே எரப்பே... சவிட்டிப் போடுவேன்.'' ஆனால் அவள் சொன்னது உண்மை. ஆரம்பநாட்களில் அவளுடன் படுக்கும்போது அருணாச்சலம் அண்ணனின் நினைவு வந்து ஒருவிதமான கிளர்ச்சி ஏற்பட்டிருந்தது. இப்போது அது இல்லை. அந்தக் கிளர்ச்சி இல்லாமல் அவளைப் பார்க்கும்போதே எரிச்சல்தான் வந்தது. அழுமூஞ்சிக் கிழவி.

ஆனால் நான் சற்று தணிந்து பெருமூச்சு விட்டு ''அதெல்லாம் ஒண்ணும் இல்லட்டி. எனக்க வேற கவல. கோயிலு காரியம்'' என்றேன். அவள் மெல்ல என்னருகே படுத்து என்னை அணைத்து, தன் பெருத்த முலைகள் இறுக முயங்கி, ''என்ன விட்டுப் போடாதீக ராசாவே. எனக்கு வேற ஆருமில்ல. எனக்க பிள்ளைக இப்ப ஒரு நேரம் கஞ்சி குடிக்கியது உங்களாலயாக்கும்...'' என்றாள். ''உன்ன ஆரு விடுகதா சொன்னா?'' என்றேன். ''இப்பம் என்னைக் கண்டாலே பிடிக்கதில்லை. பாத்தா அப்பமே சீத்த வாக்கு சொல்லுதீக... எனக்கும் என் பிள்ளையளுக்கும் ஆருமில்ல. கண்ணு தெறக்காத நாய்க்குட்டி களாக்கும் எனக்க பிள்ளைய. எங்கள விட்டிடப்பிடாது... நாங்க அடிம களாக்கும்.'' அவள் என்னை முத்தியபடி உடைந்த குரலில் புலம்பினாள்.

''செரிடி சும்மா கெட'' என்றேன். ''விடமாட்டீயளே?'' ''மாட்டேன் போருமா?'' ''சத்தியமா?'' நான் அவள் தலையில் கைவைத்து ''சத்தியமா'' என்றேன். அவள் பரவசத்துடன் அந்தக் கையை எடுத்து

முத்தமிட்டு ''போரும். போரும். இது போரும் ராசாவே, இது போரும்... நானும் எனக்க பிள்ளையளும் இனி சமாதானமாட்டு அந்தியுறங்குவோம். திண்ணையில நீங்க கிடந்தா நான் எப்பிடி உள்ள கிடப்பேன்? தீயில கிடக்கியது மாதிரில்லா இருக்கு?'' என்று என்னை முத்தமிட ஆரம்பித்தாள். உதடுகள் சூடாக இருந்தன. கன்னங்களில் கண்ணீர் என் முகத்தில் பரவியது. மூச்சு சீற ஆரம்பித்தாள். உடைகளைக் கழற்றிவிட்டு என்னை இறுக்கினாள். ''ராசாவே தம்புரானே ராசாவே...''

பின்னர் மீண்டும் நட்சத்திரங்களைப் பார்த்துக் கிடக்கும்போது நான் சொன்னேன் ''நாளைக்கு காலம்பற திருவந்தரம் போணும். ஒண்ணாம் தேதி வருதுல்லா?'' அவள் பெருமூச்சுவிட்டு ''அதுசெரி, அதாக்குமா காரியம்?'' என்றாள். ''போன மட்டம் போனப்பம் அண்ணன் இருந்தாரு'' என்றேன். அவள் ஒன்றும் சொல்லவில்லை. நான் அவள் மௌனத்தை கவனித்தபின் ''நல்ல மனுசன்'' என்றேன். அவள் எழுந்து கூந்தலைக் கட்டியபடி ''நான் உள்ள போறேன்'' என்றாள். ''அண்ணன் நினைப்பாக்கும் ஒரு கஷ்டம்'' என்றேன். அவள் என்ன சொல்வாள் என என் மனம் படபடத்தது.

''அதுக்கு இப்பம் என்ன? செத்தவங்களுக்கு கவலை இல்ல. இருக்கவங்களுக்குல்லா வயிறுண்ணு இருக்கு. அந்த தீயில மண்ண வாரி இடணுமே மூணு நேரம். அதுக்கு மானம் மரியாத எல்லாம் விட்டு ஆடணுமே'' என்றாள். நான் திடுக்கிட்டு எழுந்து பார்ப்பதற்குள் உள்ளே போய்விட்டாள்.

காலையில் எழுந்து திண்ணையிலேயே அமர்ந்திருந்தேன். நட்சத்திரங் களை வெறித்துப் பார்த்தேன். அவற்றில் ஏதோ வழி எழுதியிருக்கும், வாசித்து விடலாம் என்று எண்ணுபவனைப்போல. நட்சத்திரங்களை வாசிப்பது ஆசானுக்குத் தெரியும். அருணாச்சலம் அண்ணனுக்கும் கொஞ்சம் தெரியும். எனக்கு மட்டும் அவை புரியவில்லை. அவை அதிர்ந்து அதிர்ந்து எதையோ சொல்லிக் கொண்டிருக்கின்றன என்று தெரிகிறது. ஆனால் என் புத்திக்கு அவை வந்து உறைக்கவில்லை. நட்சத்திரங்கள் சொல்வதை முழுக்கப் புரிந்துகொண்ட யாரேனும் உண்டா என்ன?

ஆனால் ஆயிரம் லட்சம் ஆண்டுகளாக நட்சத்திரங்கள் ஒன்றையேதான் சொல்லிக்கொண்டிருக்கும். அந்த வார்த்தைகள் காலம் கவிழ்ந்தாலும் பூமி அழிந்தாலும் மாறாதவை. அவற்றை பூமியில் எவராவது புரிந்து கொண்டிருப்பார்களா? இருக்கலாம். புரிந்து கொண்டவர்கள் நாம் பார்க்கும்படி நம்முன் உலவிக் கொண்டிருக்க மாட்டார்கள். காட்டுக்குப் போய் மலை உச்சியில் ஏறி தன்னந்தனிமையில் அமர்ந்து

நட்சத்திரங்களை மட்டும் அறிந்தபடி இருப்பார்கள். ''பகவதி... தேவி... உனக்கொரு தூக்க நேர்ச்சை செய்து போடுதேன். இதிலேருந்து மட்டும் என்னைய காப்பாத்திவிடுடீ'' என்று மனத்தைத் தொட்டு கூறினேன்.

ராமலட்சுமியை எழுப்பாமல் கிளம்பி அம்பலக்குளத்தில் குளித்து வேட்டியை உதறிக் கட்டிக்கொண்டு நான் வந்தபோது கோயிலின் கிழக்கு முகப்பில் கேசவன் நின்றிருந்தான். சுப்புக்கண் என்னை நோக்கி ஓடிவந்து ''ஆசானே, எங்க போச்சு? ஆசான் வரணும். நிர்மால்ய பூஜை இப்பம் முடியும்'' என்றான். ''நீ போய் நில்லுலே'' என்றேன். ''நானா? நான் குட்டிப் பாப்பான்லா. நீருல்லா ஆசான்? கொம்பு பிடிச்சு மும்பில நிக்கப்பட்டவரு நீருல்லா?'' ''அதில ஒண்ணும் வலிய காரிய மில்லடே... நீ நில்லு'' என்றேன்.

சுப்புக்கண் என்னை அரை இருட்டில் கூர்ந்து நோக்கி, ''அதிப்பம் போத்தி சம்மதிக்க மாட்டாருல்லா?'' என்றான். நான் அவன் பார்வையைப் பார்த்து கண்களைத் திருப்பிக் கொண்டு ''எனக்கு வவுறு சரியில்லடே... நிக்க முடியாது. போயி சொல்லு'' என்றேன். சற்று நேரம் கழித்து திரும்பியபோது சுப்புக்கண்ணின் கண்களைச் சந்தித்தேன். அவன் உடனே பார்வையைத் திருப்பிக்கொண்டு விட்டான். நான் பெருமூச்சு விட்டேன்.

அவனுக்குத் தெரியாமலிருக்காது. ஒரு மாதமாக என்னை கேசவன் அருகிலேயே விடுவதில்லை. என்னுடைய வாசனை கிடைத்தாலே முன்னங்காலை தூக்கி வைத்து ம்ம் என்று ஒலியெழுப்பும். அதை நான் அறிவேன். அவனுக்கு துதிக்கை எட்டும் தூரத்திற்கு அப்பால்தான் எப்போதும் நின்றிருந்தேன். இருந்தாலும் ஒன்றும் அறியாதவன் போல வந்து கூப்பிடுகிறான். சோதனை செய்து பார்க்கிறான். அல்லது சம்பிரதாயமாக அழைத்துப் பார்க்கிறானா?

இதோ அவன் போய் மற்ற பாகர்களிடம் ஏதோ இளம்சிரிப்புடன் சொல்கிறான். அவனுடைய சொற்களைக் கேட்டதும் அவர்களின் கண்கள் வந்து என்னைத் தொட்டு மீள்கின்றன. என் உடல் எரிவது போலிருந்தது. இன்று மாலை நான் ஒரு கைதியாக திருவனந்தபுரத்தில் இருப்பேனா? சுப்புக்கண் தலைமைப் பாகனாக கேசவனுடன் திரும்பி வருவானா? அவன் கைநீட்டி கம்பீரமாக ஏதோ ஆணையிடுகிறான். அந்தத் தோரணையை நான் அவனிடம் கண்டதேயில்லை. இப்போது அவனுக்கு கீழேயும் ஆட்கள் வந்து விட்டார்கள். அவன் உடனே வளர்ந்துவிட்டான்.

சுப்புக்கண்ணும் பிற பாகர்களும் கேசவனை நடத்திக்கொண்டு சென்றார்கள். நான் மிகவும் பின்னால் தனியாக நடந்தேன். பயணம்

முழுக்க தனிமையில் மீண்டும் மீண்டும் ஒரே நினைப்புடன் நடந்தேன். என்ன ஆகப்போகிறது? தம்புரான் யானை தொழுவதற்கு வரும்போது கொம்பு பிடித்து முன்னால் நிற்பவன்தான் தலைமைப்பாகன். இந்த தடவை சுப்புக்கண் நிற்கப் போகிறான். ஏன் என்று தம்புரான் கேட்டால் எனக்கு மரணம். கேட்காவிட்டால் கூட திரும்பிவரும்போது நான் தலைமைப் பாகனாக இருக்கமாட்டேன். ஒரே பாய்ச்சலில் முன்னுக்குச் சென்று சுப்புக்கண்ணைப் பிடித்து யானையின் கனத்த கால்களுக்கு அடியில் தூக்கிப் போடவேண்டும் என்ற வெறி எழுந்தது. அவனை விதவிதமாகத் தாக்குவது பற்றி கற்பனை செய்ய ஆரம்பித்தேன். தம்புரானைப் பற்றிக் கற்பனை செய்வது பற்றிய பயத்தில் இருந்து அது விடுதலை அளித்தது. சுப்புக்கண் என்னிடம் வந்து பணிவுடன் ஆலோசனைகள் கேட்டபோது அவன் கண்களைப் பார்ப்பதைத் தவிர்த்தேன். அவன் திரும்பிச் செல்லும்போது அவன் உடலில் அந்தப் பணிவு இல்லாததை மீசையை முறுக்கியபடி கவனித்தேன்.

பாறசாலையைத் தாண்டும்போதுதான் சுப்புக்கண் வந்து சொன்னான் ''ஆசானே. கெவுனிச்சியளா? ஒரு உத்சாகம் இல்ல. சனங்க செத்த மாதிரி இருக்கியானுக.'' ''ஏம்ல?'' என்றேன். ''பெரியதம்புரானுக்கு தேகசொகம் இல்லேன்னாக்கும் பேச்சு. எப்பிடி இருக்காருண்ணு ஒரு விவரமும் இல்லியாம்.'' நான் எரிச்சலுடன் ''ஒரு விவரமும் இல்லேண்ணா பின்ன இவனுக எப்பிடிடே அறிஞ்சானுக?'' என்றேன். ''அதிப்பம், அரமனை ரகசியம் அங்காடிப் பாட்டாக்குமே. நாலஞ்சு நாளா சுசீந்திரம், தோவாளை, அகத்தீசரம், ஆளூர், வடசேரி, பாத்திவ சேகரபொரம் எல்லா எடத்திலயிருந்தும் மாடம்பிகளும் கரைநாயன் மாரும் நம்பூதிரிமாரும் குதிரவண்டியிலயும் மஞ்சலிலயும் கேறி திருவந்தரத்துக்கு போயிட்டே இருக்கானுகளாம்...''

எனக்கு அப்போதுதான் அது உறைத்தது. ஆமாம் ஊரே இருண்டுதான் இருந்தது. என் கவலையில் மூழ்கி நான் எதையுமே கவனிக்கவில்லை. ''இப்பம் ஆரையும் காணல்லியே'' என்றேன். ''எல்லாரும் போனா பிறவு ஆரும் காணமாட்டாகள்லா?'' நான், ''போடா போயி சோலி களைப் பாரு. அரமனைக் காரியம் நமக்கெதுக்கு? நம்ம ராஜா இந்தா போற இந்த ஆனையாக்கும். வாய நீட்டாம போ'' என்றேன். ''இல்ல, இப்பம் பெரியதம்புரான்... .'' ''பெரியதம்புரானுக்கு ஒண்ணும் இல்ல. சனங்கள் பேனை ஆனையாக்கிப் போடுவாங்க. போடே போயி ஆனைப்பணிய செய்யி'' என்றேன். ஆனால் என்மனம் எடை நீங்கி பறக்க ஆரம்பித்து விட்டிருந்தது. ஆம், தம்புரான் கண்டிப்பாக படுத்த படுக்கைதான். அது எப்படி எனக்கு தோன்றாமல் போயிற்று? என்னை பகவதி கைவிடவில்லை. கொல்லங்கோட்டில் ஒரு நேர்ச்சை போட்டு விட வேண்டியதுதான்.

பாறசாலைக் கோயிலில் தெளிவாகவே தகவல் கிடைத்தது. பெரிய தம்புரான் படுத்த படுக்கையாக இருக்கிறார். தன்னினைவு திரும்புமா என்பதே தெரியவில்லை. வெள்ளைக்கார அப்போத்திகிரிகள் ஏழு பேர் அவரைச் சுற்றி இரவும் பகலும் அமர்ந்து சிகிச்சை செய்கிறார்கள். சிறிய தம்புரான்தான் இப்போது ராஜ்யபாரம். ஆனால் ஒருவேளை கேசவனைப் பார்த்தால் தம்புரான் கண்விழிக்கக் கூடும் என்றார் பாறசாலை ஸ்ரீகாரியம். சிறுவயதில் மரணப்படுக்கையில் தம்புரான் கிடந்தபோது கேசவன் வந்ததனால்தான் அவர் உயிர்மீண்டார் என்று சொல்வார்கள். ‘‘நீ எதுக்கும் ஆனையோட போடே.... அனந்தபத்ம நாபனுக்க மனசு கனிஞ்சா நல்லதுதானே?’’ என்றார் ஸ்ரீகாரியம்.

நானும் மனதுக்குள் ஓயாது குழம்பினேன். நான் யானை அருகே போக முடியாதென்பதை கொட்டாரத்தில் யாரும் கவனிக்காமல் இருக்க என்ன செய்வது. தம்புரான் விழிப்புடன் இருந்தால் கண்டிப்பாகத் தெரிந்துவிடும். பேஷ்காரோ திவானோ அதையெல்லாம் கண்டு பிடிப்பவர்கள் அல்ல. ஆனால் தற்செயலாக எது வேண்டுமானாலும் நடந்து விடலாம். என் தலைவிதி கூடவே இருக்கவேண்டும். பகவதி அருளவேண்டும். ஒருவேளை சுப்புக்கண்ணே கூட என்னைக் காட்டிக் கொடுத்து விடக்கூடும். அந்த எண்ணம் வந்ததுமே தலையை அசைத்தேன். இல்லை, அப்படிச் செய்யமாட்டான். குறைந்தபட்சம் கொஞ்ச நாட்களுக்காவது அப்படிச் செய்ய மாட்டான், ஆனால்...

கரமனையாற்றில் சுப்புக்கண்தான் கேசவனைக் குளிப்பாட்டி நகைகளும் நெற்றிப்பட்டமும் அணிவித்தான். பழக்கமில்லாததனால் யானையின் காதுமணிகளை மாற்றி அணிவித்துவிட்டான். ‘‘டேய், எரப்பாளி டேய்’’ என்று கூவியபடி நான் என்னை மறந்து முன்னகர்ந்தேன். ‘‘எடம்வலம் தெரியாத்த நாயே...’’ கேசவன் ம்ம் என்று அதிர்ந்தபோதுதான் என் அபாயம் புரிந்து பின்னால் தாவி மண்ணில் புரண்டு விழுந்துவிட்டேன். முழங்காலில் சிராய்ப்புகளுடன் எழுந்தபோது மூவரும் என்னைப் பார்த்தனர். பிறகு பார்வையைத் திருப்பிக் கொண்டார்கள். கேசவனின் பார்வை என் ஒவ்வொரு கணத்தையும் வேவு பார்க்கிறது என்று அப்போது உணர்ந்தேன். யானை எப்போதுமே அப்படித்தான் ஒன்றையும் மறப்பதில்லை. எப்போதுமே அந்தக் கணத்தில் வாழ்கின்றன அவை.

சுப்புக்கண்ணும் பாகர்களும் எனக்கு முதுகுகாட்டி யானையுடன் சென்று கொண்டிருந்தபோது நான் அவர்களின் பின்தலையையே பார்த்தபடி நடந்தேன். உதடுகள் அசைகின்றனவா, தலை ஆடுகிறதா? சைகையால் பேசிக் கொள்கிறார்களா? ஆனால் பேசிக் கொள்ளவே வேண்டாம், அவர்களுடைய உடல்கள் வழியாக அந்த ஏளனம்

பரிமாறப்பட்டுக் கொண்டுதான் இருந்தது. இல்லை வெறும் ஐயமா? ஓர் எண்ணம் மனதில் எழுந்துவிட்டால் பிற்பாடு நினைப்பது எல்லாம் அதுதான். பார்ப்பதெல்லாம் அதுதான். அதுவல்லாமல் வேறு எதுவுமே இல்லை. சலிப்புடன் கைப்பிரம்பால் தரையை அடித்தபடி நடந்தேன்.

திருவிழா முடிந்த மறுநாள் போல இருந்தது நகரம். சாலைகளில் தென்பட்ட சிலரும் தூங்கியபடி நடப்பது போலிருந்தனர். கடைகளில் பல மூடியே கிடந்தன. ஆரியசாலையில் வழக்கம்போல் பொதி வண்டிகள் பாரம் இறக்கிக்கொண்டிருந்தன. என்றாலும் சுறுசுறுப் பில்லாமல் விளக்கொளியில் நிழல்கள் ஆடுவதுபோல அசைந்தார்கள். கிழக்கேகோட்டையில் முற்றிலும் காவலே இல்லை. நாங்கள் பத்மதீர்த்தத்தை அணுகியபோது கோபுரத்திற்குப் பின்னால் வானம் வெளிற ஆரம்பித்து விட்டிருந்தது. முன்பென்றால் அது நாங்கள் கேசவனை கொட்டிலில் சேர்த்துவிட்டு ஊட்டுப்புரைக்கு சாப்பிடப் போகிற நேரம்.

அரண்மனையை நோக்கித் திரும்பியபோது எனக்கு ஏனோ மனம் பகீரிட்டது. அதே கணத்தில் கேசவனும் அப்படியே அசையாமல் நின்று விட்டான். அவன் காதுகள் அவ்வளவு நேரம் அசையாமலிருந்து நான் பார்த்ததே இல்லை. அவன் வயிற்றுக்குள் பெரியதோர் செம்புக் குட்டுவத்தை நகர்த்தியது போன்ற ஒலி எழுந்தது. சுப்புக்கண் பயந்து பின்னால் நகர்ந்துவிட்டான். பிற பாகர்களும் சிதறி விலகினர். கேசவன் துதிக்கையை தூக்கி நீட்டி நுனிமூக்கை அசைத்து வாசனை பிடித்தான். துதிக்கை காற்றில் துழாவித் துழாவி அலைந்தது.

பின்பு அந்தப் பகுதியே நடுங்கும்படி கேசவனின் பிளிறல் எழுந்தது. நான் விலகி ஓடி கோட்டைச் சுவருடன் ஒண்டிக் கொண்டேன்.

உரக்கப் பிளிறியபடி கேசவன் பெரும்பாறை உருள்வது போல கனத்து ஓடி அரண்மனைக் கிழக்கு முற்றத்தில் நின்று துதிக்கை தூக்கி நெற்றிமீது அறைந்தபடி கதறினான். பெரிய எடையொன்றுக்கு கீழே மாட்டி நசுங்கி வலி தாங்காமல் அலறுவது போலிருந்தது. அவன் குரலில் வெறியும் துயரமும் ஏறி ஏறி வந்தது. உடலை அலைபாயவைத்து, துதிக்கை தூக்கி சுழற்றி வீசி, கொம்பும் தலையும் குலுக்கி, மாறி மாறிப் பிளிறினான். அரண்மனை அந்த ஒலியில் நடுங்குவது போலிருந்தது. உப்பரிகைகளிலும் உள்ளறைகளிலும் சந்தடிகள் எழுந்தன. கீழே கூடத்தில் விளக்குகள் ஒவ்வொன்றாக எரிய சுவர்களில் நிழல்கள் எழுந்து கலந்து ஆடின. பேச்சொலிகள். கட்டளைகள். விளக்கொளியில் பெரிய சர்வாதிக்காரர் வாளுடன் ஓடிவர பின்னால் காரியக்காரர்கள் வருவது தெரிந்தது. யானையைக் கண்டதும் அவர்கள் தயங்கி பின்னால் ஓடினார்கள்.

உப்பரிகை மீது விளக்குகள் எரிந்தன. உப்பரிகையின் மான்கண் மீன்கண் சாளரங்கள் வழியாக உள்ளேயிருந்த ஒளி பீரிட்டு இருட்டில் நீண்டு முற்றத்து வேப்பமரத்தில் பரவி ஆடியது. உப்பரிகை நோக்கி பலர் வந்து எட்டிப் பார்த்தார்கள். சர்வாதிக்காரர் இன்னொரு வாசலில் வந்து ''எடா, ஆரெடா பாப்பான்? எடேய்'' என்று கூவினார். சுப்புக்கண்ணும் பிற பாகர்களும் கைகளில் குச்சிகளுடன் தள்ளி நின்று ''ஆனெ இவிடெ... ஆனெ இவிடெ'' என்று குரல் எழுப்பினார்கள். கேசவன் எதையும் கேட்கவில்லை. கொம்பால் அந்த அரண்மனையையே பெயர்த்து சரித்துவிடுவது போல மத்தகம் தாழ்த்தி துதிக்கை சுழற்றி கதறியது. அதன் குரலில் ஆங்காரம் குறைந்துபோய் வெறும் துக்கம் மட்டும் ஒலிப்பது போல எனக்குத் தோன்றியது. மரணவீட்டில் எழக்கூடிய நெஞ்சு உடைந்த அழுகை போல. ''அய்யோ இனி நான் என்ன செய்வேன்'' என்று கதறுகிறதா என்ன?

உள்ளே இருந்து இளையதம்புரான் வருவதைக் கண்டேன். அவர் கையில் நீளமான துப்பாக்கி இருந்தது. மூக்குத் துளைபோல இரட்டைக் குழல்கொண்ட தோள் உயரமான துப்பாக்கி. பழுத்த மூங்கில் நிறமான குழாய். ஈட்டி மரத்தாலான மட்டை. அதை தோளில் தூக்கியபடி வந்த தம்புரான் வாசலில் நின்று கடும் கோபத்தில் முகம் சுளித்து, ''போ... போடா'' என்றார். கேசவன் காதை நிறுத்தி மெல்ல உடலை மட்டும் பின்வாங்கி கவனித்தது. ''போடா அஸத்தே... போடா'' என்று இளமுறைத் தம்புரான் கூவியபடி துப்பாக்கியை அக்குளுக்கு மேலே பதித்து கேசவனை நோக்கி நீட்டினார். அவர் நீளமான பட்டு அங்கி அணிந்து செருப்பு போட்டிருந்தார். மூக்குக் கண்ணாடி பந்த வெளிச்சத்தில் தீக்கங்குகள் போல ஒளிவிட்டது. அவர் துப்பாக்கியை நீட்டியபடி மேலும் பின்னகர்ந்து குறி பார்த்தார். கேசவனின் துதிக்கை மெல்ல நீண்டது. குழந்தை கை நீட்டுவது போல, மலைப்பாம்பு தலை நீட்டுவது போல. இளைய தம்புரான் அந்தத் துப்பாக்கியின் கீழே உள்ள வளையத்துக்குள் சுட்டுவிரலால் அழுத்த அது மூடி திறந்து கொள்ளும் ஒலி கேட்டது.

கேசவன் சட்டென்று இரண்டு கல்படிகளில் கால்வைத்து ஏறி அகன்ற வெளிவாசலில் உடல் நெருக்கி உள்ளே போய் இளமுறைத் தம்புரானை நெருங்கி விட்டது. எல்லாம் ஒரு கணம்கூட இருக்காது. உள்ளே அலறல் ஒலிகள் கேட்டன. நான் ''கேசவா'' என்று கதறியபடி என்னை மறந்து யானையை நோக்கி ஓடினேன். யானையை அடைந்து அதன் பின்னங்காலில் என் பிரம்பால் அடித்தேன். ''கேசவா கேசவா'' என்று கூவினேன். பின்பக்கம் மல்லாந்து விழுந்த இளந்தம்புரான் ஓடி மாடிப்படியை அடைந்து படிகளில் ஆவேசமாக ஏறி மேலே ஓடினார். கேசவன் அந்தத் துப்பாக்கியை தன் துதிக்கையால் எடுத்துச் சுழற்றி

நெற்றி மீது தூக்கி பின்பு கீழே போட்டது. மீண்டும் எடுத்து நெற்றி மீது தூக்கியது. பிறகு சுழற்றி வீசிவிட்டு அதையே உற்றுப் பார்த்தபடி நின்றது. மிக மெல்ல அதை நெருங்கி கவனமாக துதிக்கையால் தொட்டு மெதுவாக எடுத்து பிளிறியபடி தரையில் போட்டு முன்காலால் மிதித்து சப்பையாக்கியது. இன்னொருமுறை பிளிறியபடி திரும்பியது.

அப்போதுதான் நான் விரிந்த அரண்மனையின் கூடத்தில் யானையுடன் தனித்து நிற்பதை உணர்ந்தேன். கூடமெங்கும் நாற்காலிகள் இரும்புக் கட்டில்கள் பூத்தொட்டிகள் இன்னும் என்னென்னவோ பொருட்கள் சிதறிக் கிடந்தன. எனக்குப் பின்னால் பெரிய அரண்மனைச் சுவர் மட்டும்தான். என் கால்கள் கல்தூண்கள் போல கனத்தன. என்னால் இமைகளைக்கூட அசைக்க முடியவில்லை. ஆனால் கேசவன் என்னைப் பார்க்கவில்லை. வாசல் வழியாக வெளியே போகச் சென்றவன் தன் உடல் அதன் வழியாக நுழையுமா என்று ஐயப்பட்டு தயங்கி நின்றான். உடல் அதிர சிறு பிளிறல் ஒன்றை எழுப்பி விட்டு பின்னால் வந்தான். கூடத்துக்கு அப்பால் உள்வாசலில் நின்றபடி சர்வாதிக்காரர் ''டேய் அதை தளைக்கெடா... தளைக்கெடா'' என்று கூவினார். கேசவன் மீண்டும் முன்னால் நகர்ந்து வாசலில் நுழைந்தான். அவனுடைய உடல் வாசலில் இறுகியது. அவன் மறுபக்கம் சென்றபோது வாசல் சட்டத்தில் ஒன்று சடசட ஒலியுடன் விரிசல்விட்டு உடைந்தது. வெளியே படியில் மிகக் கவனமாக கால் எடுத்து வைத்து இறங்கி முற்றத்துக்குப் போய்விட்டான். திரும்பி அரண்மனையைப் பார்த்துவிட்டு வேகமாக வெளியே ஓடினான்.

நான் முற்றத்தில் குதித்து பின்னால் ஓடினேன். உப்பரிகையில் தோன்றிய இளையதம்புரான் ஒரு சிறிய துப்பாக்கியால் கேசவனை குறிபார்த்த பிறகு உரக்க ''டெவில்! பிளடி டெவில்!'' என்று கூவினார். எனக்குப் பின்னால் சுப்புக்கண் ஓடி வந்தான். ''ஆசானே, பெரிய தம்புரான் செத்துப்போய் மூணு நாளாச்சாம். பனிக்கட்டியிலே போட்டு ஊற வச்சு வச்சிருக்காங்களாம். சின்னவரு நம்பூதிரிமாரையும் நாயர் மாடம்பிமாரையுமெல்லாம் விளிச்சு பேசிட்டிருக்காராம். நாளைக்குத் தான் நாட்டுக்கு முரசறைஞ்சு சொல்லுவாங்களாம்...'' என்றான்.

நான் மூச்சுவாங்க, ''ஆருடே சொன்னது?'' என்றேன். ''கரமனையில சொன்னாங்க. ஆனை கண்டுபிடிச்சுப்போட்டு பாத்தேளா?'' ''பெரிய தம்புரான் இப்ப எங்க இருக்காரு?'' ''வெள்ளைக்கார அப்போத்திகிரி மாரு எடுத்துக் கொண்டுபோயி அவனுகளுக்க வைத்தியசாலையிலே வச்சிருக்கானுகளாம்'' என்றான் கருணன்.

என்ன செய்வதென்று தெரியவில்லை. கேசவன் இப்போது எங்கே போயிருப்பான்? அப்போத்திகிரி வைத்தியசாலைக்கா? யானைகளுக்கு

நம்மால் கற்பனைகூட செய்துவிட முடியாத அளவு மோப்ப சக்தி உண்டு என்பார் ஆசான். ''நாமெல்லாம் மணம் பிடிக்கது மூக்காலே. ஆனை மணம் பிடிக்க அதுக்க ஆத்மாவலயாக்கும்டே.'' எனக்கு ஒரு கணம் கடும் சோர்வு வந்தது. என்ன செய்தாலும் ஒன்றும் ஆகப்போவதில்லை என்று தோன்றி சோர்ந்து அங்கேயே குந்தி அமர்ந்துவிட்டேன்.

ஆனால் அமர்ந்ததுமே அப்படி அமர முடியாது என்றும் தோன்றி விட்டது. கழுமரத்தில் சாவதற்கு யானையின் காலில் சாகலாம். அது பாகனுக்கு விதிக்கப்பட்டுள்ள சாவுதான். என் அப்பாவும் என் தாத்தாவும் யானையால்தான் கொல்லப்பட்டார்கள். அப்பா மேலைத் தாமரைசேரி கிருஷ்ணனின் தந்தங்கள் மீது, ரத்தம்வழிந்த குடல் தெச்சிப்பூ மாலை போல தொங்கி மண்ணில் இழுபட, வைக்கோல் பொம்மை போல துவண்டு கிடந்ததை நான் கண்டேன். கொம்பும் தலையும் குலுக்கிப் பிளிறியபடி கிருஷ்ணன் திற்பரப்பு கோயிலைச் சுற்றி வந்தது. சடலத்தைக் கீழே போட்டுவிட்டு பின்னால் வந்தவர் களைத் துரத்த வந்தது. நானும் அம்மாவும் தம்பியும் தங்கைகளும் தூரத்தில் நின்று கதறி அழுதோம். ''என்றே உடயதே... என்றே ராஜாவே... இனி எனக்கும் பிள்ளைகளுக்கும் ஆருண்டு தம்புரானே'' என்று அம்மா அடிவயிற்றில் ஓங்கி ஓங்கி அறைந்து கதறினாள்.

இரண்டாம்நாள் களியலில் இருந்து காட்டில் தடிபிடிக்கும் தாப்பானை களைக் கொண்டு வந்து கிருஷ்ணனை மடக்கிப் பிடித்து வடம் போட்டுக் கட்டி அடக்கி காலுக்குச் சங்கிலி போட்டுத் தளைத்தார்கள். அப்பாவின் சடலம் எறும்புகளும் ஈக்களும் மொய்த்து, ரத்தம் கரிய பசையாக மாறி, நாற்றமடித்துக் கிடந்தது. அவரை தென்னை ஓலை பின்னி அதில் மண்வெட்டி வைத்து அள்ளிக் குவித்து சிதைக்குக் கொண்டுசென்றார்கள். கிருஷ்ணனின் அம்மா கல்யாணிக்குட்டிதான் என் தாத்தாவையும் கொன்றாள் என்று சிதைக்கு சுற்றும் கூடியவர்கள் பேசிக்கொண்டார்கள்.

ஒருவாரம் வீட்டில் கொலைப்பட்டினி கிடந்தோம். அதற்கு அடுத்த வாரமே அம்மா அப்பாவின் அடுத்த பாகன் ராமன் நாயருடன் வாழ ஆரம்பித்தாள். அடுத்தவாரம் என்னை அவர் இழுத்துப் போட்டு உதைத்து கையில் தென்னை மட்டையுடன் ஆற்றுக்கரை வரை துரத்தி வந்தார். நான் தப்பி ஓடி கொல்லங்கோடு கோயிலுக்குப் போய் ஊட்டுப்புரையில் இலை பொறுக்கி எச்சிலைச்சாப்பிட்டு வளர்ந்தேன். அங்கே காவுங்கல் பார்கவனின் பாகன் அச்சுநாயருக்கு உதவியாக சேர்ந்தேன். அச்சுநாயருக்கு பையன்களைப் பிடிக்கும்.

எழுந்து கச்சையை இறுக்கிக் கட்டியபின் தரையில் படிந்த கேசவனின் பாதங்களைப் பார்த்தபடி ஓடினேன். அவன் ஆரியசாலைக்குள் நுழைய

வில்லை. ஆனால் அந்தத் தடங்களின் திசையைப் பார்த்ததுமே எனக்குப் புரிந்துவிட்டது, அவன் திருவட்டாறுக்குத்தான் போகிறான் என்று. கரமனை வழியாக போவது மனிதர்களின் பாதை. யானைகள் எப்போதும் இயல்பாகவே நூல்பிடித்தது போன்ற நேர்ப்பாதையை நாடுகின்றன. அந்த வழியை அவற்றின் ஆத்மாவில் வாழக்கூடிய ஒரு சூட்சுமமான பறவைதான் சொல்லிக் கொடுக்கிறது என்றார் ஆசான். ''ஆனைக்கு பாதையில்லைடே.... ஆனை போறவழியே பாதை.''

கரமனை ஆற்றை சேறுமண்டிய ஒரு வளையில் கேசவன் தாண்டிச் சென்றிருப்பது தெரிந்தது. நானும் சேற்றில் பாய்ந்து கோரைப் புற்கள் உடலை அறுக்க உள்ளே சென்று நீரில் நீந்தி மறுபக்கம் சென்று மேலேறி விரைந்தேன். யானை சாலைக்கே போகவில்லை. வயல்கள், தோப்புகள், காடுகள் வழியாகவே சென்றிருந்தது. இரண்டு இடங்களில் ஓடைகளைத் தாண்டியிருந்தது. ஓடைகளின் கரைகளில் அதன் கனத்த காலடிகள் பட்டு சேறும் புற்களும் சிதைந்து கலங்கியிருந்தன. நெய்யாற்றின் கரையில்தான் அது சாலையில் ஏறியிருந்தது. ஆனால் சற்று நேரத்தில் மீண்டும் வயலில் இறங்கி தோப்புகள் வழியாக ஊடுருவிச் சென்றிருந்தது. மூன்று இடங்களில் அதன் பிண்டத்தையும் மூத்திரத்தையும் பார்த்தேன். எங்கும் அது நின்ற மாதிரி தெரியவில்லை.

வழியில் என் உடல் களைத்து அப்படியே ஒரு வயல் வரப்பில் படுத்து தூங்கிவிட்டேன். சிறிது நேரம்தான். யானையின் உடலசைவுகள் என் உள்ளூர ஓடிக்கொண்டிருந்தன. யானையின் கனத்த காலடிகள் சேற்றில் மிதிபடுகின்றன. புல்லுடன் மண்சிவந்து குழைகிறது. அது ஒரு ரணமாகிறது. ரத்தம் குமிழியிடுகிறது. பச்சை ரத்தத்தின் மணத்தை உணர்ந்தேன். மணமா, நாற்றமல்லவா? ஆனால் அது நறுமணம் என்றே தோன்றியது. உடலில் நரம்புகளையெல்லாம் மலரச்செய்யும் நறுமணம். குனிந்து ரத்தத்தை சேற்றுடன் அள்ளினேன். அதில் வெள்ளி நிறமான பரல்மீன்கள் நீந்தின. திடீரென்று ரத்தம் நாற்றம் எடுக்க ஆரம்பித்தது. நசுங்கித் தரையுடன் ஒட்டியிருந்த அப்பாவின் தலை. இரு கண்களும் நுங்குமுற்றல் போல கண்குழிகளைவிட்டு பிதுங்கி வெளியே விழுந்து கிடந்தன. குடற்புழு போன்ற நரம்புகளால் அந்தக் கண்கள் கண் இருந்த சிவப்புக் குழியுடன் இணைக்கப்பட்டிருந்தன. வாய் நொறுங்கி உள்ளே பற்கள் பொரிபோல நிறைந்திருந்தன.

நான் உடல் அதிர விழித்துக் கொண்டேன். விழித்த வேகத்திலேயே எழுந்து மீண்டும் ஓட ஆரம்பித்தேன். இம்முறை யானையின் தடத்துக்காக காத்திருக்கவில்லை. புதர்களைத் தாண்டி சேற்றுப் பரப்புகளைத் தாண்டி ஒரே மூச்சில் அம்பு போல திருவட்டாறு நோக்கி ஓடினேன். திருவட்டாறுக்கு நான் சென்று சேரும்போது மாலை மயங்க

ஆரம்பித்திருந்தது. ஊரே அமைதியாகக் கிடந்தது. இங்கும் செய்தி வந்திருக்கும் போலும். கோயிலுக்குப் பின்பக்கம் வழியாக ஓடி பெருந் தெருவுக்குள் நுழைந்து இடதுபக்கம் திரும்பி யானைக் கொட்டிலை நோக்கிச் சென்றேன். யானைக் கொட்டிலில் கேசவன் இருப்பது எனக்கு பார்க்காமலேயே தெரிந்துவிட்டது. அக்கணமே என் உடல் தளர்ந்தது. மூச்சு வாங்க உடம்பெங்கும் ஆவி எழ கனத்த கைகால்களை முழு மனத்தாலும் உந்தி உந்தி கொட்டிலை நோக்கிச் சென்றேன்.

கேசவன் அவனுடைய இடத்தில் அந்தக் கருங்கல்தூணை ஒட்டி நின்று கொண்டிருந்தது. ஓலை தின்னவில்லை. உடலில் காதுகளின் வீசல் தவிர அசைவே இல்லை. அவன் என்னை வெகுதூரம் முன்னரே பார்த்து விட்டான் என்று எனக்குத் தெரிந்தது. நான் பின்னால் வருவதுகூட அவனுக்குத் தெரிந்திருக்கும். அவன் உடல் சேற்றால் மூடியிருந்தது. முதுகில் சருகுகளும் உதிர்ந்த மலர்களும் கிடந்தன. நான் அவனை உற்றுப்பார்த்தேன். என் பார்வையால் அவன் சருமம் ஆங்காங்கே சிலிர்ப்பதைக் கண்டேன். மெல்ல ஒரு அடி எடுத்து வைத்தேன். அவன் தன் துதிக்கையை சுருட்டிக்கொண்டு உடலைக் குறுக்கிக் கொண்டான்.

நான் சிலகணங்கள் அசையாமல் நின்றேன். பின்பு புன்னகை புரிந்தேன். என் பிரம்பை வீசியபடி கேசவனை நெருங்கினேன். நான் நெருங்க நெருங்க அவனுடைய காதுகள் நிலைத்தன. அருகே போய் அவனுடைய கொம்புகளின் அருகே நின்றேன். பிரம்பால் அவன் காலை அடித்தபடி ''ஆனே, காலெடு ஆனே'' என்றேன். கேசவன் மிக மெல்லத் தன் முன்னங்காலைத் தூக்கி மடித்துக் காட்டினான். அதை நம்ப முடியாதவன் போல அவனுடைய கண்களைப் பார்த்தேன். கண்களிலிருந்து கண்ணீர் வழிந்து நீண்ட தடமாக இறங்கியிருந்தது. மடித்த கால்களில் கால் வைத்து எம்பி கழுத்துக் கயிற்றைப் பிடித்து மேலேறி அவனுடைய உயர்ந்த மத்தகத்தின் மீது அமர்ந்து கொண்டேன்.

தமிழினி, டிசம்பர் 2008

விஷ்ணுபுரம்
ஜெயமோகன்

www.ingramcontent.com/pod-product-compliance
Lightning Source LLC
LaVergne TN
LVHW100815051026
849519LV00006B/2086
* 9 7 8 9 3 8 4 1 4 9 7 3 4 *